NGÔN NGỮ
TẠP CHÍ VĂN HỌC NGHỆ THUẬT
SỐ 34 1/11/2024

NHÓM CHỦ TRƯƠNG:
Luân Hoán - Song Thao - Nguyễn Vy Khanh - Hồ Đình Nghiêm -   Lê Hân
Trần Thị Nguyệt Mai – Uyên Nguyên Trần Triết

CỘNG TÁC TRONG SỐ NÀY:
Ben OH, Bùi Diệp, Cao Nguyên, Cái Trọng Ty, Chu Nguyên Thảo, Dan Hoàng, Dung Thị Vân, Đặng Hiền, Đặng Kim Côn, Đoàn Phương, Đỗ Hồng Ngọc, Đỗ Trường, Elena Pucillo Truong, Hoàng Chính, Hoàng Hoa Thương, Hồ Chí Bửu, Hồ Đình Nghiêm, Hồng Lĩnh Phạm Thị Quý, Huỳnh Liễu Ngạn, Huỳnh Thị Quỳnh Nga, Huỳnh Minh Tâm, Khánh Trường, Kiều Huệ, Lại Văn Phong, Lâm Băng Phương, Letamanh, Lê Chiều Giang, Lê Hân, Lê Hứa Huyền Trân, Lê Hữu Minh Toán, Lê Thị Cẩm Hương, Lê Thị Hạnh, Luân Hoán, M.H. Hoài Linh Phương, Ngã Du Tử SG, Ngàn Thương, Ngô Sỹ Hân, Nguyên Cẩn, Nguyên Việt, Nguyễn An Bình, Nguyễn Châu, Nguyễn Đình Phượng Uyển, Nguyễn Đức Nam, Nguyễn Hàn Chung, Nguyễn Hòa Trước, Nguyễn Kiến Thiết, Nguyễn Lê Hồng Hưng, Nguyễn Minh Nữu, Nguyễn Nam An, Nguyễn Nguyên Phượng, Nguyễn Văn Điều, Nguyễn Văn Gia, Nguyễn Văn Sâm, Nguyễn Vy Khanh, Ngự Thuyết, Người Sông Hậu, NP Phan, Phạm Cao Hoàng, Phương Tấn, Song Thao, Thái Thị Lý, Thái Tú Hạp, Thanh Trắc Nguyễn Văn, Thục Uyên, Tiểu Lục Thần Phong, Tiểu Nguyệt, Tôn Nữ Mỹ Hạnh, Tôn Nữ Thu Dung, Trần C. Trí, Trần Đình Sơn Cước, Trần Quý Trung, Trần Thanh Quang, Trần Thị Nguyệt Mai, Trần Văn Nghĩa, Trần Vấn Lệ, Triều Hoa Đại, Trịnh Chu, Trương Văn Dân, Trương Xuân Mẫn, Uyên Nguyên, Vinh Hồ, Võ Phú, Võ Thị Như Mai, Vũ Khắc Tĩnh, Vương Hoài Uyên, Xuyên Trà.

BÌA: Uyên Nguyên Trần Triết
TRANH BÌA: Khúc Hoan Ca của Họa sĩ Ngô Trung Kiên (Hà Nội)
PHỤ BẢN: Tranh Khánh Trường
DÀN TRANG: Lê Hân
ĐỌC BẢN THẢO: Trần Thị Nguyệt Mai
LIÊN LẠC:
Thư và bài vở mời gởi về:
- Luân Hoán: lebao_hoang@yahoo.com
- Song Thao: tatrungson@hotmail.com

TÒA SOẠN & TRỊ SỰ:
Lê Hân: (408) 722-5626 han.le3359@gmail.com

MỤC LỤC
NGÔN NGỮ 34

Luân Hoán	6	Thư tòa soạn
Hồ Đình Nghiêm	8	Tro than xác giấy
Song Thao	13	Gà tây
Nguyễn Vy Khanh	20	Văn học Miền Nam (1954 – 1975) …
Luân Hoán	36	Những dòng ăn theo nhà trí thức Trương Vũ
Trần Thị Nguyệt Mai	40	Tản mạn mùa Thu
Uyên Nguyên	45	Quê hương, nỗi nhớ và cuộc lữ hành …
Triều Hoa Đại	50	Trò chuyện với nhà văn Nguyễn Minh Nữu
Khánh Trường	57	Phục Sinh Phục Sinh
Hoàng Chính	65	Phải lòng cô gái điếm
Phương Tấn	71	Túy ngọa sa trường quân mạc tiếu
Phạm Cao Hoàng	72	Thơ tặng hai con gái
Trần Đình Sơn Cước	74	Thu đam mê
M.H. Hoài Linh Phương	75	Trên cuộc tình tôi
Nguyễn Nam An	76	Ngồi ước kiếp sau
Vương Hoài Uyên	77	Rộng và hẹp
Dan Hoàng	78	Hẹn hò ở phố Bolsa
Thục Uyên	79	Đoản khúc cho quê hương
Nguyễn An Bình	80	Mây trắng hồ Truồi
Vinh Hồ	82	Thương thầy Thích Minh Tuệ
Đặng Hiền	83	Về cùng nỗi nhớ
Trần Vấn Lệ	84	Thơ My Thục tập thứ hai …
Lê Chiều Giang	88	Tiếng hát từ bi
Đỗ Hồng Ngọc	93	Dẳng dặc khôn nguôi
Thái Tú Hạp	98	Ba dòng thơ tiêu biểu phương Đông
Đỗ Trường	107	Luân Hoán – những trang hồi ký bằng thơ
Tiểu Lục Thần Phong	118	Hành trình của giọt nước
Nguyễn Minh Nữu	131	Nguyễn Đức Nhân, mây trên đỉnh Tà Ngào
Nguyễn Lê Hồng Hưng	135	Thiên nhiên
Hồ Chí Bửu	148	Kẻ sĩ chết vì tri kỷ
Tôn Nữ Thu Dung	149	Nhà cỏ
Lê Hữu Minh Toán	150	Chung nhịp đời
Lê Thị Cẩm Hương	152	Nỗi niềm
Trần Thanh Quang	153	Đoản khúc cho H
Người Sông Hậu	154	Trong mắt bão Yagi
Hoàng Hoa Thương	156	Nụ tình
Cao Nguyên	157	Bài thơ vuông
Xuyên Trà	158	Tình bậu
Nguyễn Văn Gia	159	Màu đất bùn
Cái Trọng Ty	160	Màu thời gian
Dung Thị Vân	161	Không thể nào hết
Kiều Huệ	162	Tháng mười chờ em
Ngàn Thương	163	Khúc đàn đông

Nguyên Cẩn	164	Khúc kinh cầu của mẹ
Nguyên Việt	165	Việt Nam, khi Nobel Văn Học ...
Ngô Sỹ Hân	169	Chị du kích
Letamanh	177	Chờ một sân ga!
Võ Phú	181	Hiến máu nhận tình
Nguyễn Kiến Thiết	188	Vài nét về hò miền Nam
Đặng Kim Côn	200	Trang nhật ký chưa viết
Nguyễn Đức Nam	205	Đoản khúc của Nam
Võ Thị Như Mai	210	Đọc bản thảo "Cơn say tàn mới thấm khuya"
Nguyễn Hàn Chung	216	Bởi vì ta biết nhau
Trịnh Chu	217	Cánh gió Đạ M'Rông
Trần Văn Nghĩa	218	Tản mạn chiều cuối năm
Lại Văn Phong	219	Còn nợ mùa Thu
Nguyễn Văn Điều	220	Ngồi lại
Huỳnh Minh Tâm	221	Dủ dẻ
Lâm Băng Phương	222	Chạm tay vào miền nhớ
Ben OH	223	Mùa Đông không có em
Huỳnh Liễu Ngạn	224	Vườn quê
NP Phan	225	Ngày về
Trương Xuân Mẫn	226	Giao ước
Đoàn Phương	228	Giấc mơ thôi
Trần C. Trí	229	Cõi trần gian
Elena Pucillo Truong	237	Bất ngờ ở thiên đường
Trương Văn Dân	245	Những sợi tóc bạc
Thái Thị Lý	250	Bà Tư cung nữ
Nguyễn Đ. Phượng Uyển	255	Mách nước
Nguyễn Châu	258	Khu đĩ
Tiểu Nguyệt	262	Sắc Xuân
Ngự Thuyết	267	Home
Nguyễn Nguyên Phượng	278	Nhà thơ Linh Phương ...
Nguyễn Văn Sâm	285	Cái vuốt tóc vô duyên
Vũ Khắc Tĩnh	290	Sinh nhật nàng
Huỳnh Thị Quỳnh Nga	298	Về xanh trong gió thơm
Thanh Trắc Nguyễn Văn	299	Hoàng hôn quê nội
Tôn Nữ Mỹ Hạnh	300	Mưa ngoài cửa lớp
Ngã Du Tử SG	302	Về để nhớ
Nguyễn Hòa Trước	303	Hóa trang
Lê Thị Hạnh	304	Chạm một lần thương
Bùi Diệp	305	Cho tôi nhé
Chu Nguyên Thảo	306	Miền ký ức
Hồng Lĩnh Phạm Thị Quý	308	Nhật ký
Trần Vấn Lệ	309	Em em à anh nhớ áo em bay
Trần Quý Trung	310	Ước mơ khi trời sáng
Lê Hân	312	Cảm đề "Đuổi bóng hoàng hôn"
Lê Hứa Huyền Trân	314	Điều anh không nói
Nhà Xuất Bản Nhân Ảnh	319	Giới thiệu sách mới in

THƯ TÒA SOẠN

Kính quí gởi các bạn đọc, bạn văn,

Trời đất bước vào mùa Thu 2024, chúng ta mừng được gặp lại nhau trên mặt báo này, có thể không được vui trọn, bởi - tuy không đủ khả năng tham gia vào chính trị bằng những bài viết, nhưng vài ba cuộc đối thoại bằng súng đạn ở nhiều nơi trên thế giới vẫn đang quyết liệt, thêm vào đó thiên tai bão lụt, cụ thể tại một số vùng đất của Hoa Kỳ và Việt Nam, khó làm chúng ta thưởng ngoạn vẻ đẹp thành thơ văn từ thiên nhiên của mùa thu đã và đang tới. Xin được cùng nhau chia buồn về những tổn thất nhân mạng, vật chất của đồng loại chúng ta. Ngôn Ngữ thật đáng tiếc quá nghèo bản văn nào về hai chủ đề này.

Trở lại phạm vi hẹp của số báo 34, chúng tôi thực hiện như thời khởi đầu. Nội dung gần như một tuyển tập sáng tác thơ, văn, nhận định, biên khảo… thiếu hẳn một hộp thư tòa soạn, giữa thời buổi thư tín nhanh chóng và hữu hiệu bởi hộp thư email của mỗi chúng ta. Ngôn Ngữ cũng có thể thấy hơi lạ lạ so với cốt cách tạp chí của nhiều thời kỳ đã qua, hoặc hiện tại trên quê nhà, nhưng rất mừng, Ngôn Ngữ cũng đang trên đường đi vào đám đông người đọc suôn sẻ và linh hoạt.

Ở số này, ngoài những bạn viết uy tín, nồng nhiệt cũ, chúng tôi vui vẻ chào mừng sự tiếp tay của quí bạn văn Bùi Diệp, Đoàn Phương, Đỗ Hồng Ngọc, Hồng Lĩnh Phạm Thị Quý, Huỳnh Minh Tâm, Khánh Trường, Lại Văn Phong, Lê Thị Hạnh, Ngã Du Tử SG, Nguyên Việt, Nguyễn Nam An, Nguyễn Minh Nữu, Người Sông Hậu, Ngự Thuyết, Tôn Nữ Thu Dung, Thái Thị Lý, Trần Quý Trung, Trịnh Chu, Võ Thị Như Mai, … Xin chân tình cảm ơn. Vui mời quí bạn xem phần mục lục để lạc quan cùng Ngôn Ngữ cùng chúc sự bền bỉ của những cây viết chữ Việt.

Ngôn Ngữ 34, không giới thiệu riêng về một tác giả nào. Nhưng công việc này chúng tôi vẫn còn tiếp tục. Trong tháng 12-2024, Ngôn Ngữ sẽ phát hành số đặc biệt về nhà khoa học, cũng là họa sĩ, và biên khảo Trương Vũ. Tiếp theo đó, có thể kịp các số về nhà thơ Phương Tấn, nhà văn Nguyễn Minh Nữu vv... Ngôn Ngữ mong được tiếp tay phổ biến những thành công trong sự nghiệp văn học nghệ thuật của tất cả những người sáng tác Việt Nam cư ngụ ở bất cứ nơi nào trên đất có cỏ hoa.

Cuối cùng, xin rao thêm, Ngôn Ngữ 35, nếu được quý bạn cho bài liên quan đến những ngày lễ lớn cuối năm cùng ngày Tết âm lịch năm tới. Không là số Xuân nhưng hy vọng số 35 sẽ giàu bài tươi vui. Và tiếng súng đạn của nhân sinh sẽ tạm ngưng trong cuộc sống, cùng với con số 35 của Ngôn Ngữ tạp chí chúng ta.

Kính chúc tất cả quí bạn và gia đình, mỗi ngày được ơn trên cho hưởng an lành.

Tình thân

Luân Hoán

HỒ ĐÌNH NGHIÊM
Tro Than Xác Giấy

Trong khi chờ nước sôi, tôi chuẩn bị xong bình trà và lau sạch hai cái tách. Tôi ngồi xuống bên chị Mùi, chị luôn tay xoay trở để ngọn lửa không lụi tàn. Ánh sáng nó phát ra cùng hơi ấm tỏa lan chẳng nhiều nhặng gì. Mặt chị không đỏ hồng mảy may nhưng chiếc áo ấm chị mặc thì đầy mùi khói. Tự dưng người chị phát ra một hương mùi, không thơm nhưng thu cất lắm quyến rũ. Quê chị Mùi ở Hà Nội hay Hải Phòng? Tôi không biết. Chị nói giọng Bắc, theo chỗ tôi hiểu thì không đúng giọng 9 nút như người ta ưa so đo, định đặt, bình phẩm. Chị chẳng là hạng người ưa tâm sự, có nhiều điều chị thích chôn chặt. Chị cũng ít tò mò hỏi han về thân phận tôi. Tôi có cảm tình với chị Mùi.

Chị biểu tôi ngồi sát bên chị cho ấm. Chị kể, về một hồi ức, chị ở trại tỵ nạn, tứ cố vô thân, gần tròn năm thì được phái đoàn Canada phỏng vấn, thâu nhận cho định cư. Họ tập trung vào một chỗ riêng biệt, dọn lòng để xem những thước phim về đất nước tình nghĩa sẽ đón nhận những đứa con hoang. Tuyết trắng nằm đầy trong các phim tài liệu ấy. Tiếng gió rít, thổi qua trên một bình nguyên mênh mông, không biên giới. Đầy dọa dẫm. Nổi da gà. Thì mình cũng có chuẩn bị tinh thần, nhưng thực tế thì khác, phải va vấp vào mới thấy nó lạnh tới mức không thể nói thành lời.

Chúng tôi ngồi trên hai chồng sách, cái ghế đặc biệt ấy thấp dần nhằm chống trả hơi lạnh từ bên ngoài mãi tấn công, sự thâm nhập thật lì lợm. Mùa hè chúng tôi đã thơ thẩn đi mua chúng ở chợ trời, ở garage sale. 50 xu, 1 đồng. Đắt nhất trong số chúng là 5 đồng, vì bìa cứng. Thập loại chúng sinh bao văn hoa tinh tuyến của thế giới. Đi tìm thời gian đã đánh mất. Trăm năm cô đơn. Ông già và biển cả. Giờ thứ

25. Chuông gọi hồn ai. Bắt trẻ đồng xanh. Chiến tranh và hòa bình. Tình yêu thời thổ tả... Mua vậy thôi chứ chẳng mấy khi đọc, được khoảng mươi trang thì nản lòng, chất lại lên kệ. So ra, sách dùng để trang trí thì căn phòng trông đẹp hơn những thứ khác. Cái ghế sẽ cao ngất ngưởng nếu chêm thêm hai cuốn tự điển Anh-Việt, Pháp-Việt; nhưng như vậy sẽ khó ngồi dáng thoải mái và xét ra nó còn giữ được chút quý giá cần nương nhờ, chớ làm tình làm tội nó, chớ giết nó kiểu của Tần Thủy Hoàng.

Hai cuốn niên giám điện thoại tiêu vong thì nước sôi. Không vì thế mà bà hỏa ủ mặt ủ mày, bà vẫn tươi cười do chị Mùi nhanh tay châm từng tờ liền khi. Co quắp rồi oằn thân. Lơ mơ rồi tỉnh thức. Tôi nhớ tới nồi bánh chưng mà hồi nhỏ tôi cố ngồi canh trắng đêm. Những thanh củi to, lửa lớn reo vui có khi phát ra những tiếng nổ nhỏ. Bánh chín hồi nào không hay trong khi tôi thiếp vùi say giữa lòng mẹ. Có lẽ suốt đời, đã chẳng có một thứ gì mang lại sự ấm áp diệu kỳ cho bằng đêm ba mươi thức giấc trong vòng tay hiền mẫu. Không có gì an toàn hơn, hạnh phúc hơn, tuyệt đối, vĩnh cửu. Mẹ tôi tên Dậu. Động vật, tôi có cảm tình với gà mái, cách nó dẫn con đi ăn và cách nó xòe cánh che chắn bảo vệ đàn con nhỏ. Những chú gà con, lông vàng, tơ nõn, nhỏ nhít, mềm mại, ngác ngơ chiêm chiếp trông đáng yêu làm sao!

Tôi đưa tách cho chị Mùi bỏ vào một lát chanh ngâm mật ong. Chị bảo ngày xưa bà nội chị xem đó là một dược liệu để trải qua những mùa rét mà không đổ bệnh. Sang đây rồi mà chị Mùi vẫn cố nhớ những phương thuốc đông y đa phần cậy trông vào cây cỏ thực vật. Chị thích ăn rau trong lúc tôi mặn thịt thà tôm cá, nôm na chân tôi không bước qua được cổng chùa khi mà chị Mùi đã ngồi thế kiết già sau hậu liêu đầy nhang khói. Tóc chị Mùi dày và dài, tôi không rõ nhan sắc chị sẽ đổi tới cỡ nào nếu chị cạo trọc đầu, chắc hẳn là khó coi. Tôi từng ngồi yên cho chị trùm khăn quanh cổ. Tôi lim dim muốn ngủ khi nghe hai lưỡi kéo mãi khua trên tay chị, những lọn tóc rơi xuống cùng hơi thở chị nghe ấm bên vành tai. Chị chăm chỉ trong công việc và qua đôi bàn tay khéo léo của một người thợ hớt tóc không chuyên, giúp tôi khẳng định rằng đưa đầu cho người ta vầy vò khi hớt tóc cũng nên xem là một trong tứ khoái. Đẹp giai rồi đấy, như thế có phải là tiết kiệm được mười hai đô không? Đi tắm đi, để chị quét chỗ này cho.

Chúng tôi là hai kẻ tha phương nghèo nhất trần đời. Chị Mùi và tôi giàu có duy chỉ một điều mà riêng hai đứa hay biết lấy. Góp tiền thuê nhà ở chung tự đi chợ nấu nướng giặt giũ với nhau là cách chứng minh đơn giản về chuyện ấy. Đứa nghèo khó đời nào nguyện chia cơm sẻ áo cho nhau? Và nhà là cái apt. ba phòng rưỡi mọc cuối xóm trong khu dân có lợi tức thấp. Ổn định, chẳng trông xa nhìn gần. Không ôm cao vọng, phát hiện hạnh phúc vốn là những thứ rất đỗi nhỏ nhặt quanh ta. Chị Mùi bắt métro đi may trong một xí nghiệp nằm ở ngoại ô. Tôi đi làm cho một nhà hàng Tây, phụ bếp hoặc rửa chén từ 4 giờ chiều tới 12 giờ khuya, đi xe buýt mất 45 phút và người nồng mùi hành tỏi khi trở về. Chị Mùi trấn an, đừng ngại, khuya khoắt cỡ đó lỡ gặp ma cà rồng nó cũng ngán, không mong đụng đầu người mang lắm bùa chú thế kia. Dracula rất sợ tỏi, đúng không? Chị thì sao? Sao là sao? Tỏi là phương thuốc quý, đừng xem thường. Bố chị ngày xưa có hũ rượu trắng ngâm tỏi. Mẹ chị luôn ý tứ châm cho hũ ấy không vơi đi. Tôi nói, vậy là thuộc dạng ông uống bà khen hay. Chị xác nhận, cũng na ná như thế, ông thánh ạ! Ông thánh đi vào phòng tắm tẩy trần gửi lại câu: Ông uống rượu tỏi, bà uống trà chanh mật ong thì trên cả tuyệt vời nhỉ? Chị Mùi nằm co quắp trong chăn, giọng ngái ngủ: Ừ, cặp đôi hoàn hảo, nhưng chẳng rõ khi hôn môi thì có nghe bốc mùi không? Sợ chị Mùi hiểu lầm sinh sự nên tôi giấu đi ý nghĩ: Người quê chị gọi hôn môi là bú mồm, phải không nhẩy? Chữ ấy hay chứ không đùa đâu nhé. Như mỹ phẩm bây giờ, các hãng bào chế ra công thêm thắt hương liệu bắt nó phải tiềm ẩn mùi gợi dục lâu nhạt phai trên da thịt người dùng. U mê khi hít lấy. Bú mồm. Ngoài mồm ra cơ thể còn thứ gì khác để đối tượng chăm bú? Tôi đứng tắm cho trôi mùi hành tỏi nhưng thực sự đã có lắm điều mãi tồn đọng, mãi dây dưa, mãi vương vấn khó kỳ cọ cho trôi.

Cánh cửa sổ ở phòng ngủ đóng băng, mù câm, lạnh điếng khi vào lấy chăn gối nệm mền. Chỉ phòng khách là còn tỏa ra chút nhiệt lượng chờn vờn mỏng manh. Nếu người ta không xây ở đó cái lò sưởi đốt bằng củi than thì vô phương phát huy sáng kiến trong run rẩy lập cập. Ngày đầu đến ở chúng tôi đã thầm mắng nhiếc về đầu óc chẳng hợp lý của gã kiến trúc sư nào đấy. Không thẩm mỹ đã đành, nó còn choáng chỗ với cái vô dụng nó mang. Để ông già Nô-en có đường tụt xuống trao quà đêm Giáng sinh? Nhảm nhí. Trong khi hỏa hoạn thì siêng xảy tới trong mùa đông. Vô ý vô tứ thì lôi thôi to. Thời buổi này chẳng còn ai thích thú nghe lửa cháy tí tách bên tai. Thường thì lãng mạn luôn mang lại tai nạn khó lường.

Chơi oẳn tù tì nhé? Chị Mùi đề nghị. Ai thua đứa ấy phải nằm sát lò. Kỳ khôi nhỉ? Thua phải nằm xa, phải chịu thiệt thòi, bớt ấm đi mới đúng chứ? Cả hai cùng ê a hợp ca một khúc nhạc dở thua cả bài Happy birthday: Oẳn tù tì mày ra cái gì tao ra cái này. Tao ra cái búa, mày ra cái bao. Búa mà thua bao nghĩ cũng kỳ cục không kém. Búa nằm trong, bao nằm ngoài. Tôi là búa nên tôi phải là người nằm sát lò để chăm sóc thần hỏa, canh lửa để giữ nhiệt. Trước khi nằm chui vào chăn nệm tôi đun nguyên hai cuốn sách đã tách rời trang, xòe mở như một cái quạt cho dễ bắt lửa. Bốn cuốn khác đưa bìa ra ngoài trông như xây đập phòng thủ. Bao nhiêu chuyện tình sẽ bị cháy sém? Bao nhiêu oan khiên sẽ bị thiêu rụi? Bao nhiêu hận thù sẽ biến thành tro than? Bao nhiêu nhân vật hiền lương cũng như ác độc sẽ vĩnh viễn biến mất? Bao nhiêu cuốn sách sẽ tạo ra sức nóng giúp chúng tôi mộng đẹp giữa đêm đông?

Rét thật đấy! Quá dã man giời ạ! Chị Mùi trăn trở. Kiểu này làm sao ngủ xuống. Hay như này, cả hai đắp chung một cái mền, số chăn nệm còn lại thì chất đống bên trên. Tôi nói, đàn bà bao giờ cũng giỏi việc tính toán, khai mở được một tình huống rất căng. Quá sáng suốt, đáng xiển dương. Thân nhiệt người này sẽ giao thoa cùng hơi ấm kẻ khác và rét tới cỡ nào ắt sẽ khoan nhượng rút lui. Cứ nghĩ là chúng mình đang biến thành thổ dân vùng hoang dã xa lìa ánh sáng văn minh thành thị...

Loay hoay một chốc, đã đón nhận ngay sự sảng khoái. Tôi nói bên tai chị Mùi, tôi có xem phim trình chiếu cảnh sinh hoạt của những bộ lạc sống ở Bắc cực. Lạ kỳ một điều là họ trần truồng khi ngủ, chị tin không? Thôi đi ông tướng, họ xẻ dọc những con thú săn được thế cái nôi bốc khói cho con nít mới đẻ nằm vào. Con nít thì buộc phải khác người lớn chứ. Có muốn làm người lớn cũng không được. Ngay cả phim ảnh cũng ghi rõ số tuổi thích hợp khi muốn xem. Lý sự quá, già mồm quá. Yên cho người ta ngủ nào. Nhớ xem chừng cái lò sưởi của bọn mình nhé...

Bậy thật, lý ra mình không nên uống tách trà đậm trước khi ngủ, nhỉ? Sao mãi chập chờn, sao cái trí óc nó năng động nhường ấy, cứ nghĩ quàng nghĩ xiên. Tôi vuốt đầu tóc rối bù của chị: Giá mà tợp được một cốc rượu ngâm tỏi nhỉ, người cứ thế mà nóng ran lên. Chị Mùi cười rúc rích, chị lôi cánh tay tôi để siết ôm lấy thân chị. Trái tim chị đánh nhịp thật rõ. Hối hả như vừa băng qua một cách đồng ngập tuyết.

Chị có cho tôi bú mồm không nào? Giời ạ! Ông thánh học đâu ra chữ ấy? Cơ khổ! Đã thấy ấm chưa? Thấy. Có thích nằm trên người ông thánh không? Thích. Có ưa cởi bỏ bớt những vướng víu? Ưa.

Những trang chữ co rúm lại và đốm lửa hắt lên tường từng bóng đen luân phiên nhảy múa chừng hí hởn mừng vui. Lửa gần rơm lâu ngày cũng bén. Rơm mang tên Mùi đang quắp thân rên la phỏng cháy. Những số trang bị lật giở rất mau, Mùi là một cuốn sách mà tôi luôn cần mẫn đọc, không mấy cao xa khó hiểu. Thuần khiết sự mộc mạc đến giản dị, có ở một kẻ ít ăn học. Cách biểu tỏ đầy chất quê, thành thật khiến xúc động. Tôi hít lấy một mùi hương đồng cỏ nội và tôi thương cái tên Mùi rất xã rất huyện rất thế kỷ 19 ấy. Mùi cũng là cuốn vở cho tôi viết xuống những nỗi niềm, viết vụng dại cho tới hồi cạn mực mới thôi. Mồm nát nhừ. Mồm không tha, bú lấy bú để.

Sáng sớm, cơn bão tuyết thôi nán lại, chừng đã giã từ. Nhà máy điện thành phố bắt đầu hoạt động trở lại. Những ngọn đèn trong phòng đồng loạt mở bừng mắt chiếu xuống chỗ chúng tôi nằm, chói chang. Máy sưởi âm ỉ phát nhiệt. Tiếng dây xích chuyển động khi chiếc xe cào tuyết chạy ngang qua đường, rầm rộ, chậm rãi. Da chị Mùi phơi bày ra khỏi mền lúc ngồi dậy, màu da hệt trận tuyết đầu mùa rơi xuống, âm thầm, trắng nõn, mềm mại, non tơ. Trong trí tôi lại hiện về giấc ngủ đêm xưa đầy bình yên trong lòng mẹ bên nồi nước nấu bánh tét bánh chưng. Tôi ôm chị Mùi, không muốn chị rời ra. Chẳng biết đích xác tháng ngày âm lịch nhưng tôi tin sáng nay là ngày mồng một. Không phải sao? Hồi hôm chúng tôi đã dồn bao năng lượng của một năm để mang ra lì xì mừng tuổi cho nhau. Tôi vùi mặt vào ngực chị Mùi: Chúc mừng năm mới.

Hồ Đình Nghiêm

SONG THAO
GÀ TÂY

Gà tây hay gà lôi, chúng ta bé cái nhầm khi cho chúng là gà. Thực ra chúng là loài chim thuộc chi Meleagris có nguồn gốc từ Bắc Mỹ. Chúng bay được, không như chim nhưng cũng đập cánh di chuyển trên không như thiên nga hay ngỗng trời. Chỉ khi chúng bị thuần hóa bởi con người, được ăn uống thả dàn sung sướng, thân hình ô dề, chúng mới xuống cấp, mỏi cánh và hầu như quên bay, chỉ vỗ cánh bay là là một đoạn ngắn. Gà tây nuôi trong vườn di chuyển chậm chạp, đầu lắc lư ngây ngô, trông hơi ngu ngu nên chẳng ai muốn nhận họ hàng với chúng.

Chúng ta gọi là "gà tây" vì chúng được nhập cảng từ bên Tây. Bên Tây, Anh ngữ gọi chúng là *turkey*. *Turkey* là tên nước Thổ Nhĩ Kỳ. Vậy là mấy anh Thổ la làng, đổ vấy cho Ấn Độ, gà tây tại Thổ Nhĩ Kỳ được gọi là *Hindu*! Anh Ấn Độ không muốn mình ngu ngu nên tại Ấn, gà tây được gọi là *Peru*. Trong thế giới Ả Rập, gà tây có tên *Geek chicken*. *Geek* là Hy Lạp. Anh Hy Lạp lại nhảy dựng lên. Tại Hy Lạp gà tây có tên là *French chicken*. Anh Pháp tức khí gọi là *Indian chicken*. Vậy là lại trở về với anh Ấn Độ. Thực ra anh Ấn Độ bị oan. *Indian* nói đây là chỉ người da đỏ. Gà tây có xuất xứ từ Bắc Mỹ, nơi mà các nhà thám hiểm tưởng là đất Ấn Độ, nên mới có tên *Indian* chỉ thị người da đỏ.

Không phải người ta khơi khơi đặt tên cho gà tây là *turkey*. Chuyện này có lịch sử đàng hoàng. Vào thế kỷ 15 và 16, đế quốc Ottoman của Thổ Nhĩ Kỳ đang ở thời cực thịnh. Chủng tộc Thổ Nhĩ Kỳ sống ở Constantinople, ngày nay là thủ đô Istanbul, cai trị một đế quốc trải dài từ Cận Đông, Trung Đông tới Bắc Phi. Kết quả là đối với người châu Âu, bất cứ cái chi từ phương đông tới đều được cho là của người Thổ Nhĩ Kỳ. Dân Thổ thống trị về thương mại nên các sản vật từ phía đông tới đều là của *Turque*, tiếng Pháp, tiếng Anh là *Turkey*. Như đá quý từ Ba Tư được người Pháp kêu là *"pierre turquoise"*. Tương tự như vậy con gà lôi cũng thành gà Thổ Nhĩ Kỳ *turkey*.

Gà tây đực và cái.

Thực ra chuyện Thổ Nhĩ Kỳ dính vào gà tây chẳng có chi là mất danh giá nếu nó không bị tây phương làm biến nghĩa. Năm 1839, tạp chí Southern Literary Messenger do Edgar Allen Poe làm chủ bút, tường trình về một kiểu khiêu vũ mới được đặt tên là *turkey-trot*, có những động tác giật giật ngốc nghếch, điệu bộ giống gà tây. Gà tây được coi là đồng nghĩa với sự "ngu ngốc". Một ông chuyên viết phiếm là Walter Winchell, vào năm 1927, trên báo Vanity Fair, đã phổ biến tiếng lóng trong giới trình diễn, theo đó *turkey* có nghĩa là "sản phẩm hạng ba". Các cuốn phim dở ẹt, doanh thu kém, được giới phê bình đánh giá là *"turkey"*! Từ điển cũng ghi như vậy. Khoảng thập niên 1950s, chữ *"turkey"* được định nghĩa là "một người ngu ngốc, chậm chạp, kém cỏi, vô giá trị". Tới thập niên 1970s, có chữ *"juve turkey"* (gà tây rỗng tuếch) được nhà tự vựng tiếng lóng Jonathan Green định nghĩa là "một người không chân thành, gian dối, không trung thực".

Gà tây là "nhân vật" chính trong dịp lễ Tạ Ơn và Giáng Sinh. Lễ Tạ Ơn rơi vào tháng 10 tại Canada và tháng 11 tại Mỹ. Lễ Tạ Ơn đầu tiên chú gà tây chưa nổi đình nổi đám đến nỗi thành biểu tượng của ngày lễ sau này. Đó là vào năm 1621, tại đồn điền Plymouth, vùng New England. Tham dự buổi lễ có 50 người di cư sống sót sau một năm gian khổ tàn khốc tại vùng đất mới và 90 người bản xứ. Bữa tiệc kéo dài ba ngày. Thống Đốc William Bradford ghi lại là dân bản địa đã mang tới "cá tuyết, cá vược và các loại cá khác". Thịt là thịt nai, vịt, ngỗng và "những con gà tây hoang dã". Rau củ có các loại bí và bắp. Ngày nay trong tiệc Tạ Ơn chúng ta thấy có khoai tây và đậu xanh cũng như bánh bí ngô và nước sốt *cranberry*. Ngày đó không có hai món này vì bột và đường rất khan hiếm.

Theo các nhà sử học chuyên nghiên cứu về sự tích và nguồn gốc thực phẩm của lễ Tạ Ơn thì cái mà chúng ta nghĩ là truyền thống của lễ Tạ Ơn mà chúng ta cử hành ngày nay chỉ bắt nguồn từ giữa thế kỷ 19, hơn hai thế kỷ sau bữa tiệc *original*. Việc tái tạo ngày lễ này là công của bà Sarah Hale. Bà ra đời tại New Hampshire vào năm 1784, sớm trở thành góa phụ và chuyên làm thơ kiếm sống. Bà đã sáng tác bài đồng dao *"Mary Had A Little Lamb"*. Năm 1837, bà là chủ biên cuốn sách Lady's Book của tạp chí nổi tiếng Godey's. Tin tưởng vào tôn giáo và truyền thống gia đình một cách cuồng nhiệt, tờ tạp chí đã vận động thành lập một ngày lễ quốc gia hàng năm mang tên "Lễ Tạ Ơn và Ngợi Ca". Thời đó nhiều người tin là trong bữa tiệc nguyên thủy vào năm 1621, món ăn chính là gà tây vì ngày đó có rất nhiều gà tây hoang dã tại vùng New Hampshire bên Mỹ. Năm 1863, Tổng Thống Abraham Lincoln đã tuyên bố lễ Tạ Ơn là một ngày lễ quốc gia. Vậy là loài gà tây lâm nạn! Báo chí đua nhau chỉ dẫn độc giả cách làm gà tây theo kiểu New England. Tờ Augusta Chronicle chạy hàng tít lớn vào năm 1882: "Mỗi người có đủ khả năng mua hoặc sở hữu gà tây sẽ hy sinh loài gia cầm cao quý vào ngày này".

Nạn... tạ ơn chưa qua thì nạn Giáng Sinh tới. Gà tây đến nước Anh vào năm 1526. Người ôm gà tây từ Mỹ về Anh là thương gia William Strickland. Ông chỉ mang có 6 trự nhưng lời to khi mang ra bán tại chợ Bristol. Từ 6 con, gà tây được nhân giống và trở thành hình nhân thế mạng cho các giống loài khác. Hồi đó người Anh thường dùng đầu heo hoặc xịn hơn là thịt công hoặc thiên nga cho bữa ăn lễ Giáng Sinh. Nhưng phổ biến hơn là thịt ngỗng. Dần dà các thứ này được thay thế bằng gà tây vì gà tây to lớn mang lại nhiều thịt hơn. Một chú gà tây nướng vàng rụm nằm chễm chệ trên bàn tiệc trông mát mắt hơn các loài gia cầm khác.

Nhà vua Henry VIII của Anh là vị vua đầu tiên thưởng thức gà tây trong dịp lễ Giáng Sinh vào thế kỷ thứ 16. Hầu hết dân Anh bắt chước nhà vua khi cho rằng một lễ Giáng Sinh không trọn vẹn là ngày lễ lớn khi không có chú gà tây tham gia vào. Chẳng cứ dân Anh, ngày nay cả thế giới rủ nhau đớp gà tây trong dịp Chúa ra đời. Họ bày ra đủ cách hành hạ gà tây: quay, chiên giòn, nướng, hầm hoặc nấu bằng đủ cách. Thân gà tơi tả trên bàn tiệc.

Dân Việt ta cũng góp phần vào việc truy lùng gà tây này. Dù ở trong nước hay hải ngoại, gà tây là bắt buộc khi ăn *réveillon*. Tại hải ngoại, người Việt không hảo các cách nấu nướng gà tây của người bản xứ. Họ tìm cách chế biến theo khẩu vị của người Việt. Đó là những người Việt thuộc thế hệ di dân thứ nhất và một phần thế hệ một rưỡi. Các thế hệ sau thường đã hội nhập vào dòng chính nên họ sống gần như người bản xứ. Đông và tây có những khác biệt. Chỉ chuyện thịt gà tây đã quay hai hướng. Tôi và hầu hết thế hệ tôi ít thích thịt gà tây. Chúng ta đã quen với thịt gà ta. Mà phải là thịt gà đi bộ mới ưa. Thịt gà và thịt gà tây có hai loại: thịt trắng và thịt nâu. Ta thích ăn thịt đùi và cánh là phần thịt nâu, tây thích ăn phần ức là thịt trắng. Con gái út tôi, khi qua Canada mới 4 tuổi, chỉ thích ăn thịt trắng như người bản xứ. Hầu hết các gia đình tỵ nạn chúng ta đã ở thời kỳ tổ ấm bị lạnh. Các con đã ra ở riêng hết. Mua một con gà ở Costco về, vợ chồng chỉ ăn được phần thịt nâu. Phần thịt trắng để lay lắt ngày này qua ngày khác. Ăn thấy lạt lẽo vô vị. Các bà phải chế biến cho hợp cái miệng ăn uống mặn mà của dân ta may ra mới không bỏ phí. Thịt gà tây cũng vậy. Trong dịp lễ Tạ Ơn hay Giáng Sinh, gia đình tụ họp ăn uống cũng hai phe. Thường thì gia đình nào cũng có dâu rể người bản xứ nên con gà tây bị hai trường phái chia nhau một cách hòa bình. Thiệt đúng ý nghĩa của ngày lễ. Chỉ tội loài gà tây, hy sinh mỗi năm 46 triệu "gà mạng" trong dịp lễ. Trong số gà này mỗi năm có hai chú được Tổng Thống Mỹ xá tội. Tỷ lệ nghe ra khôi hài nhưng chuyện vẫn diễn ra hàng năm như một thủ tục không bỏ được. Tổng Thống Obama đã có lần tỏ ra khá bối rối khi chủ tọa buổi lễ này. "Tôi thấy hơi khó hiểu khi làm việc này hàng năm. Nhưng tôi thích vì bên cạnh mọi thứ căng thẳng trong văn phòng này, thật tốt khi có dịp nói mừng ngày lễ Tạ Ơn".

Tổng Thống Biden xá tội cho gà tây năm 2023.

Truyền thống mỗi năm tặng hai con gà cho tổng thống của Liên Đoàn Gà Tây Quốc Gia *(National Turkey Federation)* để đãi tiệc trong tòa Bạch Ốc khởi đầu từ năm 1873. Hai chú gà này được chọn trong các trang trại nuôi gà tây toàn quốc về dự cuộc thi chung kết tại một địa phương. Ban giám khảo có sự tham gia của các học sinh lớp 5 tại địa phương đó. Liên Đoàn cho biết: "Chúng tôi muốn mang đến Tổng Thống một cặp gà tây lịch sự và rành nghề để bảo đảm chúng cư xử đúng mực trong ngày trọng đại". Cuộc tranh đua của các chủ trại để dành vinh dự cho trang trại của mình tạo thành tích có gà... tiến vua rất gay cấn. Cũng có vận động hành lang như cuộc bầu cử tổng thống. Hai con gà tây được chọn sẽ mang tên Tom One và Tom Two. Nhưng tên nghi lễ của chúng không là anh Cả anh Hai giản dị như vậy. Dân chúng Mỹ được tham gia chọn tên nghi lễ cho hai gà tây này trên mạng Twitter. Hai tên được bình chọn là Honest và Abe.

Các Tổng Thống trước đây đều nhậu gà tây được hiến tặng. Tổng Thống John F. Kennedy là người đầu tiên ân xá tội chết cho gà tây vào năm 1963. Ông nói: "Chúng ta hãy để cho con gà này lớn". Hai chú gà được phòng thích sẽ được gửi nuôi tại trang trại ở Virginia. Trên thực tế những con gà được xá tội này không sống thêm được bao lâu. Các Tổng thống tiếp theo hành động theo Tổng Thống Kennedy. Năm 1987, Tổng Thống Ronald Reagan mới chính thức dùng từ "xá tội". Năm 1989, Tổng Thống George H. W. Bush mới chính thức hóa lễ ân xá cho gà tây, bắt đầu truyền thống xá tội cho tới ngày nay. Các tờ báo nổi tiếng như Washington Post và Vox đã gọi lễ xá tội là "trò ngớ ngẩn nhất của nước Mỹ", hoặc là "ngày lễ truyền thống vô lý nhất". Nhưng Liên Đoàn Gà Tây Quốc Gia phản ứng lại: "Hãy nghĩ về ý nghĩa của lễ Tạ Ơn, ngày lễ mang đến những lời chúc tốt đẹp cho mùa màng bội thu và là thời gian để Tổng Thống kêu gọi người dân toàn quốc cầu nguyện".

Một chú gà tây thong dong tại sân bệnh viện Douglas Hospital ở Verdun, Montreal.

Lễ Tạ Ơn, hai chú gà được tha tội trong khi 46 triệu chú khác bị phân thây, thiệt là một tỷ lệ đáng hổ thẹn. Có phải vì vậy mà vào tháng 5 năm nay, tại Montreal chúng tôi, gà tây biểu dương lực lượng. Chúng xâm lấn thành phố, xuất hiện nơi này nơi kia: trong sân bệnh viện, trong vườn tư gia. Thậm chí trong vùng Dollard-des-Ormeaux, một chú gà tây còn cả gan đánh nhau với một chiếc xe hơi đậu trên *driveway*! Không ai làm chi chúng vì chúng là loài động vật được bảo vệ. Trong những năm khoảng đầu thế kỷ 20, chúng đã hầu như tuyệt chủng nhưng vào thập niên 1980s người ta đã nhập thêm gà tây vào. Từ 2003 đến 2013, tỉnh bang Quebec đã nhập thêm 600 trự cộng với một số di cư từ tỉnh bang Ontario sang. Gà tây không bay như chim nhưng nước đi bộ của chúng rất bền. Đi xuyên tỉnh bang với chúng là chuyện nhỏ. Bao nhiêu năm giang sơn của chúng là vùng rừng núi, tại sao năm nay chúng lại xuống phố thị, các nhà điểu học giải thích. Thứ nhất là vì năm nay mùa đông ấm hơn mọi năm, mùa xuân và mùa hè khô hơn. Đây là khí hậu thích hợp với gà tây. Thứ hai là vùng trú ẩn tự nhiên và thức ăn thiên nhiên của chúng bị con người khai thác phá hỏng. Nhà điểu học David Bird (cha mẹ sao khéo đặt tên!) giải thích: "Chúng không còn chọn lựa nào khác ngoài việc tìm cách cộng sinh với chúng ta. Vậy nên chúng chẳng có tội tình chi khi xuất hiện đây đó trong thành phố của chúng ta". Những khách không mời mà tới này làm dân chúng bối rối không biết cư xử ra sao cho phải lẽ. Giới chức thành phố khuyên dân chúng mặc kệ những chú gà ngu ngơ nếu bắt gặp. Khi chúng xuất hiện trong khuôn viên nhà chúng ta, chúng ta chỉ nên gây tiếng động hoặc vẫy một tấm bìa hay khăn lông cho chúng bỏ đi. Ngoài ra chúng ta đừng để thức ăn trong những hộp thực phẩm cho chim ăn treo trên cây rớt xuống đất hoặc thức ăn rơi rớt từ chén ăn của chó mèo hoặc thùng rác đậy không kỹ. Nếu chúng vẫn lỳ lợm không lui bước thì gọi cho nhà chức trách cử chuyên viên tới bê các vị khách này đi. Toàn những cách tiêu cực. Nếu chuyện xảy ra ở Việt Nam thì khác. Cho lên nồi hết!

Từ khi đọc được bài *"What's with all the wild turkeys in Montreal"* trên báo The Gazette ra ngày 8/5/2024, tôi có ý chờ nhưng chưa thấy những vị khách này xuất hiện nơi nhà tôi. Nói cho oai vậy chứ nghĩ lại hồi nhỏ, trong sân nhà có nuôi một cặp gà tây, thỉnh thoảng bị chúng đuổi chạy có cờ, chỉ sợ chúng mổ vào làm mù mắt như người lớn dọa. Gà tây... ta chắc không đô con bằng gà tây... tây mà còn sợ hết hồn, huống chi thứ gà tây dám thi đấu với cả xe hơi!

Song Thao
10/2024
Website: www.songthao.com

NGUYỄN VY KHANH
Văn-Học Miền Nam (1954 – 1975) Dưới Góc Nhìn Của Tôi

(Tiếp theo phần đầu đã đăng *Ngôn Ngữ* số 32)

5- <u>Những đặc điểm của văn-học miền Nam</u>

Sau khi nói đến nội dung và các chủ đề của VHMN, thiển nghĩ cũng cần nhấn mạnh một số *đặc điểm* của nền văn học này. VHMN giai-đoạn 1954-1975 đã tiếp nối một cách tự nhiên Văn Học VN trước đó, nay có thêm văn nghệ sĩ di cư năm 1954, và so với văn-học miền Bắc và cả nước sau 1975 đến nay theo khuôn, "tính Đảng", chỉ thị, đã có những đặc điểm riêng.

Nói chung, Văn-học miền Nam là một nền văn học **dân chủ, tự do**, mang tính **nhân-bản** của con người hôm nay (vào thời đó), ở đây (miền Nam), với những vấn nạn, thân phận *thực hữu*, còn mang thêm tinh thần **khai phóng** và **đa nguyên**. Mở cửa tiếp nhận (và gạn lọc, VN hóa, ...) các khuynh hướng văn-học Âu Mỹ cả Nga, Đông Âu, Mỹ La-tinh, Nhật, v.v..., góp phần đa dạng hóa sinh-hoạt và thể-trạng văn-học, tức không minh họa, một chiều như "văn-học" miền Bắc CS cùng thời.

Ở Nam vĩ tuyến là **kỹ thuật cách tân, Âu-hóa, thế giới hóa**. Ngay từ những năm đầu sau 1954, văn-nghệ miền Nam nhận ảnh hưởng của những trào lưu hậu chiến như **hiện sinh**, rồi đến **hiện tượng luận, cơ cấu, tự do tính dục, nữ quyền**, ... Các nhà văn thơ miền Nam thuộc nhóm Sáng Tạo, tạp chí *Văn, Văn Học*, ... phản ảnh phần nào khuynh hướng tiểu thuyết này. Đời là phi lý, là hố thẳm không thể vượt qua vì luôn hiện hữu giữa con người và thế giới, giữa khát vọng con người và sự bất lực của thế giới bên ngoài thỏa mãn cá nhân! Con người xa thần quyền, chỉ biết giá trị của hiện tại và thực tại, lo sống cho cá nhân và hôm nay (*Bếp Lửa, Tuổi Nước Độc*, ...), đời sống thì buồn tẻ mà cá nhân thì xác thịt và cảm tính mạnh hơn (*Bốn Mươi, Vòng Tay Học Trò, Tôi Nhìn Tôi Trên Vách, Sám Hối*, ...). Khao khát cái mới, đáp ứng nhu cầu tâm sinh lý của con người hôm nay, văn-chương đây là lúc phải phóng khoáng, mở cửa, rộng vòng tay, ... Truyền thống, phong hóa, ... bị xét lại, rời xa, bị chế giễu, vì phải hiện đại; *Sáng Tạo* chối bỏ Tự Lực văn-đoàn, Thơ Mới, Trần Thanh Hiệp phủ nhận văn-học miền Nam trước thời di cư 1954, v.v...

Những nhà văn thơ thuộc các nhóm *Sáng Tạo, Hiện-Đại, Thế Kỷ Hai Mươi* sống bên cạnh cái ám ảnh của chiến tranh đã vừa qua hoặc sớm trở lại, muốn sống hiện sinh, giải quyết vấn-đề cá nhân hơn tập thể và vấn-đề thường là ý thức, nhận thức siêu hình. Sống cái hiện sinh hôm nay, lúc này, sống cái bản ngã, hết mình và cho riêng mình, cho tuổi trẻ hăng say. Sống hoài nghi, bên lề, như một kẻ xa lạ. Xa lạ, lưu đày vì không được hiểu hoặc không thể hòa nhập được với xã hội bao quanh. Thanh Tâm Tuyền với *Bếp Lửa, Cát Lầy* (1967), Nguyễn Đình Toàn với *Con Đường* (1967), Dương Nghiễm Mậu với *Tuổi Nước Độc, Con Sâu* là những tác phẩm hiện sinh loại vừa nói.

Những đề tài thường thấy trong các sáng-tác có tính triết lý thời này là những **phi lý, bí ẩn, cô đơn, buồn chán tột cùng**, rồi **dấn thân, phản kháng**, ... Bút pháp **nội tâm, độc thoại, mê cung**, ... Phi lý có mặt, có thật, vì hạnh-phúc không ở đó, có đó. Con người đứng trước phi lý của hiện hữu, của cuộc đời, của những bí ẩn, cho nên nếu không buông xuôi, tận hưởng, ... thì dấn thân để đi tìm cho ra giải đáp cho cái bí mật, cái bản thể, cái ẩn nấp đằng sau; cho nên phản kháng, dù có khi phi lý như anh chàng Sisyphe trong huyền thoại Hy-Lạp cứ phải lăn những tảng đá lớn khổ vần ngược lên triền núi dốc ngược cho hết số kiếp. Có khi nhân-vật vắng mặt nhưng vẫn hiện diện để làm nên tác-phẩm. Hiện sinh, phi lý, cô độc, ... không những trở nên những hình-dung-từ thời thượng mà còn trở nên 'bản chất', 'căn nguyên' của con người và còn có nghĩa là thân phận con người đa phức, khó nắm bắt, mà chữ viết ra chỉ tỏ bày được phần nào cái hôm nay, cái vươn tới dù thầm kín, ... Vũ trụ nhân sinh được con người hôm nay hiểu và muốn như là vũ trụ duy nhất, những tưởng là trong tầm tay. Con người hôm nay được một số tác-giả trình cho người đọc như là một hiện sinh độc đáo, một 'tù đày' kiểu Sisyphe vẫn tìm cách vượt thoát, vì còn mơ mộng, tình-yêu, tình người, thất bại và thành công hữu hạn, v.v...

Khai phóng còn ở **tinh thần làm văn-học**, ở sáng tác, ở thái độ và chủ trương khám phá tài năng **trẻ, mới**. Nhờ vậy mà văn-học miền Nam có nhiều tiếng nói, già trẻ, địa phương, "chiếu" lớn, "chiếu" nhỏ, thiên hữu cạnh thiên tả, "hôm nay" cạnh "dân tộc", v.v... và có những khuynh hướng tâm linh, tôn giáo, triết lý cùng tham gia trường văn trận bút.

Văn-học miền Nam với những đặc điểm nhân bản, khai phóng, đa dạng, bên cạnh tinh thần **dân-chủ, tự do**, đã là môi trường thuận lợi cho việc phát triển tài năng văn-chương, và đã có những tài năng thật sự, những tác-phẩm đáng kể (sách giáo khoa cũng vậy).

Và đặc điểm trên tất cả, đó là *tính văn-chương* ở đa số các tác phẩm của 20 năm VHMN. Tính văn chương có được là nhờ sự tự do sáng tác, các nhà văn không qua một trường dạy viết văn nào và cũng chẳng có nghị quyết nào của Nhà Nước chỉ thị cả - dĩ nhiên thời nào cũng có đơn đặt hàng, nhưng ở miền Nam, rất ngoại lệ.

6- Ngôn ngữ và kỹ thuật văn-chương

A- Ngôn ngữ thời văn-học miền Nam phong phú ra, nhiều ngành triết học, khoa học, văn chương bành trướng với sự lớn mạnh của các phân khoa Văn Khoa và các viện đại-học công cũng như tư.

Triết lý, văn học **Phật giáo** phát triển với sự thành lập viện đại học Vạn Hạnh, với những tạp chí *Tư Tưởng, Vạn Hạnh, Giữ Thơm Quê Mẹ*, các nhà xuất bản Lá Bối, An Tiêm, Ca Dao..., các tác giả Nhất Hạnh, Võ Hồng, Hoài Khanh, ...

Phía **Công giáo** với các viện đại học Huế, Đà-Lạt, Minh Đức, Thụ Nhân, ... góp phần phát triển bộ môn triết học và ngôn ngữ học cũng như văn học với các công trình của các giáo sư và linh mục Trần Thái Đỉnh, Lê Tôn Nghiêm, Lê Văn Lý, Cao Văn Luận, Nguyễn Văn Thích, Hoàng Sỹ Quý, Nguyễn Khắc Xuyên, Kim Định, Lê Thành Trị, v.v... Về văn học, Bùi Xuân Bảo, Bùi Tuân, Võ Long Tê, Phạm Đình Tân, Nguyễn Văn Trung, Thảo Trường, v.v... cũng như các nhóm Nhận Thức (Huế), Tinh-Việt văn-đoàn, Sống Đạo, Phương Đông, Đối Diện, v.v... đã góp phần gây ý thức tôn giáo và góp phần nhận thức trách nhiệm trần gian, bám sát thời sự của chiến tranh và xã hội nhiều dao động.

Ở miền Nam từ sau đệ nhị thế chiến, một **luồng gió tự do cá nhân** đến từ Âu châu *hiện sinh*; chối *bỏ thần quyền* (cổ động vô thần) và cá thể là chính, là khởi điểm đồng thời là trạm tới của mọi giá trị. Ý nghĩa cuộc đời chỉ có thể có từ kinh nghiệm cá nhân mỗi người, và tự do lựa chọn, như một số nhân vật của Thanh Tâm Tuyền, Dương Nghiễm Mậu, Nguyễn Đình Toàn và Nguyễn Xuân Hoàng. Nay không còn khuôn mẫu văn hóa chung, phổ quát, trừu tượng, nay chỉ có chủ thể mà không còn khách thể!

Ngôn ngữ trở thành âu lo chính, trở thành *sống chết, quan trọng*, chứ không phải không có cũng chẳng sao. Văn chương với ngôn ngữ như hình với bóng; có văn chương, ngôn ngữ mới sống và trưởng thành. Ngôn ngữ trong một hoàn cảnh nào đó, có thể đem đến tự tin, văn chương một thời đại vong thân khi tự nó không dứt khoát làm chủ mà còn lệ thuộc những quyền lực đời hoặc một ý thức hệ, khi văn chương tự xem như phương tiện, công cụ thay vì phải là mục đích vô điều kiện. Thành ra văn chương khoác chiếc áo siêu hình, như từ chối hiện thực, đời thường. Đi xa đến những tưởng là vô nghĩa, phi lý, trong thực tế là những tư duy thâm sâu, và chính ngôn ngữ và sáng tạo trong ngôn ngữ đã đem lại tính cách văn chương cho văn, thơ, ...

Mặt khác về ngôn-ngữ sử-dụng, *ngôn-ngữ đường phố, dung tục* đã xuất hiện trong văn thơ nhất là càng về cuối giai đoạn thì cái tục tần pha tâm sự: nói hay viết tục chưa hẳn đã là văn-chương tục tằn, mà còn là phương tiện để giải tỏa, phản kháng, nổi loạn (Lý Chánh Trung, Diễm Châu, ...), v.v... Các phóng sự tiểu thuyết và các nhân-vật hè phố, 'anh chị', của Duyên Anh không thể không sử-dụng thứ ngôn-ngữ đó, Sơn Nam, Nguyễn Thị Thụy Vũ, Nguyên Vũ, Ngụy Ngữ, ... cũng đã đặt vào miệng các nhân-vật cũng như Thảo Trường, Trần Hoài Thư, ... đã thoải mái cho nhân vật văng tục...

B- Ảnh hưởng của các trào lưu văn-chương hiện-đại. Ở Nam vĩ tuyến XVII không khí dân chủ tự do mở rộng chân trời cho văn-nghệ sĩ, môi trường thích hợp cho những **kỹ thuật** *cách tân, hiện-đại, Âu-hóa, thế giới hóa*. **Thanh Tâm Tuyền** với *Bếp Lửa* (1957), là nỗi nhớ và "ám ảnh" về một Hà-Nội đã mất, là tình yêu còn đó đang sống mạnh nhưng đã chết, trong bi đát của chia cắt không gian, Hà-Nội vừa là thiên đàng vừa là địa ngục. Các nhân vật của ông "chúng đã đi trong thống khổ của lịch sử tới cái chết; cái chết như sự từ chối quyết liệt". Một không khí tiểu thuyết mới chưa thấy trước đó. Tác giả đã lựa chọn làm nhà văn vì "mỗi nhà văn chính là một kẻ sống sót" và *"Cái chết lựa chọn không bao giờ phi lý, nó sẽ làm nảy sinh sự thật, sự thật của những người chết truyền lưu cho kẻ sống sót"*. Nhà văn không phân tích tâm lý để cho có tiểu thuyết, để ăn khách, mà nay trở nên một vấn-đề sống chết, không lựa chọn. Một nghệ-thuật đen! Trong khi đó thì Người Sông Thương tức Nguyễn Sỹ Tế cổ võ cho một nghệ-thuật gây sốc (esthétique de choc) nhưng lại không thành công trong các truyện và "đoản tác" có tính bút ký, hơi cũ, trong *Chờ Sáng* – nhà văn như kẻ luôn tìm kiếm và chờ đợi, và những gì đã và đang xảy ra chưa thỏa đáng mong chờ vì chỉ là những mảnh đời, những kết cục rất tạm, những hy vọng của tâm thức cũng như bút pháp.

Một **Nguyễn Đình Toàn** nội tâm, một nội-tâm hiện-sinh khác nội-tâm hiện-thực của Nam Cao. *Con Đường* đưa người đọc đến những khám phá tâm hồn, những tư duy, hạnh phúc cũng như khổ đau ở một không gian mù ám đầy bất trắc khi ngẫu nhiên đã là kết thúc của mọi sự. Vì cái chết lẩn quẩn khi con người chạy theo sự sống! Nhân vật xưng Tôi là một người con gái tật nguyền mặt bị một dấu chàm đen ngay trên má. Với Nguyễn Đình Toàn cũng như Dương Nghiễm Mậu, Thanh Tâm Tuyền, Nguyễn Xuân Hoàng câu chuyện chỉ là cái cớ để tác giả triết lý, phát biểu nhận định về con người và cuộc đời!

C- Kỹ thuật viết cũng thay đổi! Phải chăng có thể nói đến những "thử nghiệm", "tiến bộ", "cải đổi" theo thời gian sự nghiệp và kinh nghiệm? Nguyễn Đình Toàn là một thí dụ điển hình. Tiểu thuyết đầu *Chị Em Hải* xuất bản năm 1961, cốt truyện, nhân vật rõ rệt và động tác giản dị. Đến *Những Kẻ Đứng Bên Lề* (1964), nhân vật phức tạp hơn, có sinh khí hơn, trong một cuộc sống đầy bất trắc của chiến tranh. Và đến *Áo Mơ Phai* (1972), giải thưởng Văn-học Nghệ-thuật 1973, yếu tố "truyện" nhường chỗ cho "truyện kể" để tác giả kể hồi ức, kỷ niệm.

Kỹ thuật của Dương Nghiễm Mậu trong *Đêm Tóc Rối* trộn lẫn quá khứ hiện tại và chuyện ao ước hoặc chưa xảy ra; con người ở đây sống trong bất toàn, trái ngang - sống bám, già bám trẻ, trẻ bám đĩ điếm. Với *Gia Tài Của Mẹ, Nhan Sắc*, cốt truyện chỉ là cái cớ cho những tra vấn trí thức, chính trị. Đến *Con Sâu* (1971), nhân-vật chính của thể-loại tạm gọi là 'tự sự' thường là 'tôi' nay Dương Nghiễm Mậu biến hóa theo cái siêu hình nhân-thế, mạch tư tưởng và hiện-thực!

Kỹ thuật tiểu thuyết ở những thập niên 1960-1970 trở thành *tư tưởng và mỹ học của chính tác giả*. Nhà văn triết lý khi miêu tả sự vật, sự việc, khi tả tình và xâm nhập vào đời sống của nhân vật. Đặt nền trên mỹ học, siêu hình của vô thể hay đang-hình-thành! Nguyễn Thị Hoàng nhiều năm sau *Vòng Tay Học Trò*, tiểu thuyết gợi tò mò nơi người đọc tìm kiếm tiểu truyện tác giả của chúng, tiểu thuyết làm dáng hiện sinh, đã trở lại gây bất ngờ với *Cuộc Tình Trong Ngục Thất* (1974) viết về những bi hài của cuộc đời, những thăng trầm của những con người trẻ ham sống, trong khi chiến tranh đang hoành hành. Địa ngục ở ngay trước mặt, đời sống trở thành ngục thất cho mỗi cá nhân.

Tiểu-thuyết mới: Sau làn sóng Hiện sinh thời thượng và trào lưu Dấn thân là khuynh-hướng "Tiểu Thuyết Mới" đến từ Pháp với Huỳnh Phan Anh, Hoàng Ngọc Biên, Nguyễn Đình Toàn, Nguyễn Xuân Hoàng, ... Một loại "phản tiểu thuyết", nói như Jean-Paul Sartre, đối thoại và độc thoại cùng tình cảm nội tâm trộn lẫn, thứ tự thời gian đảo lộn, không cần đến cốt truyện, có khi không cả người kể. Nhân vật thường ở ngôi thứ ba (il, elle, on). Một thế giới rất "khách quan", ở ngoài! Các tác giả của phong trào muốn diễn tả những cái nhỏ nhặt, tầm thường, như cái tẩy/gôm và cả tâm hồn con người là những sự những cái di chuyển, biến động không ngừng và biết đâu đó chính là mầm của sự sống! Ở đó con người ta sẽ tìm ra cái mênh mông của đời sống nội tại! Ngôn ngữ làm hư sự vật, sự sống, làm sai lạc tình cảm nhưng ngôn ngữ sẽ được dùng cùng phản ứng bản năng để nhận thức, tiếp cận sự vật, sự sống!

Nhà văn tiêu biểu cho khuynh hướng tiểu-thuyết mới ở miền Nam bấy giờ là **Hoàng Ngọc Biên** với tập *Đêm Ngủ Ở Tỉnh* (Cảo Thơm, 1970) và một số truyện đăng trên tập san *Trình Bầy* viết theo khuynh hướng mới này. Hoàng Ngọc Biên đã viết theo "trường phái" tiểu-thuyết-mới này từ 1964 cũng là thời ban đầu xuất hiện ở miền Nam.

Cùng khuynh hướng có **Huỳnh Phan Anh** trong hai tập *Người Đồng Hành* (Đêm Trắng, 1969) và tiểu thuyết *Những Ngày Mưa* (Đêm Trắng, 1970) và tập *Phía Ngoài* (1969) in chung với Nguyễn Đình Toàn. Trong các truyện 'tiểu thuyết mới' này, tác giả của chúng vẫn có phần riêng bản sắc, có nhân vật và con người không hoàn toàn bị vật hóa, kiểu tả "cái máy pha cà phê để ở trên bàn" mà những nhà phê bình văn học Pháp chống khuynh hướng vẫn hay nhắc đến! Không khí tác phẩm của Huỳnh Phan Anh, Hoàng Ngọc Biên, Nguyễn Đình Toàn, ... gần với khuynh hướng tiểu thuyết mới ở Âu châu, trong khi thế giới của Nguyễn Xuân Hoàng không hẳn cùng khuynh hướng vì trong các truyện ngắn và tiểu thuyết của ông, tính cách tự thuật và lãng mạn cũng như văn phong tạp bút thật sự lấn át tính cách *khách quan* của tiểu thuyết mới! Qua các truyện *Kẻ Tà Đạo* và *Khu Rừng Hực Lửa*, ông đưa ra những nhân vật luôn đi tìm chính mình trong một thế giới *đen lạnh*, hoặc thụ động, hững hờ, dửng dưng trước mọi sự kể cả tình yêu, sự nghiệp.

Phong trào "tiểu thuyết mới" của Paris và tiểu thuyết hiện đại Hoa Kỳ đã lan rộng đến Sài-Gòn - một thử nghiệm khác, hiện đại và quốc tế, nhưng vong hóa thêm cái hồn Việt Nam. "Tiểu thuyết mới" thường bị xem là vô nhân hóa tiểu thuyết, vật hóa cuộc đời. Chỉ có sự vật, vật giới, còn con người không ra gì, không đáng nói đến! Trong *Đêm Ngủ Ở Tỉnh* của Hoàng Ngọc Biên, *Hồi Chuông Tắt Lửa* của Thế Nguyên, *Gia Tài Người Mẹ* của Dương Nghiễm Mậu, v.v..., kỹ thuật mô tả nếu không theo hiện tượng học thì thuộc về "tiểu-thuyết mới": thế giới đang hình thành, mà ai để mắt nhìn vào thì cũng chỉ thấy bề mặt cho nên nhân-vật, con người chưa thể rõ nét, đó là lý do con người vắng mặt trong cõi "tiểu-thuyết mới"!

"Tiểu-thuyết mới" đến với văn-học miền Nam và đã ở lại qua những cách tân kỹ thuật tiểu-thuyết và ngôn-ngữ văn-chương từ độ ấy.

Nói chung, đối với các tác giả mới này, có hai khuynh hướng: hoặc tiểu thuyết trở thành cái *khung*, cảnh ít quan trọng và nhân vật thứ yếu hoặc ngược lại, chỉ có nhân vật, thế giới tiểu thuyết chỉ là cái khung vì đó là một không gian nội tâm hóa, cái cớ để suy tư, phân tích nội tâm. Cuộc đời có đấy nhưng không quan trọng, ý nghĩa cuộc đời là do con người gán cho; câu chuyện xoay quanh nhân vật, nhân vật trở thành tâm điểm! Có tác-giả như Thảo Trường đưa thêm yếu tố tinh thần, tâm linh, cho cái không gian vô nghĩa đó! Như vậy, kỹ thuật tiểu thuyết trở nên quan trọng, là cái riêng của mỗi tác giả, trong cách kể, cách viết, trong không khí mà tác phẩm tạo nên được! Có thể nói Bình-Nguyên Lộc, Võ Phiến, Sơn Nam, Dương Nghiễm Mậu, Túy Hồng, Nguyễn Đình Toàn, Hoàng Ngọc Tuấn, ... mỗi người đều có **phong cách** riêng độc đáo, không trùng lặp!

Mặt khác, một số *tác-phẩm văn-chương khác* đã diễn tả, nói lên được những cái phi lý, tạm bợ, bất thường của cuộc đời con người trong chiến-tranh. Trần Hoài Thư, Kinh Dương Vương, Thảo Trường, ... đã có những truyện ghi lại được *vũ-trụ giới Kafka* và những khoảnh khắc *phi lý* đối với một số nạn nhân, trẻ, già, nam nữ, cũng như những thảm cảnh bất chợt hoặc thường trực bủa vây đời-sống!

Những thể loại và khuynh hướng vừa trình bày chỉ là một phần *nhưng* đáng ghi nhận trong khi vẫn có những tiểu thuyết, truyện và thơ thuộc đủ khuynh hướng được xuất bản dồi dào và liên tục trong hơn 20 năm đó.

THI CA

Về **thơ**, hai thể loại thơ tự do và lục bát được làm mới. **Thơ tự do** chỉ thật sự có hình dạng vì được nhiều nhà thơ dùng để sáng tác khi tạp chí *Sáng Tạo* ra đời tháng 10-1956. Thanh Tâm Tuyền có những bài thơ tự do, không vần, bất ngờ về ý và chữ dùng. Thơ ông dùng ngôn ngữ để phá hủy ngôn ngữ, phó mặc mạch thơ, nhạc điệu cũng như ngôn ngữ thơ, tự do trôi chảy như sự vật vô tri vô nghĩa từ nguyên thủy. Với Nguyên Sa, thơ tự do là thơ phá thể, không khuôn khổ, trong khi Thanh Tâm Tuyền đi xa hơn, *"thơ hôm nay không dừng lại ở thơ phá thể, thơ hôm nay là thơ tự do"* mà cao điểm sẽ là *thơ văn xuôi*. Thơ Tự Do từ đó đã trở nên hình-thức sáng-tác và nghệ-thuật được nhiều nhà thơ sử-dụng, như Quách Thoại, Đỗ Quý Toàn, Trần Đức Uyển, v.v.

Thơ xuôi thuộc dòng thơ Tự Do và không phải là văn xuôi. Mai Trung Tĩnh đã đề nghị thơ xuôi như một cách khác thể hiện nghệ-thuật tự-do. Tiểu thuyết thành truyện kể đã đành, thơ cũng đi vào con đường *trần thuật* vào cuối thế kỷ XX; người làm thơ như cút bắt với thơ, thơ xuôi mà không xuôi, thơ mà như nói thường, phẫn nộ, đối thoại, giao tiếp... Thơ xuôi như thế đã tách rời những thể-loại ký, tâm bút, v.v... và những hình-thức "câu thơ", và đã tiến những bước vững vàng được người đọc cuối cùng chấp nhận.

Như vậy, thơ Tự Do làm hiện đại thi ca thêm một bước, hợp tâm tình con người "hôm nay" của thời bấy giờ và có thể cả sau này, nhưng về mặt văn chương, thành quả và sự đóng góp của thơ Tự do còn hạn chế hơn Thơ Mới và cả thơ Tượng Trưng dù chỉ có mặt không lâu! Có thể nói thơ Tự Do dần chiếm số lượng lớn và được nhiều nhà thơ sử-dụng như là con đường, tiếng nói và cách phát biểu chung, dễ đến dù chưa hẳn dễ nhận sự đồng cảm của người đọc.

Lục bát đã bắt đầu được chăm chút canh tân thời Thơ Mới, nay trên tạp chí *Sáng Tạo* rồi *Thế Kỷ Hai Mươi, Văn Học, Văn, Nghệ-Thuật*, v.v..., lục bát được tiếp tục hiện đại hóa với ngôn ngữ tân kỳ, hình ảnh mới hơn, bất ngờ, cũng như trong cách dùng chữ, ngắt câu và nhất là hồn thơ. Bước đầu bởi Cung Trầm Tưởng, tiếp đó có Sao Trên Rừng, Trần Tuấn Kiệt, Trần Đức Uyển, Hoài Khanh, Viên Linh, Kim Tuấn, Hoàng Trúc Ly, Vũ Hữu Định, và đặc biệt Cao Thị Vạn Giã về ý và chấm câu, ...

Nội dung thơ thời này cũng như văn xuôi, có thơ tình, thơ chiến tranh, hòa bình, phản chiến, cũng như các khuynh hướng triết lý, về phận người và vũ trụ.

Vào thời văn-học miền Nam này, thi ca thế giới đa dạng đa khuynh-hướng đã được giới thiệu và tiếp nhận nồng nhiệt.

Thi-ca miền Nam trong hơn 20 năm đã là một bộ diễn-mục của những khúc giao-hưởng gồm nhiều biến tấu, đa dạng về thể thơ cũng như nội dung, âm hưởng, tiết tấu. Nếu phải nhận định, chúng tôi không nói đến loại thơ bình dân của người Việt-Nam "dân tộc thi sĩ", xin chỉ thu gọn trong một số điểm về những hiện tượng và sự nghiệp, công trình đáng nói đến.

Trước hết, về *ngôn-ngữ thi ca* đã có đủ trình độ, từ ngôn ngữ cổ-kính, sang-cả, nét thơ tinh tế, ý tưởng thâm sâu của Vũ Hoàng Chương, Đinh Hùng, v.v... đến ngôn-ngữ nguồn cội Đông-phương cùng ý tưởng lập ngôn của nhà thơ thế hệ tiếp nối, như Hoài Khanh, Nguyễn Đức Sơn, Viên Linh, Tô Thùy Yên, ... Bên cạnh đó là *ngôn-ngữ tâm hồn của thời đại*. Hoặc là một ngôn-ngữ thi ca đẹp, trau chuốt; của những Nguyên Sa, Hoàng Trúc Ly, Nguyễn Tất Nhiên, Mai Trung Tĩnh, Tô Thùy Yên, Trần Hồng Châu, ... Hoặc là *ngôn-ngữ thi ca triết lý của thời đại* mà thơ của Phổ Đức, Thành Tôn, Hoài Khanh, Trần Tuấn Kiệt, Phạm Công Thiện, Hải Phương, ... là những dấu tích. Thơ của Nguyễn Nho Sa-Mạc chẳng hạn, đã mang hình ảnh và ý thơ chứa nét hiện sinh của thời đầu thập niên 1960. Một ngôn-ngữ thi ca đầy hoài nghi, khắc khoải, khi *siêu-hình*, khi *hiện sinh* thân phận người – một *siêu hình hiện sinh*! Ngôn-ngữ của những kiếm tìm lối thoát cho cá nhân và tập thể. Lấy ngôn-ngữ làm cứu cánh hay chỉ là phương tiện, vượt ngôn-ngữ đời thường hay hiện thực của cái Đẹp. Cái đẹp, cái đạt trong thơ ngừng ở hình thức, nhạc tính, âm điệu hay cần phải bao gồm cảm hứng và triết lý, tư duy? Có người nhờ kỹ thuật thể hiện, cho nội dung mới vào ngôn ngữ thơ mà trở nên thơ hơn, được đón nhận hơn, dù bước đầu có thể đi lại trên con đường người trước như Thơ Mới có người làm theo nhưng với ngôn ngữ, ý tình hôm nay, ngữ điệu độc đáo riêng, tạo bản sắc, có thi tính riêng!

Thẩm mỹ học mới, ý thức mới quan trọng, vì chính ý thức sáng tạo có mới, có độc đáo, khác biệt, riêng tư, ... thì kỹ thuật, ngữ điệu, ngôn từ, hồn thơ mới cất cánh bay được! Vì cuối cùng thì *Hồn thơ* là nguồn cội, của Chân Thiện Mỹ nghệ-thuật xuyên qua và hiện diện trong văn bản thi-ca, một thành quả của sáng-tạo văn-chương! Thi ca thời này đã là đối tượng diễn dịch cho một số phương thức, lối điệu ý thức cũng như triết lý và huyền hoặc (và cả huyền thoại) hóa!

Như vậy, thi ca 20 năm VHMN có những *sáng tạo văn chương*, những cái *mới*, có thể gây bối rối và ồn ào lúc đầu nhưng có khả năng sống còn với thời gian, được đón nhận, nhưng cũng có những cái mới lạ gây nghi vấn, chống đối và cũng có những cái bất cập, trở lùi quá độ! Thơ mới, tứ mới, tâm tình mới đưa đến một hay nhiều hình thức khác, mới, để diễn tả thi hứng mới, của hôm nay. Như thế thơ này sẽ truyền cảm đến người đọc cùng thế hệ, cùng thời! Dù sao thì thi ca là thể loại tương đối khả dĩ có những cách tân, làm mới hơn là một vài bộ môn văn nghệ khác như tiểu thuyết, truyện ngắn, ..., dù vậy cái mới luôn đòi hỏi ba yếu tố cổ điển thiên thời địa lợi nhân hòa.

Tóm, hai mươi năm thi ca này có **hai khuynh hướng chính**: một, *hiện đại, mới* với trữ tình, thi tính; và một *mới hoàn toàn tự do*. Cả hai là những nỗ lực mới về ngôn ngữ thơ, về nhạc điệu, những dựng xây nền tảng thi ca mới, sứ mạng thi nhân mới và khác trước đó. Tự do và khác. Tất cả với *Thanh Tâm Tuyền* chẳng hạn, là phản, là đối nghịch. Như nội dung, ý tình chuyên chở trong thơ. Hình thức và nội dung với thơ Thanh Tâm Tuyền là một, như một. Phải thành công một, kia mới thành công xướng lên, mới lên.

Nếu Thanh Tâm Tuyền hiện đại với âm hưởng Tây phương thì *Tô Thùy Yên* là dấu vết khảo cổ, nhân chứng học cho một phương đông huyền diệu, thần bí. Không khí cổ thời, ý và nhân sinh quan có vẻ của người xưa, không gian và cảm giác xưa. Nhưng đồng thời thơ Tô Thùy Yên gắn liền với đời sống, đặt vấn-đề cho lương tâm nhân loại, cho đồng loại, và không chỉ ở một thời. Ở ông, có thể nói đến thi ca như một kinh nghiệm vừa tư duy vừa tâm linh mà cũng là một kinh nghiệm nhân sinh. Thơ ông là một khẳng định lớn của con người!

KỊCH

Về **Kịch**, kịch thơ hết thời sau 1954. Cũng vì là thời đang tới của những Doãn Quốc Sỹ, Trần Lê Nguyễn, Thanh Tâm Tuyền, v.v..., thời kịch nói, một thứ nói rất kịch của một thời đại vừa mở ra, nói mà hoang mang tâm trí và tư duy tìm bắt những lý tưởng mới, khác. Thời của những lý tưởng chính trị, nhắm hang động, dấn thân. Tác giả kịch lộ diện hẳn, nhập trong các vai diễn, phần đời họ đi vào văn chương nghệ thuật, có khi lại là phần tinh-yếu nhất, sâu kín nhất. Mặt khác, **bi kịch** là cám dỗ kịch-nghệ muôn đời, từ bi kịch lãng mạn đến bi-kịch phi lý, triết lý. Diễn tấn bi kịch lịch sử để ngẫm chuyện thời sự, chuyện bi kịch trí thức có Nghiêm Xuân Hồng, Vũ Khắc Khoan. Nhưng tất cả là đường đưa đến huyền-kịch, khoác tấm áo hiện đại cho những nhân-vật cổ sử, nhân-vật xưa nói chuyện nay, chuyện những dao động hay vấn-đề của hôm nay: hiện đại hóa huyền sử và cả những ám-ảnh siêu hình.

Giai đoạn đầu (1954-65) là thời của những lý tưởng chính trị, nhắm hành động, dấn thân. Họ đóng vai chính trong vở kịch, diễn lại phần nào đời họ qua văn chương, phần tinh yếu nhất, chôn kín nhất. Vở kịch *Ba Chị Em* của **Thanh Tâm Tuyền** cũng là bi đát của thế hệ ông, những nghịch cảnh ở buổi giao thời kháng chiến, đi ở, bắc nam, vùng kháng chiến vùng tề, ... *Ba Chị Em* là kịch độc thoại hay kịch về con người thời đại cô đơn mất niềm tin nơi tha nhân, kể cả người thân và người yêu, mất cả tự tin. Nhân vật như quen thuộc nhau, nhưng vẫn đóng kịch, đối thoại của họ như căn cứ trên cái gì đó như có đó.

Vũ Khắc Khoan tìm đến phi lý của Âu Tây, thất vọng, ông trở về tư duy của Á-đông với ngôn-ngữ cổ thời nho gia xưa, cả lối văn biền ngẫu, trừu tượng. Trong *Thành Cát Tư Hãn* đầy tư tưởng hư vô bên cạnh thuyết lý người trí thức và người hùng cô đơn, bất khả cảm thông. Ở miền Nam trước 1975, Vũ Khắc Khoan là người có công nhiều với kịch-nghệ, không những đưa cái mới vào kịch nói, cho nó cái hồn, cái lý tự-tại, mà ông còn giảng dạy và nghiên cứu về sân-khấu chèo và lập các ban kịch nói cũng như phân khoa Kịch nghệ điện ảnh ở đại học Tri Hành. Ông sát cánh với các nhóm sinh viên dựng sân-khấu như nhóm Thụ Nhân ở đại học Đà Lạt trình diễn nhiều vở kịch của ông cũng như kịch-bản dịch từ Eugène Ionesco, Samuel Beckett, và lưu diễn ở nhiều tỉnh.

Nghiêm Xuân Hồng (*Người Viễn Khách Thứ Mười*, 1963, tác-giả ghi phụ chú sau tựa đề là "ba hồi hoang ngôn"), nhẹ hình thức kịch nói hơn họ Vũ! Tác-giả nhập vào câu chuyện vở kịch để chuyển đến người xem/đọc những trao đổi, băn khoăn. Người viễn khách bỏ cửa thiền để đi "xây dựng một bức tường cô liêu kiêu hãnh" và cái chết!

Doãn Quốc Sỹ đối chọi hạnh-phúc với phức tạp muôn mặt của cuộc đời. Những nhân-vật hạnh-phúc, với những đối thoại tràng giang đại hải để chứng minh cái hạnh-phúc có đó, một loại Đoàn Phú Tứ biến thực thành huyễn mộng. Họ Doãn từng cho biết nguồn kịch của ông bắt từ huyền-thoại và cổ tích (Tiếng Hú Tâm Linh).

Nhật Tiến viết kịch về xã hội của giới văn nghệ sĩ, với *Người Kéo Màn* (1962) và ghi là "tiểu thuyết-kịch". Nếu Thanh Tâm Tuyền, Vũ Khắc Khoan đem triết lý vào kịch thì Nhật Tiến đem *thế-giới tiểu thuyết* vào kịch. Người đọc và nhân vật được tác giả mời tham gia vào trò chơi, mà cũng không thể không tham gia. Nói đến sân khấu là nói đến đạo diễn, diễn viên, những thần tượng của một thế-giới. Nhật Tiến đưa người đọc và cả người xem vào trong hậu trường, nơi đó mặt trái được phơi bày.

Kịch hiện đại tạo nhân-vật bằng ngôn-ngữ, nói khác đi, nhân-vật là chính ngôn-ngữ nhà soạn kịch sử-dụng, đó là điều khiến *Thành Cát Tư Hãn* (1962) của Vũ Khắc Khoan khác *Thành Cát Tư Hãn* của Vi Huyền Đắc (1956, PQVKĐTVH tb 1972) trước đó.

Kịch với một vài kịch tác gia mang tính xã-hội và tập thể khi nhắm đem thông tin, ý tưởng đến một xã-hội, một cộng đồng! Thời này cũng có thể nói đến thi-tính của kịch, chất thơ, hồn thơ của kịch. Thi tính có thể nhận ra ở ngôn-ngữ, ở ý tình tại ngôn ngoại, ở hình ảnh do ngôn-ngữ gợi nên, tạo hình.

*

Như vừa trình bày, qua các thể loại, khuynh hướng thi ca và văn xuôi, kịch nghệ cùng các kỹ thuật văn chương phong phú và đa dạng như vậy, 20 năm VHMN thật sự đã làm nên một thời đại văn học đặc sắc và đúng nghĩa văn học nghệ thuật.

7- Sự nối tiếp và sống-còn của Văn-Học Miền Nam sau năm 1975

Người Việt tị nạn bỏ xứ ra đi từ vài trăm ngàn người trước sau ngày 30 tháng Tư 1975 đến nay đã thành một cộng đồng hải ngoại với hơn 4 triệu người. Và một nền **"văn học hải ngoại"** đã dần dà hình thành.

Hoạt động báo-chí và văn học đã bắt đầu ngay từ những trại tị nạn như ở đảo Guam và nơi những vùng "quê hương thứ hai". Một nền văn học không cộng sản tiếp nối nền *văn học miền Nam Cộng hòa*, ở hải ngoại. Thật vậy, sau những hoảng hốt, bỡ ngỡ xa xứ lúc đầu, một nền văn học lưu vong được khởi dựng từ những bàn tay trắng, nhanh chóng trưởng thành, ban đầu với những nhà văn nhà báo đã hoạt động từ trước đó (Minh Đức Hoài Trinh, Võ Phiến, Thanh Nam, Lê Tất Điều, Vũ Đức Vinh, ...), sau được các thế hệ tiếp nối, cho đến hôm nay, gần 50 năm sau – đang bị *lão hóa* theo luật tự nhiên nhưng vẫn hiện diện, *vẫn sống*, vẫn có sự *tiếp nối* của các thế hệ con cháu. Trong nước đã gọi "văn học đô thị" nhằm miệt thị văn học tự do dân chủ của miền Nam Cộng hòa, mà nền văn học này lưu vong và sống mạnh ở hải ngoại, trong khi "văn học bưng biền" giả tạo nhằm tuyên truyền của Việt cộng đã chấm dứt!

Một điểm đặc biệt mà văn học hải ngoại thành công cho đến nay là đã truyền đạt **ngôn ngữ và chữ dùng của người Việt gốc**, "**tiếng Việt ròng**", tiếng Việt của ông bà tổ tiên, thống nhất, truyền từ xưa cho đến năm 1945 ở miền Bắc và cho đến 1975 ở miền Nam. Ở văn học hải ngoại là tiếng nói bình thường và văn-học nghệ-thuật của người miền Nam và Việt Nam từ thời khởi đầu.

Chuyện *cấm đoán, đốt sách báo miền Nam* ngay sau 30-4-1975 với mục-đích "xóa sổ" văn-hóa miền Nam, để làm mất tinh thần, để ai còn lưu luyến phải sợ hãi, lo lắng thường trực, còn để giảm thiểu những phản kháng, chống đối và gieo nghi ngờ, để mọi người quên đi lịch-sử. Có những nhà văn miền Bắc khi vào Nam đã bị bất ngờ vì khối sách báo tự do khai phóng của miền Nam, như Dương Thu Hương, Nguyễn Khải, ... Dương Thu Hương, trong một cuộc phỏng vấn của Đinh Quang Anh Thái, đài Little Saigon Radio, California, nhân ngày 30-4-2000 - "30 tháng Tư 75, nền văn minh đã thua chế độ man rợ", đã cho biết bà "... không choáng ngợp vì nhà cao cửa rộng của miền Nam, mà vì *tác phẩm của tất cả các nhà văn miền Nam đều được xuất bản trong một chế độ tự do; tất cả các tác giả mà tôi chưa bao giờ biết đều có tác phẩm bày trong các hiệu sách, ngay trên vỉa hè; và đầy rẫy các phương tiện thông tin như TV, radio, cassette"*. Trang mạng **Talawas** giới thiệu và lưu trữ nhiều tác phẩm đặc-biệt của Văn-học miền Nam trước tháng Tư 1975, đã bị bức tường lửa của trong nước và nhà văn Phạm Thị Hoài người chủ trì bị làm khó đã phải ngưng sinh hoạt, trang này đóng thì các trang mạng khác tiếp nối. Trang mạng Văn Việt vanviet.info cũng bị phiền nhiễu không kém. Dĩ nhiên ngày nào chưa có tự do học thuật - khi mọi sự phải luôn gắn liền với chủ trương, đường lối và lập trường của Đảng Cộng sản, thì ngày ấy vẫn chưa có sáng tạo nghệ thuật. Cho đến **gần đây**, sách báo viết về một số tác giả của VHMN vẫn bị cấm đoán - lý do "nhạy cảm", bị kiểm duyệt hoặc bưu kiện bị… giữ lại (hay "đang kiểm tra hàng"). Nhưng mục-đích ấy sẽ có thành công không? Hay Sự Thật đã vẫn là và vẫn sẽ là Sự Thật? Nước láng giềng Cam-Bốt bị "Khmer đỏ" cuồng bạo xóa vết trí thức, văn hóa, sách báo và giáo dục, năm 1979, bạo chúa Khmer đỏ bị vô hiệu hóa, kinh sách bị đốt, xóa, đã được "ngoại nhân" và "thực dân" – vốn đã lưu giữ tại… mẫu quốc, nay in lại và nhờ vậy giáo dục và sinh hoạt văn hóa Khmer được tái lập. Nước Việt ta cũng vậy thôi, Cộng sản đốt, hủy và cấm đoán VHMN, thì sách báo "nạn nhân" này rời nước ra đi và được in lại, tái bản (Sống Mới, Đại Nam, Xuân Thu, …) và xuất bản (Văn Nghệ, Văn Mới, tc Văn, tc Văn Học, Hợp Lưu, Người Việt, …): Nhân bản cùng Chân Thiện Mỹ phổ quát (không hề là Mác-Lê-Mao) sẽ dần dà và chắc chắn sẽ được "con người" "thiện tâm" và con cháu họ tái lập!

Hai thập niên gần đây, trong nước đã có những luận án đại học, những biên khảo cùng tham luận hội thảo đã bớt chính trị mà càng nghiêng về văn học, văn nghệ thuần túy. Tác phẩm của vài tác giả của VHMN được tái bản (ít nhiều trung thực nguyên bản và có tác giả vẫn bị kiểm duyệt, nhưng đã được xuất hiện công khai). Trong nước có sách tưởng là văn học sử thật ra chỉ là khai thác giai thoại hoặc cho có. Riêng tạp chí như *Quán Văn* nơi quần tụ tác giả VHMN và các tác giả khác và đã ra được hơn 100 số, v.v... Mặt khác, các tác giả của VHMN cũng như các nhà văn, biên luận khác đã và đang hợp tác, gửi bài đăng ở các tạp chí hải ngoại cũng như xuất bản công khai ở ngoài.

Như vậy, **ảnh-hưởng của văn-học miền Nam** là thực hữu, ở trong Nam và cả nước – một số các nhà phê bình, biên khảo miền Bắc như Vương Trí Nhàn, Phạm Xuân Nguyên, Hoàng Hưng, v.v... và một thế hệ trẻ hơn cũng đã bắt đầu khám phá những "thành quả" và "tiềm ẩn văn chương" của miền Nam trước 1975. Nhà văn Trần Mạnh Hảo đã có lần viết *"TMH phải cúi mình xuống lạy, tạ ơn nền tự do in ấn của Sài Gòn từ 1954-1975 đã cho TMH đọc từ A đến Z sách triết, thần học, kinh Phật, kinh Coran, nghiên cứu lại Khổng Mạnh Lão Trang, Kinh Veda và các hệ thống triết học Đông Tây kim cổ..."* ("Sách nói chung và văn học nói riêng đã cứu tôi khỏi chết trong chiến tranh và khỏi chìm nghỉm trong hòa bình", 8-2021). Như vậy nhiều tiếng nói đã nhìn nhận giá trị và ý nghĩa của nền văn học tự do và hiện-đại của miền Nam - một nền văn-học *bất hạnh* và bị *bạo lực xóa bỏ*, nhưng thời-gian đã cho thấy văn-học dân-chủ tự do và khai phóng đó đã ăn sâu vào tâm thức và nhân sinh quan của nhiều thế hệ độc giả, tại miền Nam và trải rộng ra ở các miền khác của đất nước và cả hải ngoại.

Lời kết

Như đã thấy, 20 năm văn học miền Nam ấy **sống mạnh** và thật sự **đa dạng**. Thuần túy dân tộc hay nhận ảnh hưởng từ ngoài vào, nghệ thuật thuần nghệ thuật hoặc nghệ thuật vị nhân sinh, xã hội, tôn giáo, v.v... tất cả đã sống chung, phát triển trong không khí tự do, dân chủ - dù có chiến tranh và hệ lụy của nó.

Đã nói chiến-tranh thì phải có thắng thua, nhưng dân-tộc thì không bao giờ thua, có chăng là giàu thêm và khôn ngoan ra dù phải thêm xương máu! Văn-học thì lại càng không có chuyện thắng thua, nói thắng thua là trò do con người bày ra, cưỡng ép, cường điệu, kể cả chuyện hợp lưu! Văn-học cũng không là chuyện kinh tế hay mạnh được yếu thua! Như vậy thiển nghĩ thế thời có thế nào thì văn-học vẫn là hy vọng vì trước mắt chúng tôi không tin người Việt sẽ có đồng thuận về văn-hóa - khó, vì làm văn-hóa thì con người phải văn-hóa trước đã! Nếu ai hỏi tôi VHMN có tương lai không, tôi nghĩ là có, *VHMN đã đi vào văn học sử và sống mạnh cho nên vẫn có tương lai, vẫn sống trong lòng người đọc, tương lai đó xuất phát từ* **lịch sử** *- không phải từ* **chế độ** *chính trị hoặc* **vùng miền** *nào.*

Nguyễn Vy Khanh

LUÂN HOÁN
NHỮNG DÒNG ĂN THEO
NHÀ TRÍ THỨC TRƯƠNG VŨ

Từ trái: Phan Ni Tấn   Hoàng Chiều Nhân   Song Thao
Trương Vũ   Võ Kỳ Điền   Hồ Đình Nghiêm   Luân Hoán
Montréal (Canada), tháng 11-2012

không dám gọi là bạn
bởi chưa biết anh nhiều
bắt quàng rủi ăn đạn
tiêu đời tuổi về chiều

anh biết tôi chút ít?
đồ chừng chắc chắn không
(bởi tôi, người lụt lịt
quanh năm trốn trong phòng)

*

hải ngoại, tên quen thuộc
gọi chung cõi sống thêm
của toàn thể người Việt
nối đời vào lênh đênh

anh đến Mỹ khá sớm
ngay sau năm 75
tôi đến Gia Nã Đại
sau đó tròn mười năm

tuy có chung biên giới
hai nước cùng mênh mông
ngoài trời xanh mây trắng
còn cả khoảng cách lòng

rất may nhờ báo chí
gặp danh anh nhiều lần
đọc để biết để cảm
giàu thêm vốn bâng khuâng

*

nói nghe như không thật
mà chữ nghĩa từ tâm
quí anh nhà khoa học
nhúng tình vào họa văn

có lần bạn quen rủ
qua thăm anh bày tranh
háo hức nhưng chẳng đủ
điều kiện ngộ người lành

biết anh họa nhiều bạn
cũng mơ mặt mũi mình
được sắc màu anh đắp
lên khung vải lung linh

đúng là một ảo tưởng
rất thường với riêng tôi
rụt rè hay mắc tịt
tự tạo làm niềm vui

*

bất ngờ anh ghé đến
thành-phố-lạnh-nửa-năm
(dịp chi đó không nhớ
có nhiều người ghé thăm)

gặp anh trong đồ lớn
tôi cũng "bận"[1] lớn đồ
bắt tay anh, chụp bóng
chắc có nói "dzô! dzô!"

rồi, không hô "cố gắng"
chúng ta cũng tan hàng
chia tay là cách biệt
dài bao mùa tuyết tan

năm hai-ngàn-mười-chín
anh *"Đuổi Bóng Hoàng Hôn"*
rớt vào nhà *"Nhân Ảnh"*
chúng tôi chợt ấm lòng

có sách, không ký tặng
(tình trạng tôi lâu nay)
lặng đọc tên đề sách
mơ bình minh suốt ngày

*

anh viết những chuyện lớn
cụ thể:

    "Đêm Đại Dương",
    "Những Cơn Mưa Ngày Cũ",
đến
"Giáo Dục Việt Nam...",

"*Chân Dung Thời Đại Dịch*",
"*Sống Chết Cho Tình Yêu*", [2]

hoặc luận tác phẩm bạn
giàu trí tuệ, cao siêu

chuyện lớn trong tiểu luận
"*hay*" [3] gần đủ mọi chiều
như nhà phê bình nói
lòng phất phới dập dìu

hôm nay trong tác phẩm
như tổng quan lớn này
sung sướng được bạn rủ
góp ké mồ hôi tay

thật tình chẳng dám viết
điều chi ra chuyện gì
ngũ ngôn tôi gõ đại
(đọc không khỏi kỳ kỳ)

mong anh cùng quí bác
lượng thứ những linh tinh
hy vọng mẩu bẩn vụn
dính lòng tôi chân tình

Luân Hoán
Montréal, 20h15, 9 tháng 10 năm 2024

Ghi chú:
1) bận, động từ
2) tên những bài viết của TV trong tập Đuổi Bóng Hoàng Hôn
3) chữ dùng và nhận định của nhà phê bình Nguyễn Hưng Quốc

TRẦN THỊ NGUYỆT MAI
Tản Mạn Mùa Thu

Ngày ấy, thuở còn xanh tóc, vừa chớm tròn trăng, tôi đã thật rung động khi đọc Bích Khê:

> Ô hay buồn vương cây ngô đồng
> *Vàng rơi! Vàng rơi: Thu mênh mông...*
> (Bích Khê – Tỳ Bà)

Sống ở Sài Gòn, nơi chỉ có hai mùa mưa nắng. Hè về phượng đỏ ngập trời cùng tiếng ve ngân nga trên những con đường xanh bóng lá. Hạ qua đi, thu lại về. Mùa thu của Xuân Diệu đang độ thanh tân. *Lá không vàng, lá không rụng, lá lại thêm xanh; ấy là mùa thu đã về; mùa thu mới về, yểu điệu thục nữ...* Và cũng có một mùa *Thu quyến rũ* của Đoàn Chuẩn và Từ Linh với:

> *Trời đất kia ngả màu xanh lơ*
> *Đàn bướm kia đùa vui trên muôn hoa*
> *Bên những bông hồng đẹp xinh...*

Mùa Thu Sài Gòn làm gì có lá vàng rơi ngập lối. Thế cho nên *Vàng rơi! Vàng rơi: Thu mênh mông...* vẽ ra trong trí tưởng của tôi hình ảnh mùa thu thật thơ như với *lá thu kêu xào xạc, con nai vàng ngơ ngác, đạp trên lá vàng khô* của Lưu Trọng Lư.

Mùa Thu thiếu nữ cùng nhiều mơ mộng, chẳng nghĩ gì xa hơn, ngoài một tương lai đẹp đẽ đang đợi chờ trước mặt. Không ai ngờ chỉ vài năm sau đó, thời cuộc đảo lộn. Chẳng còn và cũng chẳng có gì thơ mộng. Một thời ai cũng muốn quên, đừng bao giờ trở lại...

Giờ đây, những nàng thiếu nữ thuở ấy đều đang dần bước tới ngưỡng cửa "thất thập cổ lai hy". Lứa tuổi mà Bác sĩ Đỗ Hồng Ngọc trong Lời Ngỏ tập sách Về Thu Xếp Lại đã viết: *"Cái tuổi đẹp nhất của đời người theo tôi có lẽ ở vào lứa 65-75. Đó là lứa tuổi tuyệt vời nhất, sôi nổi nhất, hào hứng nhất... Tuổi vừa đủ chín tới..."* Nghe thật hay và thật lãng mạn. Nhưng thật sự, với tôi, tuổi đẹp nhất, vẫn còn "trẻ trâu" là từ 45 đến 60. 60 đến 65 thì đúng là "gió heo may đã về", sức khỏe kém dần. Và từ 65 trở đi, những bộ phận trong cơ thể bắt đầu có vấn đề do làm việc lâu ngày, "máy móc" không còn ngon lành như xưa nữa. Đây cũng là lúc bạn bè rơi rụng dần do bệnh tật. Đầu tháng 9 năm nay, tôi gặp lại nhà thơ Đỗ Nghê, anh cho hay nhạc sĩ Thuần Nhiên Nguyễn Đức Vinh (em của nhạc sĩ du ca Nguyễn Đức Quang), người phổ nhạc bài thơ Giỗ Một Dòng Sông của anh thành nhạc phẩm Sông Ơi Cứ Chảy đã mới ra đi ở tuổi 71...

Mỗi khi đến phòng gym, tôi chú ý đến một cặp vợ chồng có lẽ tuổi trong khoảng 75-85. Cả hai nắm tay nhau đi chậm và nói chuyện khẽ khàng như một cặp tình nhân rất hạnh phúc. Hết giờ tập, ông đưa bà ra xe, mở và đóng cửa lại giúp bà, rồi ông mới vào vị trí "bác tài" đưa bà về nhà. Cuối tuần đi chợ, mỗi khi gặp một cặp vợ chồng lớn tuổi, cả hai đều khập khễnh nương vào nhau, tôi rất thương và nghĩ một ngày nào rồi cũng sẽ tới với mình. Nên bây giờ hãy hạnh phúc với hiện tại. Mỗi ngày là một bonus. Nên sống nhẹ nhàng hơn. Tập buông và tha thứ. Kẻo không còn kịp nữa. Khi chuyến tàu của cuộc đời bỗng dừng lại ở một sân ga nào đó mà mình không hề biết trước.

Trong số Ngôn Ngữ 33 (tháng 9 vừa qua) tôi chú ý đến bài "Hạn Định" của Nguyễn Đình Phượng Uyển. Cô viết:
Tôi nhận thấy sống đến 60 tuổi như thời bà nội tôi ngày xưa là đủ. Sướng khổ, yêu ghét, đường thẳng, đường cong trong cõi người ta, mình đã rành rẽ, những thứ cơ bản cần có, mình đã đạt, nhiệm vụ đóng góp với xã hội đã hoàn tất, con cái trưởng thành. Gắng sức nữa làm chi?
Ta sẽ đặt ra hạn định của một đời người là 60 năm.
Nếu vậy ta tự đặt tuổi hưu trí là 45. Ta đã làm việc và đóng góp cho xã hội 20-25 năm, những tháng năm đẹp nhất, sung mãn nhất, sáng suốt

nhất trong đời. Ta có quyền lựa chọn đóng góp thêm 5 năm nữa, ở tuổi 50 rồi chuẩn bị tài chánh đầy đủ để dưỡng già trong 10 năm kế tiếp. Thú vị nhất là từ 45-60, ta vẫn tự lái xe đi đây đó không cần nhờ vả con cái. Bạn bè còn khỏe mạnh, tỉnh táo để cà phê cà pháo, để thám hiểm du lịch chung. Ta vẫn đọc sách, xài vi tính ngon lành, lai rai sáng tác như một thú vui. Đúng sinh nhật thứ 60, ta sẽ bước vào vườn địa đàng, nơi có tất cả của ngon vật lạ như trong phim 'Chocolate Factory' chả hạn, suối chocolate, nấm là kem lạnh, bàn ghế làm bằng bánh bông lan... Vườn địa đàng không có người phục vụ, thức ăn tự động hiện ra, ước món gì có món đó, Champagne tuôn thành suối, nước Mía chảy thành sông, nắng ấm chan hòa, chim hót lảnh lót, những loài chim lạ. Hoa nhất định là thứ không thể thiếu, kỳ hoa dị thảo mọc rải rác từng chùm, từng bụi, rực rỡ và thơm ngát. Khi ta ngửi, ta ăn, ta ngắm những thứ độc đáo trong vườn địa đàng, cơ thể ta từ từ nhỏ lại rồi biến mất, chuẩn bị một kiếp sống mới. Biến mất không đau đớn sau khi trải nghiệm những phút giây thần tiên chắc không ai sợ, thậm chí còn mong đợi.

Trước ngày bước chân vào vườn địa đàng, con cháu, bạn bè của ta sẽ làm một bữa tiệc linh đình mừng ta sang nhà mới giống như đi định cư nước ngoài vậy, mọi người đều vui vẻ, con cái không mất thì giờ chăm sóc cha mẹ, bác sĩ nhà thương không cần vật lộn giành sự sống cho ông già bà cả. Ta thường ao ước, 'Đau một giây. Chết một giờ', khoa học đã giúp ta sống khỏe mạnh đến phút cuối, đẹp quá còn gì?

Bàn như vậy, nghe rất hay nhưng thực hiện được là điều cũng rất khó. Chưa nói tới vấn đề tôn giáo vì cả Phật giáo và Thiên Chúa giáo đều có quan điểm nghiêm khắc về việc tự hủy hoại thân thể. Đạo Phật nhấn mạnh rằng việc tự làm tổn thương bản thân chỉ làm gia tăng khổ đau và không giúp giải thoát khỏi vòng luân hồi. [1] Còn đạo Thiên Chúa xem việc tự hủy hoại thân thể, đặc biệt là tự tử, là một tội lỗi nghiêm trọng. Kinh Thánh khuyến khích con người chọn sự sống và tôn trọng thân thể như một món quà từ Thiên Chúa [2].

Với riêng tôi, tuổi 60 hãy còn đẹp lắm. Vẫn có thể làm việc và cống hiến cho đời. Như trường hợp nhà văn Trần Hoài Thư. Anh nghỉ hưu năm 2004 lúc 62 tuổi và mới mất ở tuổi 82 vào tháng 5 vừa qua.

Trong 20 năm ấy, anh Trần Hoài Thư dành toàn thời gian cho Thư Quán Bản Thảo và Thư Ấn Quán, đã cùng vợ là chị Nguyễn Ngọc Yến, bạn anh là Phạm Văn Nhàn và các thân hữu khác, sưu tầm Di sản Văn chương Miền Nam với nhiều tác phẩm giá trị, trong đó có hai bộ Văn (gồm 4 cuốn) và Thơ Miền Nam Thời Chiến (gồm 5 cuốn), cùng hơn 20 tạp chí văn học xuất bản trong khoảng 1954 – 1975 đã được anh phục hồi, tạo thành eBooks, Flipbooks mà bạn đọc có thể vào trang nhà của anh để thưởng thức [3]. Ngoài ra, còn phải kể tạp chí văn học nghệ thuật Thư Quán Bản Thảo, phát hành bất định kỳ mà anh Trần Hoài Thư là người thực hiện từ A đến Z, phát hành được tất cả 109 số báo cho đến ngày anh qua đời. [Do số cuối cùng (tháng 12/2023) không ghi số được kể là 108 vì trước đó là số 107 (tháng 11/2023). Và có hai cuốn cùng số 106 là "Thơ Cung Trầm Tưởng trước 1975" (tháng 5/2023) và số chủ đề Thanh Lãng (tháng 10/2023)].

Một chia sẻ khác của Bác sĩ Vĩnh Chánh trong bài viết "Bên bờ sinh tử" [4], ông kể về trường hợp một người bạn sống ở Canada *"có giấy tờ chính thức cho phép cá nhân anh được an tử trong cái chết được trợ tử bởi các nhân viên y tế, sau khi hội đồng y khoa họp giám định nhiều lần trước khi đưa đến quyết định tối hậu, cực đoan này. Anh làm đơn xin được an tử, ngay sau khi anh phát hiện mình bị ung thư ruột già vào cuối năm 2021, trước cả dự định giải phẫu, hóa trị/xạ trị. Có nghĩa là ung thư đó chưa hẳn ở giai đoạn cuối, cũng chưa đem đến những cái đau thể xác ghê gớm."* Trường hợp này làm tôi nhớ đến một chị bạn vong niên rất thân thiết đã xa rời trần thế cách đây đúng hai năm. Sau khi nghỉ hưu ở tuổi 65, có nhiều thời gian và còn khỏe, chị dành thời gian làm việc thiện nguyện, giúp thông dịch, đưa đi bác sĩ và làm các thủ tục hành chánh cho những người mới sang Hoa Kỳ định cư. Trong một lần đi khám sức khỏe tổng quát hàng năm, bác sĩ cho hay chị bị ung thư ở giai đoạn cuối mà trước đó không hề có dấu hiệu hay triệu chứng bệnh gì cả. Chị dũng cảm chấp nhận đau đớn với các thử nghiệm cùng hóa trị/xạ trị. Nhưng sau đó không lâu chị ra đi ở tuổi 75. Tôi nhớ những tháng cuối cùng khi nói chuyện điện thoại với chị, chị bảo: "Thương chị, em đừng khóc mà hãy cầu nguyện cho chị ra đi sớm..."

Mùa thu là mùa lá rụng, nhắc đến chuyện sinh tử thật buồn. Nhưng biết làm sao khi đó là quy luật muôn đời của tạo hóa. Tôi vẫn nhớ câu danh ngôn đọc được ở đâu đó: *"Con ơi, ngày con chào đời, con đã khóc trong khi những người khác mỉm cười. Con hãy sống sao cho khi con lìa đời, con sẽ mỉm cười trong khi những người chung quanh con đều rơi lệ."* Hãy sống hết mình và hết lòng để khi ra đi sẽ không có gì hối tiếc.

Trần Thị Nguyệt Mai
10.10.2024

Tham khảo
[1] On Non-Harming – Insight Meditation Center
[2] Suicide from a Christian perspective - ERLC
[3] https://tranhoaithu42.com/
[4] https://vvnm.vietbao.com/a247996/ben-bo-sinh-tu

Tranh Khánh Trường

UYÊN NGUYÊN
Quê Hương, Nỗi Nhớ và Cuộc Lữ Hành
Trong Tâm Thức của nhà thơ Luân Hoán

Giữa muôn trùng ký ức đan xen hiện thực, con người thường gắn kết đời mình với một vùng đất, một miền quê mà ta thân thương gọi là "quê hương". Quê hương không chỉ là nơi chôn nhau cắt rốn, nơi bàn tay mẹ cha dịu dàng nâng niu từng bước đi đầu đời, mà còn là miền thổn thức của tâm hồn, là bến bờ để trái tim neo đậu giữa dòng đời phiêu bạc. Đối với những người Việt tha phương, hình ảnh quê hương chẳng bao giờ phai nhạt, vẫn in đậm trong từng câu ca, khúc hát, trong từng giấc mơ về một quá khứ xa xôi. Cái "nhớ" ấy như sợi dây vô hình buộc chặt tâm hồn mình vào nơi chốn cũ, nơi mà dù có cách xa về không gian, nhưng tâm tưởng thì vẫn còn vang vọng mãi.

Tác phẩm "Nỗi Nhớ Quê Nhà Từ Montréal" của nhà thơ Luân Hoán như một tấm gương phản chiếu trọn vẹn nỗi niềm ấy. Từng câu thơ giản dị mà thấm đẫm tình yêu, ông dẫn dắt người đọc vào hành trình nội tâm, nơi mà ký ức và hiện thực hòa quyện như một dòng sông cuồn cuộn bao xúc cảm. Nhà thơ, trong cái nhớ da diết về quê nhà, không chỉ hồi tưởng về những địa danh thân thương mà còn soi chiếu vào chính tâm can mình, nhận ra sự mong manh của đời người và sự bền bỉ vô thủy vô chung của tình yêu quê hương, dù cách trở muôn trùng.

Quê hương không chỉ là mảnh đất cưu mang tuổi thơ mà còn là nơi định hình bản vị, nơi nuôi dưỡng nguồn mạch sáng tạo và tình yêu sâu thẳm với cội nguồn. Với nhà thơ Luân Hoán, quê hương là ngọn nguồn bất tận của cảm hứng, là nơi mà mỗi câu thơ được dệt nên bằng cả tấm lòng chân phương, giản dị mà chứa chan nghĩa tình. *"Thơ về Quê Hương tôi viết khá nhiều... gần như tập nào cũng có vài bài dành cho chủ đề này lồng cùng tình yêu nam nữ..."* (Luân Hoán). Những hình ảnh như *"tàu cau ươn ướt mù sương / vàng pha trắng nở mùi hương ngọt trời"* hay *"bụi bám gót bước lầm lì / tuổi thơ trên bãi cỏ quì thòng chân"* không chỉ gợi lên cảnh vật quen thuộc mà còn khắc họa tâm hồn tinh tế, nơi ký ức và hiện thực đan xen như một bản giao hưởng của nỗi niềm.

Thơ của Luân Hoán như dòng sông êm đềm nhưng đầy sức mạnh ngầm. Dù xa xôi vạn dặm, quê hương vẫn là nguồn cảm hứng không bao giờ kiệt cạn, là gốc rễ mà ông không bao giờ quên. Những mảnh ký ức đan xen với cuộc sống hiện tại, tạo nên một bức tranh tinh tế của tâm thức người xa xứ.

Trong lòng người Việt, nỗi nhớ nhà không chỉ là sự hoài niệm về nơi chốn mà còn là cuộc hành trình tìm về cội rễ, về những giá trị vĩnh hằng đã hun đúc nên tâm hồn và đời sống. Với người xa xứ, nỗi nhớ ấy như một dòng sông âm ỉ chảy qua năm tháng, không bao giờ cạn. Trong bài thơ "Nhớ Nhà", Luân Hoán viết: *"Nhớ nhà, loại nhớ đỉnh cao / ngồi không chán nản nao nao lòng buồn"*. Nỗi nhớ ấy không chỉ là cảm xúc thoáng qua, mà như một dòng chảy không dứt, khắc sâu trong từng câu chữ, dòng thơ.

Quê hương, với những giá trị tinh thần và văn hóa, đã in dấu đậm nét trong tâm hồn mỗi người. Khi xa quê, chúng ta không chỉ nhớ những cảnh vật thân quen mà còn nhớ những giá trị tinh túy đã kết tinh thành bản sắc. Ông viết: *"quê nhà là chị gốc da sân đình"*, hay *"mùi quê quán cũ châu trân vẫn còn"*. Mỗi câu thơ của ông như một tiếng thở dài khẽ khàng, nhưng mang theo cả một bầu trời kỷ niệm, khiến người đọc cảm nhận được nỗi buồn man mác và tình yêu vô hạn với quê hương.

Sống nơi đất khách, con người không tránh khỏi những cảm xúc đối lập. Trái tim bị giằng xé giữa việc hòa nhập với cuộc sống mới và sự lưu luyến với quê hương. Trong thơ Luân Hoán, sự xung đột nội tâm này được thể hiện rõ nét qua những câu thơ tinh tế: *"quê hương địa lý xa xôi / nhưng trong thương nhớ tâm tôi quá gần"*. Không gian xa cách, nhưng tâm hồn luôn bồi hồi, rạo rực với những ký ức về một quê nhà xa ngái.

Đối với người Việt lưu vong, việc giữ gìn bản sắc văn hóa, truyền thống là một nghĩa vụ thiêng liêng và khó khăn. Sự mâu thuẫn giữa việc ở lại hay trở về, giữa việc chấp nhận cuộc sống mới và giữ gìn những giá trị cũ đã trở thành một phần không thể thiếu của hành trình nội tâm. Nhưng cũng chính nhờ những giằng xé ấy, tình yêu quê hương của chúng ta lại càng sâu sắc, mãnh liệt hơn.

Dẫu thời gian có thể bào mòn tất cả, dẫu cuộc sống có đưa đẩy con người đi đến đâu, quê hương vẫn mãi là biểu tượng vĩnh cửu trong tâm hồn. Với Luân Hoán, quê hương không chỉ là nơi ông sinh ra và lớn lên, mà còn là nơi tâm hồn ông tìm về, nơi chứa đựng những giá trị bất biến. Trong bài thơ "Nỗi Nhớ Quê Nhà Từ Montreal," ông viết: *"quê hương tổ quốc vô cùng"*, một câu thơ ngắn gọn nhưng đong đầy cảm xúc, như thể quê hương là điều gì đó vô hạn, không thể đo đếm bằng không gian hay thời gian.

Với ông, quê hương không chỉ là một mảnh đất địa lý mà còn là nguồn sống tinh thần, là nơi tâm hồn tìm về giữa những đêm dài trăn trở. Và dù cuộc sống có thay đổi thế nào, tình yêu ấy vẫn mãi còn, không bao giờ phai lạt.

Tình yêu quê hương trong thơ của Luân Hoán không ồn ào, mà lặng lẽ như dòng suối nhỏ giữa rừng sâu, âm thầm mà bền bỉ. Nó không phải là nỗi nhớ đơn thuần, mà là sự kết nối sâu xa, là dòng chảy ngầm len lỏi qua từng vần thơ. Ông viết: *"quê hương là mẹ, quê nhà là chị"*, một phép ẩn dụ giản dị nhưng đầy xúc cảm, như thể quê hương là máu thịt, là phần linh hồn không thể tách rời.

Nỗi nhớ nhà trở thành nguồn động lực, nguồn cảm hứng để ông tiếp tục cuộc sống nơi đất khách, dù biết rằng quê hương giờ đây chỉ còn là ký ức. Những ký ức ấy không chỉ giúp ông vượt qua những khó khăn về vật chất, mà còn là nơi nương tựa tinh thần, nơi ông tìm thấy sự an ủi giữa những ngày tháng xa quê.

Quê hương không chỉ là nơi chốn, mà còn là nơi mà tâm hồn tìm thấy sự bình an, nơi mà những giá trị văn hóa và tinh thần của một dân tộc được lưu giữ và bảo tồn: *"quê hương còn trong trí người / ngẩng đầu còn thấy mây trời cũng vui"*. Chỉ cần nhìn thấy mây trời, nghe tiếng gió thổi cũng đủ để gợi lên hình ảnh quê nhà, khiến ông cảm thấy mình chưa bao giờ rời xa nơi ấy.

Những hình ảnh ấy không chỉ là sự hoài niệm mà còn là nguồn khích lệ tinh thần, giúp ông tìm thấy niềm vui trong những khoảnh khắc nhỏ bé nhất của cuộc sống tha phương.

Sống nơi đất khách, mỗi ngày trôi qua là một cuộc hành trình nội tâm đầy giằng xé giữa việc ở lại hay trở về. Trong thơ Luân Hoán, ta cảm nhận được sự dằn vặt, sự phân vân giữa việc hòa nhập với cuộc sống mới và nỗi niềm tha thiết với quê nhà. Ông viết: *"ở xa không lẽ ở hoài / về trong lụm cụm dẫu sai đường giày"*. Sự mâu thuẫn này là tâm trạng chung của nhiều người xa xứ, khi không ngừng đối mặt với sự đứt gãy giữa hai miền đất nước.

Những câu thơ của Luân Hoán không chỉ là tiếng lòng của riêng ông, mà còn là tiếng nói chung của bao người con đất Việt đang sống xa quê, vừa đau đáu về quá khứ, vừa đối diện với hiện thực.

Khát vọng trở về quê hương luôn là một chủ đề xuyên suốt trong thơ ca của Luân Hoán. Đối với ông, trở về không chỉ là sự đoàn tụ về thể xác mà còn là sự tìm lại chính mình, tìm về với những giá trị cội nguồn đã bị lãng quên. Nhưng ông cũng hiểu rằng, sự trở về đôi khi chỉ là một khát vọng không bao giờ thành hiện thực. Trong bài thơ *"Bất Ngờ Gặp Lại Mưa Dông"*, ông viết: *"giá sống hoài tuổi dễ thương không già"*, một ước nguyện được mãi mãi trở về thời thơ ấu, nơi mà quê hương vẫn còn nguyên vẹn trong trí nhớ.

Dù cho cuộc hành trình trở về ấy có thể không bao giờ hoàn thành, nhưng nó vẫn là nguồn động lực lớn lao để ông tiếp tục sống, tiếp tục sáng tác. Những vần thơ của Luân Hoán không chỉ là sự hoài niệm về quá khứ, mà còn là lời nhắn gửi về giá trị vĩnh hằng của quê hương trong tâm hồn mỗi con người.

Với Luân Hoán, quê hương không chỉ là nơi chốn mà còn là phần hồn không thể thiếu của mỗi con người. Tình yêu quê nhà không bao giờ mất đi, mà chỉ ngày càng đậm sâu, thấm vào từng câu thơ, từng dòng cảm xúc. Những vần thơ của ông là sự hòa quyện giữa nỗi nhớ, niềm đau và khát vọng trở về, là lời khẳng định rằng dù có đi xa đến đâu, quê hương vẫn mãi mãi là bến bờ bình yên nhất của tâm hồn.

Uyên Nguyên

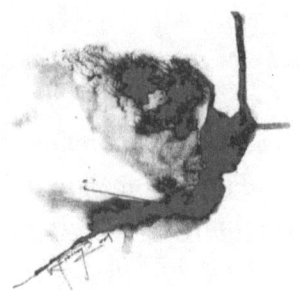

Tranh Khánh Trường

TRIỀU HOA ĐẠI
Trò Chuyện Với Nhà Văn Nguyễn Minh Nữu

Triều Hoa Đại   Nguyễn Minh Nữu

Viết về nhà văn Nguyễn Minh Nữu, Nguyễn Thụy Đan một nhà nghiên cứu văn học đã viết: "... đọc tập truyện của Nguyễn Minh Nữu đã không ngăn được trầm tư, những cảm khái ấy dấy lên trong tôi một cách hồn nhiên và bất chợt. Nguyễn Minh Nữu xuất hiện trên văn đàn từ năm 1971- đến nay đã tròn năm chục năm đời người chan chứa những biến cố thương hải tang điền của lịch sử nhân loại, của lịch sử đất nước, của lịch sử dân tộc và cá nhân. Phải chăng, như một định mệnh-lịch sử, nét bút của Nguyễn Minh Nữu mang đầy những vết thương, những ấp ủ, những chờ mong dang dở và thầm kín của thời gian và ký ức..."

Còn với nhà văn và phê bình Hoàng Kim Oanh khi nhận xét về chữ và nghĩa của Nguyễn Minh Nữu thì sao, đây chúng ta hãy đọc: *"Trăm năm cuộc lớn nguyên là mộng/Một ngọn đèn con biết với ai"* (*) vì vậy mà giữa *"đêm tháng sáu Sài Gòn mùa giãn cách chợt ngưng đọng lại, một ngọn đèn và tôi và những câu chuyện không phải tôi vừa đọc mới đây, mà từ những ngày tháng trước."* Nhà văn Hoàng Kim Oanh đã đọc ở Nguyễn Minh Nữu nhiều lắm, nào là: Thương Quá Sài Gòn Ngày Trở Lại, Thuồng Luồng Mắt Biếc, Cuối Năm Nhớ Mẹ, v.v… Hôm nay giữa không khí mênh mang những ngày vào thu được ngồi trò chuyện cùng với nhà văn Nguyễn Minh Nữu để nghe anh chia sẻ những tháng ngày xa xưa, chúng ta cùng nhau và cùng anh ôn lại những "ngậm ngùi, ghét bỏ, những yêu thương và miệt thị" của thói đời.

Triều Hoa Đại: Thưa anh Nguyễn Minh Nữu, được đọc anh đã lâu nhưng đến bây giờ mới có dịp trò chuyện với anh. Trước khi bắt đầu câu chuyện, xin anh vui lòng giới thiệu một chút về bản thân mình và sự nghiệp văn chương của anh.

Nguyễn Minh Nữu: *Tôi sinh năm 1950 ở Hà Nội trong một gia đình nhà nho nghèo. Di cư vào Nam năm 1954 và sống ở đó suốt 40 năm. Nhưng phải chia ra thành hai giai đoạn, giai đoạn 20 năm đầu lớn lên ở miền Nam, và 20 năm sau vẫn sống ở miền Nam nhưng trong một chế độ khác. Đến năm 1995 thì định cư tại Hoa Kỳ và sống tại tiểu bang Virginia.*

Chính vì được sinh ra và lớn lên trải qua ba mảng đời sống Việt Nam Cộng Hòa, Việt Nam Xã Hội Chủ Nghĩa và Hợp Chủng Quốc Hoa Kỳ đã cho tôi những thực nghiệm về các khác biệt của xã hội, những biến động xã hội, văn hóa, từ đó cũng là những biến động của con người sống trong đó. Tôi cảm ơn đời sống và những hoàn cảnh có vui có buồn, có đớn đau và có hạnh phúc đã cho tôi nhiều cung bậc cảm xúc của được sớt chia, bị bỏ rơi, được yêu thương bị ghét bỏ, được nâng niu và cả bị miệt thị. Để rồi tất cả những điều đó tạo cho tôi những ký ức nồng nàn. Xin được ghi lại như một giới thiệu về nhân thân của mình.

(*): *Nông Sơn Nguyễn Can Mộng, Nông Sơn Toàn Tập,* tr. 811

Triều Hoa Đại: Anh chưa nói về sự nghiệp?

Nguyễn Minh Nữu: *Những điều viết xuống từ thời thanh niên tới giờ có được gọi là Sự Nghiệp không anh? Có lẽ là không. Tôi chỉ là một người đam mê văn chương, thích đọc và viết. Truyện đầu tiên (không phải truyện đầu tay) đăng trên tạp chí Văn, số xuất bản tháng 1 năm 1971 ở Sài Gòn, thời Nguyễn Xuân Hoàng làm Thư ký Tòa soạn. Lúc đó tôi 21 tuổi, là lính, thuộc Sư Đoàn 23 Bộ Binh đóng ở Ban Mê Thuột. Giai đoạn viết khá sung sức, gửi bài và được đăng tải trên nhiều tạp chí không nhớ hết. Tất cả đều dừng lại sau 30/4/75. Tôi không viết gì suốt 20 năm cho đến khi định cư ở Mỹ. Năm 1997 sau khi đến Mỹ hai năm, tôi thực hiện tuần báo Văn Nghệ, và năm 1999 sáng lập và là thư ký tòa soạn tạp chí Văn Phong, tờ tạp chí văn học đầu tiên ở miền Đông Hoa Kỳ. Tờ tuần báo Văn Nghệ sống bằng quảng cáo thì duy trì được 18 năm, còn tạp chí Văn Phong chỉ phát hành được 15 số thì đình bản. Về tác phẩm đã ấn hành thì tôi có một CD nhạc Về Nơi Chốn Đã Rời Xa (2006), gồm 9 ca khúc phổ từ thơ Nguyễn Minh Nữu, tập thơ Lời Ghi Trên Đá, do NXB Phương Nam phát hành (2006), tập truyện ngắn Thuồng Luồng Mắt Biếc (Nhân Ảnh, 2016), bút ký Đất Nhớ Người Thương (Nhân Ảnh, 2019), Chủ trương tuyển tập Ghi Nhận 2020 gồm 30 tác giả (Nhân Ảnh 2021) và gần đây tuyển tập Thơ-Văn-Nhạc-Họa Chút Tình Đọng Lại gồm 6 tác giả Trương Vũ, Nguyễn Quyết Thắng, Phạm Cao Hoàng, Đoàn Văn Khánh, Hoàng Kim Oanh và Nguyễn Minh Nữu, sách do Nhân Ảnh xuất bản 2023. Về biên khảo năm 2024, tôi và gia đình biên tập lại tổng hợp các tác phẩm Thơ văn biên khảo chữ Hán và chữ Việt của Phó Bảng Nông Sơn Nguyễn Can Mộng (1880-1954). Sách dày 900 trang khổ lớn để ghi nhận lại các tác phẩm có giá trị về Văn Hóa từ trăm năm trước của thân phụ chúng tôi. Có lẽ như thế là đủ cho một quãng đời hoạt động với chữ nghĩa rồi phải không anh?*

Triều Hoa Đại: Ngoài văn xuôi anh còn làm thơ. Giữa Văn và Thơ anh yêu thích công việc nào hơn? Anh muốn được gọi mình là nhà văn hay nhà thơ?

Nguyễn Minh Nữu: *Nhà Thơ hay Nhà Văn đều là những danh xưng cao quý, nhưng đó là do người đọc tôn vinh chứ không thể tự xưng được. Thú thật là anh muốn gọi tôi là nhà gì tôi đều cảm kích và sung* sướng, vì đó là những danh xưng tôi vẫn hằng mong sẽ có ngày mình được như thế. Tôi có làm thơ, và làm thơ không nhiều. Tôi yêu thích văn xuôi và cho là với tôi viết văn xuôi thoải mái và thích thú hơn.

Triều Hoa Đại: Anh nghĩ gì về mối quan hệ giữa người viết và người đọc?

Nguyễn Minh Nữu: Mỗi người cầm bút sẽ tự tìm thấy một cách giải quyết khác nhau để tiệm cận người đọc, nếu những dòng chữ viết ra từ sâu lắng một tâm tình có thật, khởi đi từ những xúc động chân thành với đời sống, với thời cuộc, với con người, sau đó mã hóa thêm bằng chút tưởng tượng sẽ tương hợp với thao thức nhiều người cùng cảnh ngộ, thì tôi tin rằng sẽ thuyết phục được người đọc bằng sự đồng cảm. Sẽ đi vào tâm thức người thưởng ngoạn.

Triều Hoa Đại: Có một lần nhân trả lời một cuộc phỏng vấn, nhà văn Nguyễn Huy Thiệp nói rằng: "Xuất xứ của nhà văn nó quan trọng lắm, bởi vì mình phải làm sao có mặt đúng lúc chứ sớm hơn hoặc muộn hơn thì có tài giỏi đến đâu, nhiệt huyết lớn lao đến đâu mà nó lỡ trớn cũng thất bại". Có người cho rằng đấy chẳng qua chỉ là bọn chủ nghĩa cơ hội, xin cho biết ý kiến của anh.

Nguyễn Minh Nữu: Nói về xuất xứ thì xuất xứ nhân thân hay xuất xứ tác phẩm? Xuất xứ nhân thân thì ai có thể chọn được nơi sinh ra và lúc sinh ra để mà chọn. Còn xuất xứ tác phẩm thì một tác phẩm xuất hiện vào đúng với tâm tình thầm kín của thế hệ, những thao thức chung chưa nói lên được của dân tộc, hay rộng ra của con người, thì tự nhiên tác phẩm ấy sẽ thành một tác phẩm tiêu biểu cho thời điểm đó. Tạo thành một chấn động không chỉ lúc xuất hiện mà về lâu về dài còn được nhắc đến. Như Gone with the Wind (Cuốn Theo Chiều Gió) của Margaret Mitchell xuất bản năm 1936 ngay trong bối cảnh hậu chiến Hoa Kỳ, hay như The Grapes of Wrath (Chùm Nho Uất Hận) của John Steinbeck xuất bản năm 1939 vào thời điểm Đại Khủng Hoảng Hoa Kỳ, hay bài thơ Đổi Cả Thiên Thu Tiếng Mẹ Cười của Trần Trung Đạo xuất hiện trong thập niên đầu sau 1975 mang đầy tâm trạng xa quê hương, thương nhớ gia đình của tất cả người Việt xa xứ. Những tác phẩm ấy ghi dấu của một thời không thể nào quên. Những tác phẩm đó mà gọi là thời cơ sao?

Vấn đề sẽ là tác giả có đủ tầm để thấu thị thời thế và đủ tâm huyết, tài năng để viết xuống những điều cần bày giãi hay không.

Triều Hoa Đại: Điều gì đã thôi thúc anh viết? Có người nói văn chương là "công việc nhọc nhằn", là cái "nghiệp". Có đúng vậy không?

Nguyễn Minh Nữu: *Tôi không cảm thấy nhọc nhằn trong việc cầm bút viết xuống những điều mình nghĩ. Có thể là tôi không mang trên người một sứ mệnh văn chương nào cả. Sự thôi thúc khi tôi ngồi viết chỉ là những lời ghi nhận. Tôi thường tự phóng đại mình như một cá thể được chọn để tồn tại giữa ngàn trùng thịnh suy và hưng vong của đất nước. Tồn tại được nhờ hoàn cảnh đưa đẩy, từ những bài học thực tiễn trong đời sống, và còn từ rất nhiều những cá thể khác tôi được kết giao và học hỏi. Cho nên tôi muốn viết lại những câu chuyện đó như một lời tri ân tự đáy lòng.*

Không bó buộc mình theo một thời khóa biểu mỗi ngày, mà trong một bất ngờ gợi nhớ nào đó, tôi dồn suy nghĩ mình về một ký ức đẹp, một con người thật, một vùng đất kỷ niệm để rồi rất thảnh thơi ghi chép những rung động của một thời nào đó. Nếu nghiệp là một hành vi tự phát mà mình yêu thích lâu dài, thì đúng là văn chương như một cái nghiệp.

Triều Hoa Đại: Anh nghĩ sao về mối quan hệ giữa văn chương và chính trị? Văn chương có cần thiết phải tách rời chính trị không?

Nguyễn Minh Nữu: *Đâu phải viết những lời hoan hô hay đả đảo mới là hoạt động chính trị mà ngay trong những dòng chữ viết xuống về đời sống bình thường cũng đã là một thái độ chính trị trong văn chương. Từ thế đứng riêng mình, mỗi dòng viết xuống dù kể chuyện ngày xưa hay viễn tượng tương lai đều thấp thoáng cái nhận thức về con người nhân bản. Như thế, có phải chính trị và văn chương vẫn có những giao thoa nhất định, tác giả đâu cần minh thị về quan điểm chính trị mà bàng bạc trong những điều viết xuống đã bày giãi ra đó hay sao?*

Triều Hoa Đại: Anh đến Hoa Kỳ năm 1995. Chưa tới hai năm sau đó, khi cuộc sống chưa ổn định, làm thế nào anh có thể đi vào con đường làm báo nhanh như vậy?

Nguyễn Minh Nữu: *Chính thời gian vừa đến vùng đất định cư mới, đi tìm cuộc sống ổn định nên tôi đi vào con đường làm báo. Tôi làm tuần* báo Văn Nghệ trước khi làm tạp chí Văn Phong. Tờ Văn Nghệ xuất bản khi tôi vừa định cư tại Mỹ được hơn một năm. Khi đó, chân ướt chân ráo tới một đất nước xa lạ, tôi ý thức rõ ràng về mình là không còn trẻ để đi học. Cái mà nước Mỹ cần là một tay nghề, hoặc một học vị, còn không thì phải là một sức khỏe cường tráng để lao động. Tôi thì sao? Không bằng cấp chuyên môn, không rành ngôn ngữ giao tiếp và không đủ sức khỏe để đi làm các công việc lao động nuôi con. Cái tôi có là chút kiến thức văn học, lịch sử, và chút kinh nghiệm từ sinh hoạt báo chí thời thanh niên... thì nước Mỹ không cần. Tôi đã tìm kiếm các công việc trong các tờ báo Việt ngữ trong vùng nhưng không thành công. Những cơ may trong đời sống cho tôi tìm gặp cách kiếm sống bằng cách thực hiện một tuần báo sống bằng quảng cáo. Và tờ báo sống được. Như vậy, chuyện tôi làm báo đúng là vì nhu cầu kiếm sống nuôi con, cơm áo gạo tiền.

Ba năm sau, khi tờ Văn Nghệ đã đem đến cho gia đình tôi một đời sống ổn định, lúc đó, mới là nghĩ đến NIỀM VUI CẦM BÚT, tạp chí Văn Phong ra đời trong tinh thần đó, thỏa mãn được khao khát từ thời thanh niên là cầm bút viết lại, cho nên khi làm tạp chí Văn Phong chỉ là tạo một sân chơi văn nghệ cho chính mình và những người đồng điệu đầu tiên ngay trên tiểu bang mình sinh sống, sau đó lan tỏa khắp nơi. Tạp chí này duy trì mười tám tháng, cho tới lúc nó không còn vui nữa thì mình dừng lại thôi. Không còn sân chơi của mình thì còn rất nhiều sân chơi khác để mình nuôi dưỡng thú vui cầm bút là quá hay rồi phải không anh?

Triều Hoa Đại: Với tư cách là một nhà văn đang làm việc và sinh sống ở bên ngoài đất nước ông có điều gì muốn nói, muốn "tâm sự" với những người cầm viết ở trong nước?

Nguyễn Minh Nữu: *"Với tư cách là một nhà văn đang làm việc và sinh sống ở bên ngoài đất nước",* câu này nặng ký quá anh Triều Hoa Đại. Cũng là một người cầm bút mà nơi cư trú và hoàn cảnh xã hội không giống nhau mà thôi. Tôi nghĩ đơn giản họ cũng như tôi. Từ những vị trí riêng mình, cầm bút luôn là một đam mê và bày giãi. Sẽ có những thách thức để có dám viết chân thực lòng mình hay không. Cái đó mới làm những điều viết xuống được chia sẻ với người đọc. Tôi đã được đọc nhiều tác phẩm giá trị từ trong nước để hiểu rằng sự đa dạng của văn hóa, chất nhân bản vẫn có những cách để tác phẩm chuyển tới người đọc những tín hiệu lạc quan.

Họ có vốn sống từ thực tiễn xã hội, có trăn trở của người sống trong chăn, nhưng họ viết xuống từ góc nhìn nào thì còn tùy từng tác giả cho chúng ta cảm nhận được cái Viết Thực hay cái Viết Giả, để rồi chúng ta tìm thấy những khác biệt và đồng cảm. Điều đó là điều vui mà. Mặc dù có những khác biệt về cách nghĩ, cách nhìn, nhưng tôi thực sự thú vị với những điều mới lạ mà tác phẩm của họ đem lại.

Triều Hoa Đại: Ông có những dự tính gì cho những ngày sắp tới ví như một vài tác phẩm sẽ trình làng chẳng hạn?

Nguyễn Minh Nữu: *Thưa anh, dự định đầu năm tới (2025), tạp chí Ngôn Ngữ sẽ ấn hành cuốn Nguyễn Minh Nữu, Văn Chương và Bằng Hữu. Đó là một cuốn tổng hợp Thơ Văn Truyện Ký và một số bài viết của bằng hữu về Nguyễn Minh Nữu. Chưa phải là một tổng tập tất cả những gì đã viết nhưng đã là một sưu tập tương đối cho chính mình với chữ nghĩa và với những ân tình có được cho đến hôm nay.*

Triều Hoa Đại: Trước khi dừng buổi trò chuyện hôm nay ông có cần nhắn gửi gì thêm với người đọc không?

Nguyễn Minh Nữu: *Xin cám ơn anh Triều Hoa Đại đã dành cho tôi buổi trò chuyện ngày hôm nay. Xin phép anh được lưu lại buổi trò chuyện này trong cuốn sách sắp in.*

Triều Hoa Đại: Một lần nữa xin cám ơn nhà văn Nguyễn Minh Nữu. Chúc anh và gia đình mọi điều tốt lành.

Triều Hoa Đại thực hiện
Tháng 9/2024

KHÁNH TRƯỜNG
Phục Sinh Phục Sinh

Lần thứ ba tôi bị tai biến mạch máu não, đưa đến hậu quả: tay, chân gần như bất khiển dụng. Chân, đi đứng nghiêng ngả, phải ngồi xe lăn. Tay, vụng về, viết khó khăn, chữ được chữ mất, cua còng như trẻ con; cầm, nắm vật dụng nếu thiếu chú tâm, sẽ rơi, đổ. Giọng nói ngọng nghịu và không kiểm soát được âm độ. Mắt trở nên tệ hại, rối loạn lưỡng cực, nhìn bất cứ vật gì cũng thành hai, phải luôn vận dụng đầu óc, kinh nghiệm để nhận định, phân biệt đâu là vật thực, đâu là ảnh ảo. Tệ hơn, không còn khả năng đọc sách, báo, thèm lắm, chỉ có thể đọc một cách vất vả trên màn hình computer với điều kiện phải phóng lớn chữ, và không đọc được lâu, vì phải điều tiết nhãn giới tối đa, gây chóng mặt, chảy nước mắt. Là một họa sĩ, đồng thời cũng là nhà văn, nhà báo, cuộc đời gắn liền với chữ nghĩa, sách vở cùng cọ sơn, màu sắc, thì hậu quả trên còn bất hạnh hơn cái chết. Chết, là lìa bỏ thế giới này, là tan nhòa vào hư vô, là vĩnh viễn không còn nghe, nhìn, biết. Mặt nào đó, chết, là dứt nợ, là thôi ngụp lặn trong cõi nhân sinh. Thế mà tôi vẫn phải tiếp tục sống, với một trí tuệ còn nguyên vẹn trong một bình thịt xương đã hư hại. Điều này quả thực kinh khủng.

Nhưng tai ách chưa dừng lại ở đó, tai ách còn đẩy tôi đến đáy cùng thống khổ. Hơn năm trước tôi lại bị thêm bệnh ung thư thanh quản, cùng lúc với chứng loét bao tử. Ung thư, bản án tử hình đã tuyên đọc, chờ ngày thi hành. Một nghịch lý đến vô lý: khi biết mình bị ung thư, dù vẫn tuân thủ mọi phương pháp chữa trị, nhưng trong sâu thẳm lòng mình, tôi không mong cầu bệnh sẽ hết, trái lại, nếu phải ra đi, tôi mong được ra đi sớm, chấm dứt càng nhanh càng tốt cuộc sống vô bổ, vô vị và tràn ứ buồn đau này. Thế nhưng sau nhiều tháng chịu đựng những phản ứng cực cùng dữ dội qua phương pháp điều trị bằng phóng xạ và hóa chất (radiation therapy & chemotherapy), cộng với phẫu thuật bộ phận tiêu hóa, ung thư cùng loét bao tử tạm thời chấm dứt, để lại thêm cho tôi vài di chứng nữa: tuyến nước bọt bị hỏng vĩnh viễn do phóng xạ, khiến vòm họng lúc nào cũng khô đắng, ăn không còn biết ngon, phải thường xuyên uống nước mỗi vài ba phút; giọng nói đã ngọng còn tệ hại hơn nữa do thanh quản, nơi mọc bướu ung thư, bị tổn thương. Về chứng loét bao tử, sau hai lần xuất huyết trầm trọng, dù đã được tiếp huyết, bây giờ vẫn rất chóng mặt do thiếu máu, cũng như không thể ăn no, khó tiêu, luôn ợ chua, đôi lúc trào ra miệng, làm sặc.

Tuyệt vọng và cô quạnh. Hầu như bất cứ lúc nào, trừ khi ngủ, tôi luôn nghĩ đến cái chết. Chỉ có chết mới thoát được khổ đau dai dẳng này. Làm sao chết? Bằng cách nào? Khi mà ngay cả đi đứng, cầm nắm, tôi còn không thể chủ động.

Ngày tháng trở nên lê thê. Mỗi sáng ra khỏi giường, ngồi trong chiếc xe lăn hướng mặt ra đường, hoặc dán mắt vào TV, nghe, nhìn, nhưng không hiểu gì hết, chỉ ngổn ngang trong đầu những suy nghĩ trầm uất, mỏi mòn chờ đợi ngày tắt, để may ra có thể chìm vào giấc ngủ, thầm mong sẽ không bao giờ thức dậy.

Gần 12 tháng trôi đi như thế, một hôm lang thang trên mạng, tôi tìm đọc lại tiểu sử và thành quả cống hiến cho khoa học của Stephen Hawking. Chúng ta đều biết ông bị bệnh, liệt toàn thân, tứ chi bất khiển dụng 100%, kể cả tiếng nói. Nếu không còn bộ não và đôi mắt hoạt động bình thường, thì ông chả khác gì thảo mộc. Thế mà với nghị lực phi thường, ông đã "viết" được vài cuốn khảo cứu về vật lý. Công ty IBM chế tạo riêng cho ông một computer. Qua tia nhìn, máy có thể nhận tín hiệu, nhảy ra mẫu tự, tạo thành chữ. Sự nỗ lực gần như phép lạ của nhà vật lý là tấm gương, là nguồn an ủi, khích lệ mạnh mẽ vực tôi dậy. So với nhà vật lý, tôi còn may mắn hơn nhiều. Dù khá vất vả, tôi vẫn có thể đọc báo trên các trang web, và vẫn có thể gõ chữ trên bàn phím bằng một ngón duy nhất của bàn tay phải, chữ được chữ mất. Định tâm gõ chữ A, ngón tay lại rơi vào chữ S bên cạnh, hoặc chỉ gõ vào... hư vô vì không ước lượng được khoảng cách từ ngón tay đến phím chữ. Về màu sắc, tuy không bén nhạy như xưa, nhưng dẫu sao tôi vẫn có thể phân biệt một cách tương đối sắc độ của từng màu, qua một... màn sương. Nghĩa là tôi vẫn còn có thể vẽ được, viết được nếu nỗ lực, kiên trì và nhất là tìm ra một cách thể hiện nào đó, phù hợp với những điều kiện giới hạn của thể xác.

Nhưng ý nghĩ vẽ lại, viết lại chỉ mới manh nha, chưa trở thành thúc hối mạnh mẽ. Bởi lẽ tôi đoán biết sẽ vô cùng khó khăn. Sự khó khăn làm tôi nhụt chí. Vả lại, vẽ thêm, viết thêm để làm gì? Tên tuổi, tiếng tăm, nếu có, đã có. Thêm hay bớt một cuốn sách, một cuộc triển lãm thì cũng không vì thế tôi sẽ lớn hơn hoặc nhỏ đi.

Hiểu theo cách nào đó, tôi chưa viết, chưa vẽ lại được, vì chưa hội đủ cơ duyên.

Vài tháng trước, nhà văn Ngô Tự Lập từ miền Đông, nơi anh sắp hoàn tất học vị Ph. D, cùng với nhà thơ Phan Nhiên Hạo đến thăm tôi, trước khi Lập trở về VN. Hai anh nhìn thấy tình cảnh tôi, khuyên tôi viết hồi ký, để giải trí và cũng để ghi lại một chứng từ văn học hữu ích. Trải qua bao nhiêu sóng gió, cùng vô số những "bí mật hậu trường" suốt 15 năm qua. Với văn hữu khắp nơi, từ thế hệ tiền chiến, đang chiến đến hậu chiến của cả trong và ngoài nước. Với cá tính, bản chất cũng như khuynh hướng văn học của từng người. Với nghi kỵ, quy chụp phe phái, chính kiến của chính phủ Việt Nam, và của những tờ báo, người chống đối hải ngoại, chắc chắn hồi ký sẽ được trong, ngoài nước chú ý. Dù bênh vực hay phản bác, vẫn không thể phủ nhận 15 năm qua, tờ tạp chí văn học nghệ thuật biên khảo do tôi chủ trương, đã là một cột mốc quan trọng trong bối cảnh đầy biến cố của văn học Việt Nam hậu bán thế kỷ 20, đầu thế kỷ 21.

Lời khuyên của hai người bạn trẻ, cùng nhà văn Ngô Thế Vinh vẫn thường ghé thăm, như giọt nước cuối cùng làm tràn ly, tôi quyết định tập viết lại.

Tôi có thói quen đã trở thành quán tính suốt mấy mươi năm nay, chỉ vẽ được khi viết, và ngược lại. Đó là hai thành tố bổ sung cho nhau. Đó cũng là lý do tôi vẫn luôn đặt computer bên cạnh giá vẽ. Khi viết, nếu bế tắc, tôi vẽ. Mùi sơn, màu sắc giúp tôi phấn chấn, đầu óc, suy tư trở nên dễ dàng, thông thoáng. Vẽ chán, lại viết. Viết chán, lại vẽ. Với nhịp điệu ấy tôi thường hoàn tất cùng lúc một tác phẩm văn học và một loạt tranh đủ cho một lần triển lãm. Trong dĩ vãng, nhiều cuộc triển lãm cũng đã được khai sinh như thế.

Từ lúc trưởng thành đến hôm nay, hội họa là nghiệp dĩ duy nhất giúp tôi nuôi thân và cưu mang gia đình. Vấn đề còn lại: nỗ lực và quyết tâm, nhất là, như đã nói, phải tìm ra một cách thể hiện mới, phù hợp với tình trạng thể chất hiện tại của tôi.

Tôi may mắn có thể vẽ được bất cứ loại tranh nào, chi li từng cọng tóc, hay vờn bay phóng khoáng vài nhát cọ... Đẹp, xấu chưa vội bàn đến, chỉ biết chắc tôi sẽ tạo ra tranh không mấy khó khăn. Tôi là một họa sĩ, vì thế, tôi vẽ. Bình thường thôi. Gần 40 năm trước, khi trả lời câu hỏi "Ông sáng tác như thế nào?" Nhạc sĩ Phạm Duy cười: "Như... đi đái ấy mà." Phạm Duy muốn nói ông sáng tác dễ dàng, tự nhiên như quy trình vận hành sinh lý, có ăn có uống tất phải bài tiết. Một nghệ sĩ thực sự sống trong cuộc đời, tiếp cận từng phút từng giây với mọi tình huống của con người, hiểu theo nghĩa nào đó, những buồn vui ấy không khác gì lương thực giúp người nghệ sĩ nuôi dưỡng, vun bồi cây sáng tạo. Bài tiết, được hiểu như thành quả xuyên qua quá trình hấp thụ dưỡng chất trần gian.

Là một họa sĩ, theo cách ví von của nhạc sĩ Phạm Duy, tôi đang sống, đang hệ lụy với cuộc đời, đang, dù muốn dù không, nhận vào. Vậy, tôi phải bài tiết, phải vẽ. Giản dị vậy thôi.

Nhưng ngày nay, với đôi bàn tay vụng về, tôi phải vẽ cách nào đây?

Tôi không ngừng tìm kiếm một phương pháp khả thi cho điều kiện giới hạn của thể xác. Dần dần tôi nhận ra, mọi vật thể trên trần gian đều được cấu tạo (do con người hay... thượng đế) bằng các khối hình học cơ bản: vuông, tròn, chữ nhật... Cũng chả mới mẻ gì phát kiến này. Điều quan trọng là tôi đã tìm ra cho cái vẽ của mình một hướng giải quyết: bằng những khối vuông, chữ nhật, tròn... cộng với cảm quan, kinh nghiệm, kỹ thuật, màu sắc, bố cục, ánh sáng... tranh hình thành.

Nhưng khi bắt tay vào công việc, tôi mới thực sự đối diện với rất nhiều khó khăn. Khó khăn đầu tiên, không thể ngồi trên ghế, có thể té ngã nếu vì mải mê với công việc, quên cảnh giác, xoay trở bất cẩn. Cho nên tôi buộc phải ngồi xe lăn, diện tích lòng xe hẹp, bị giới hạn bởi hai chỗ tựa tay, khá bất tiện khi vẽ. Khó khăn tiếp theo, những ngày đầu tôi chỉ có thể vẽ được tối đa chừng 20 phút, tay mỏi nhừ. Muốn tiếp tục, phải dưỡng sức bằng một thời lượng tương đương. Tệ hơn, cọ thường rơi, sơn bắn vung vãi, và những đường ngang nét dọc ngày xưa vẽ dễ dàng bao nhiêu bây giờ vất vả bấy nhiêu. Do không ước lượng được khoảng cách, tôi thường vẽ vào... khoảng không hoặc nhấn quá mạnh tay ở những nơi lẽ ra chỉ nên vờn cọ thật nhẹ. Chưa hết, vì mắt lưỡng thị và không làm chủ được tay nên khó khăn lắm nếu muốn một mảng màu, một đường nét có được sự chính xác như ý. Còn bao nhiêu gian nan khác, chẳng hạn cần lấy tranh ra khỏi giá vẽ để thay một khung bố khác, hoặc mang thùng cọ bẩn đi đổ, rửa... Tôi đành chịu chết nếu vợ vắng nhà, không thể nhờ cậy ai.

Thế nhưng, bằng cố gắng không ngưng nghỉ, từng phút, từng giờ, dần dà, song song với việc viết hồi ký, tôi đã thực hiện được hơn 40 bức tranh dự trù.

Loạt tranh lần này khác hẳn những lần trước, từ màu sắc đến phong cách. Về phong cách, tôi chọn lĩnh vực trừu tượng. Tranh trừu tượng không đòi hỏi chi tiết, sự chuẩn xác tuyệt đối, cho nên những vệt màu, đường cọ sai trật, có khi lại hay. Về tư tưởng, đây là lĩnh vực mênh mông nhất, giúp tôi đi sâu được vào những vùng khuất chìm dưới bề mặt ý thức, đó là lãnh địa của tiềm thức, nơi ẩn tàng, cất giấu, ngụy trang tâm trạng, bản chất, cá tính một con người. Về màu sắc, tôi sử dụng thực nhẹ các gam màu, cũng như cố tình để ngỏ nhiều khoảng trống nhằm tạo ra những không gian mở, giúp khách thưởng ngoạn có được cảm giác nhẹ nhàng, bình yên khi xem tranh. Ngót một năm đắm chìm trong trầm uất, cuối cùng tôi buộc phải đối diện với hiện thực: tôi chưa thể chết ngay được, dù muốn dù không cũng phải sống nốt khoảng thời gian định mệnh đã vạch. Nhưng nếu chấp nhận sống thì bằng cách này, cách khác, phải vượt thoát khỏi tâm trạng tiêu cực kia. Khổ thân đã đành, khổ cả những người hệ lụy.

Khi vẽ, tôi luôn tâm niệm thế, trong suy nghĩ, qua cách thể hiện. Nếu tôi tạo được cảm giác lạc quan cho tranh, cũng có nghĩa tôi trừ khử được sự tuyệt vọng từng chiếm ngự tâm hồn tôi nhiều năm tháng qua.

Do vậy, loạt tranh không có tên riêng cho mỗi bức, tất cả hướng đến một chủ đề: PHỤC SINH.

Phục Sinh, là sống lại, từ cõi chết, về thể chất. Quan trọng hơn, mặt nội tâm, nghề nghiệp. Như đã nói, dù định tâm sẽ vẽ lại, viết lại sau khi chiêm nghiệm gương phấn đấu gần như phép lạ của nhà vật lý Stephen Hawking, nhưng tôi chưa làm, vì chưa có nhu cầu thúc bách, chưa hội đủ... cơ duyên. Chuyện hồi ký là giọt nước cuối cùng làm tràn ly. Nếu không vì muốn viết hồi ký, có lẽ tôi đã buông trôi. Càng vẽ tôi càng nhận ra sự nhiệm mầu của hội họa. Càng vẽ tôi càng xác quyết người ta có thể thù ghét, cay độc, thậm chí truy hại, giết chóc nhau vì tham vọng, u tối. Hội họa thì không. Hội họa xiển dương cái đẹp. Đứng trước cái đẹp, mọi vọng động lắng xuống.

Nhưng như thế nào được xem là đẹp?

Họa sĩ Nguyễn Trọng Khôi có lần nói: Màu vốn dĩ đẹp, chỉ cần bôi màu lên khung bố là đã thấy đẹp. Văn vẻ hơn, chúng ta có thể hiểu, tự thân của màu đã mang trong nó yếu tính của cái đẹp. Vấn đề là biết cách sử dụng cái đẹp ấy, của màu, bằng một quy luật nào đó có tính sáng tạo và đặc thù, làm nên phong cách của mỗi họa sĩ.

Trên dưới 30 năm sống với hội họa, tôi từng tìm đến nhiều phong cách vẽ, từ hiện thực đến siêu thực, từ biểu hiện đến trừu tượng; và nhiều chủ đề, đa phần rất... nặng ký, những mong tiếp cận được với cái đẹp. Thời trai trẻ, cọ xát trực diện với nhiều vấn đề lớn của xã hội vào giai đoạn ấy như chiến tranh, chủ nghĩa, cái chết, tương lai đầy bất trắc của mỗi cá nhân, và của quê hương, tôi đã mượn hội họa như một phương tiện để mang vác những trăn trở. Chiến tranh chấm dứt, lại có những thảm kịch của thời hậu chiến như kẻ thắng, người bại, tù đày, cải tạo, vượt biên, hải tặc, hãm hiếp, chết chóc, lưu vong... cũng là nguồn cảm hứng cho sáng tác. Năm tháng qua đi, hoàn cảnh sống của cá nhân tôi và của dân tộc, trong lẫn ngoài, không ngừng biến động, song song với tuổi tác mỗi ngày mỗi cao, những sôi nổi của thời tuổi trẻ nhạt đi, tôi dần hiểu ra giới hạn của hội họa, chính xác hơn, chức năng đích thực của hội họa. Đó không phải, không thể là vũ khí, công cụ đấu tranh, cải tạo xã hội, nhất là trong thời đại bùng nổ thông tin hiện nay. Điện ảnh và internet chẳng hạn, thừa khả năng thể hiện được tất cả mọi vấn nạn thuộc mọi lĩnh vực liên quan đến nhân loại một cách sống động, đầy tính thuyết phục. Người ta đã mặc cho hội họa những sứ mạng quá lớn. Một thời văn chương, triết học, đạo học, chiến tranh, hòa bình... đã khiến tôi, như hầu hết mọi người trẻ khác, vô hình trung, bị chìm ngập, bị điều kiện hóa bởi lối tư duy tiền chế, sản sinh từ sách vở, được dung nạp một cách vội vã, hăm hở, và dĩ nhiên, hời hợt! Chúng tôi, bọn trai trẻ vào giai đoạn ấy, đã bị những "vấn đề lớn" che chắn, bưng bít tầm nhìn, khiến không còn nhận ra yếu tính cơ bản của hội họa trước hết và trên hết là biểu trưng cho cái đẹp. Mặt phong cách cũng thế, bao nhiêu năm mải mê đuổi theo cái bóng của "những người khổng lồ", vô tình biến mình thành bản sao vụng về, nhếch nhác của "những người khổng lồ" ấy. Tôi không là tôi, chưa từng là tôi. Nói cách khác, tôi quên mất điều vô cùng giản dị này: cái đẹp sẽ trở nên vĩ đại và chỉ có thể vĩ đại nếu nó mang nhân tố khai phá, độc đáo. Bức Guernica bất hủ không phải vì Picasso mô tả cuộc nội chiến Tây Ban Nha, dù nhiều nhà phê bình hội họa đã tụng ca bức tranh như một vũ khí chống chiến tranh mạnh mẽ, mà vì phong cách diễn tả đặc thù Picasso, một phong cách độc nhất vô nhị, trước đó chưa ai từng biết. Ở hầu hết các tuyệt tác của "những người khổng lồ" khác trong lĩnh vực hội họa cũng thế, thường là những đề tài rất tầm thường, quen thuộc hiện diện khắp nơi quanh ta. Van Gogh với lọ hoa hướng dương, đôi giày rách, những cây bạch dương, những người đàn bà ăn khoai tây, cánh đồng lúa vàng, quán cà phê đêm lộ thiên... Những đề tài này có hàng nghìn họa sĩ trên khắp địa cầu, ở mọi thời điểm, đã vẽ, nhưng để trở thành kiệt tác như của Van Gogh, rất hiếm. Chúng ta có thể lầm đóa hướng dương của họa sĩ này với họa sĩ kia, đẹp đấy, nhưng chung chung, bất cứ họa sĩ nào cũng có thể vẽ được, nếu có tí tài hoa. Ở Van Gogh thì không. Những đóa hướng dương quần quại rất Van Gogh, một mình một cõi. Chính cái riêng này làm nên sự độc đáo. Chúng tồn tại vì thế chứ không phải vì những sứ mệnh chúng phải chuyên chở.

Gần chúng ta hơn, và biểu tỏ mạnh mẽ nhất cho cái nhìn thoải mái, nhẹ nhàng này của hội họa là Mark Rothko. Tranh Abstract của Mark Rothko gần như không có gì cả. Chỉ quẩn quanh một mảng màu vàng, hoặc nâu, hoặc xanh... nhỏ, nằm trên một mảng khác chiếm toàn thể diện tích mặt tranh cùng màu, với sắc độ khác, đậm hay nhạt hơn. Vậy thôi, cực kỳ giản dị.

Đừng mất công tìm kiếm trong tranh của Mark Rothko những trăn trở, những "vấn đề lớn". Bởi lẽ ngay cả một vấn đề nhỏ còn không tìm thấy, huống là! Nhưng cũng giống các danh họa khác, trước, chưa ai từng vẽ như thế, sau, nếu có người vẽ như thế, sẽ chỉ là bản sao Mark Rothko. Vì vậy, Mark Rothko tồn tại.

Từ suy niệm này, khi vẽ, tôi thoải mái thả mình trôi theo cảm xúc, thứ cảm xúc của chính tôi, phát sinh từ nội tâm, cộng với màu sắc, bố cục, đường nét. Những yếu tính làm nên cái đẹp. Chủ đề không còn là yêu cầu trọng tâm.

Cảm hứng sáng tác cũng mở rộng biên cương, trở thành bao la. Tôi có thể vẽ bất cứ lúc nào. Nhiều khi chỉ một vệt màu lóe sáng trong đầu, tôi đưa ngay lên khung bố, thế là tranh thành hình. Có khi tư duy trắng xóa, tôi vu vơ bôi màu không chủ đích, và rồi, màu gọi màu, dần dà tranh xuất hiện

Thời gian không còn lê thê nữa, suốt ngày loay hoay trước giá vẽ, tôi quên hẳn bước đi của nó. Cũng có nghĩa chứng trầm cảm có cơ nguy dìm chết mầm sống hầu như đã ra khỏi tâm, thân tôi.

Khánh Trường

Tranh Khánh Trường

HOÀNG CHÍNH
PHẢI LÒNG CÔ GÁI ĐIẾM

1

"Mày có chắc là mày còn *din* không?"

"Chắc."

"Làm sao mày biết?"

"Tao không biết thì còn ai biết nữa?"

Nắng đã tắt từ lâu. Trời đen thẫm bên ngoài. Mùa đã về qua những chiếc lá vàng rơi rải rác theo những câu thơ trong những tạp chí văn chương của thành phố. Mùa thu nằm co trên trang giấy. Heo may lẩn quẩn đầu môi những kẻ gạ tình. Không có mùa thu ngoài đời sống ở nơi này. Hơi nóng vẫn râm ran không khí. Bên ngoài vắng gió. Trong này, chiếc quạt trần lờ lững quay. Và cuộc đối thoại nhì nhằng mãi chẳng đi đến đâu.

"Mày có chắc không?"

"Tao đã nói rồi."

Những cánh tay phe phẩy tấm bìa cứng thêm cho mình chút gió. Nói hoài. Nhùng nhằng như bầy chó hoang giằng co miếng thịt ôi bên khung cửa lò sát sinh. Cuối cùng một đứa nóng ruột ngắt ngang, "Kêu nó chứng minh!"

Một loạt những cái miệng hưởng ứng.

"Ừ, phải đó, kêu nó chứng minh đi."

Một cái đầu gật gù. Rồi nhiều cái đầu gật gù. Và một cái miệng phán, "Chuyện này tối quan trọng, không thể nhập nhằng được. Chứng minh xem nào."

Hắn đè tay lên cuốn sách. Trong đó chi chít những chữ. Hắn như gã thủy thủ đắm tàu, chết đến nơi vẫn còn cố vớt vát được chữ nào hay chữ đó. Mỗi chữ là một phần của kho tàng đầy ắp những ngọc ngà, châu báu. Hắn ngước lên, trừng mắt nhìn những cái mặt nhăn nhở, "Chúng mày điên à? Làm sao chứng minh được. Tao biết tao còn là được rồi."

Tiếng cười khuấy lên, tan vào thoáng gió chiếc quạt trần thong thả buông xuống từ trần nhà lót gỗ. Khu nội trú giờ này lẽ ra mọi người đều phải chúi đầu vào cuốn sách, bởi ngày mai thi rồi. Nhưng sức chứa của đầu óc chỉ có hạn. Giờ này học hết vô nổi rồi. Mọi ngăn trong đầu đã chật ních. Như lũ tàn binh bị vây khốn, cả bọn tuông chạy trong hoảng loạn. Chung quanh đen kịt như bầu trời bên ngoài. Không đốm lửa hy vọng nào le lói. Biết tìm đâu bây giờ. Đành xoay qua cầu cơ xin đề thi thôi. Con "cơ" là miếng gỗ hình trái tim, nghe nói khoét từ nắp quan tài người chết, đứa nào đó trong bọn đã cậy cục đi theo mấy đám cải táng mộ người chết và xin cho được một mảnh gỗ ván thiên, về cẩn thận cưa thành hình trái tim.

Chẳng chờ ngày lành tháng tốt nữa. Mai thi rồi. Bàn cầu cơ với những mẫu tự tô đậm nét. Có cả những mẫu tự mà chỉ tiếng Việt mới có như ă, â, ê, ô, ơ, ư... Mọi thứ đã sẵn sàng. Chỉ còn thiếu hai kẻ tình nguyện. Hai kẻ sẵn sàng đặt ngón tay lên trái tim gỗ đỏ thẫm máu bầm. Nhưng muốn cho "linh" người đặt ngón tay lên con cơ phải còn trinh. Tìm thứ ấy ở cái lũ người này khó hơn mò kim đáy biển.

Cả bọn nhìn quanh. Những con mắt dạt đến đâu, những cái lắc đầu theo đến đó. Chuyện này nghiêm trọng. Như thời trước người ta vẫn tìm trinh nữ để tế thần. Tìm mỏi mắt, cuối cùng những con mắt dừng lại ở hắn. *Nó đây rồi!* Tiếng reo vang động căn phòng. *Giời ạ. Giờ này mà nó còn ngồi ôm cuốn sách dày cộm thế kia!*

Hắn không nhớ rõ mình có đỏ bừng mặt lên vì mắc cỡ (và ngầm hãnh diện) hay không. Lúc ấy hắn đã 20 tuổi. Hai mươi tuổi, hai năm làm sinh viên, nhưng đối diện phụ nữ là mặt vẫn đỏ bừng và hai cánh tay lập tức không biết nhét vào đâu.

Một đứa giật phăng lấy cuốn sách từ tay hắn. "Giờ này còn học hành gì nữa!"

"Có chắc nó còn không? Tao thường thấy nó giấm giúi với con nhỏ Hụt Hơi trên hành lang Cơ Thể Học." Một đứa mách lẻo.

"Mày đừng nói bậy. Nó nhờ tao chỉ cái hình tâm điện đồ," hắn lắp bắp thanh minh.

"Mày thành *cardiologist* hồi nào mà tao không hay vậy nhỉ!"

Cardiologist là bác sĩ chuyên khoa tim mạch. Tâm điện đồ là hình ảnh dòng điện tim vẽ thành sơ đồ trên giấy, còn Hụt Hơi là cô gái học dưới hắn một lớp, có giọng nói lúc nào cũng như sắp đứt hơi. Ban đầu, khi Hụt Hơi hỏi bài, mặt hắn cũng đỏ bừng cơn hỏa hoạn. Riết rồi quen, hắn quên bẵng Hụt Hơi là con gái, nhiều khi hai đứa châu đầu vào nhau mà cãi cọ chuyện tâm thất, tâm nhĩ lao xao cả một góc hành lang.

Tìm ra được sinh vật hiếm quý, cả bọn vây quanh hắn. Mừng như lũ ma men ngã giúi vào quán rượu. Một thằng bới đống sách vở giấy tờ hỗn độn trong hộc tủ lôi ra một xấp hình nhỏ như những lá bài dí vào mặt hắn. Hắn nheo mắt nhìn tấm hình. Một cô gái tóc vàng không mặc gì hết đang ngồi trên bụng tên đàn ông da đen cũng không mặc gì hết.

"Kiểu gì đây?"

Mặt hắn nóng bừng.

Thằng bạn vẫn không tha, "Tao bảo nhìn vào tấm hình rồi nói cho tao biết kiểu số mấy trong 36 kiểu ăn chơi?"

Tiếng cười – rộn ràng như sấm – làm rung cả những mảnh ván gỗ ghép sàn nhà.

"Đứng dậy cho tao khám." Một đứa xốc vai kéo hắn dậy, nhưng hắn không thể nào đứng dậy được.

"Mày bắt nó đứng lên gấp vậy lỡ gãy thì sao. Thôi được rồi tao tin nó còn *din*. Còn *din* mới nhạy như thế."

Nếu sàn nhà lúc này có cái hang, hắn sẽ chui tọt ngay xuống. Da mặt hắn chợt dày lên. Nhưng nhờ vậy mà hắn thành ứng viên chính trong buổi lễ cầu cơ xin câu hỏi kỳ thi ngày mai.

Cuộc điều tra chọn ứng viên phụ cũng gay go không kém. Cả một khu cư xá sinh viên chỉ có một mình hắn là còn nguyên vẹn. Lũ bạn đành chọn một đứa dẫu không còn nhưng cũng chỉ mất cái sự "không còn" cách đó không lâu.

Phải gian nan như thế bởi cầu *cơ* cần hai người đặt ngón tay trỏ lên mảnh gỗ hình trái tim. Hai người để tránh gian lận, mất linh nghiệm. Và nhất là hai đứa ấy phải còn *din* thì mới linh nghiệm. Thiên hạ quả quyết như thế.

Khi bị điểm mặt, cái đứa "mới mất" không chịu nhận việc, bởi nó là đứa sợ ma. Nghe nói lúc nhỏ ở dưới quê, nó đã có lần bị ma giấu trong bụi dâm bụt, miệng ngậm đầy bùn, nên bây giờ nó không muốn dính líu tới bất kỳ ai ở thế giới bên kia. Tuy nhiên với chuyện thi cử, thì không thể ích kỷ, mà phải biết sống cho anh em, bạn bè.

Lũ bạn nhùng nhằng mãi làm nó bực mình, "Tại sao phải hai đứa mới được chứ?"

"Luật nó là như thế." Trưởng nhóm gạt ngang và xoay qua cái đứa đang được phỏng vấn, "Mày mất lâu chưa?"

Cái giọng rụt rè cất lên, "Mới đây thôi."

"Mới đây là bao lâu? Sáu tháng, một năm hay mười năm?"

Vẫn cái giọng rụt rè, "Thứ Bảy tuần trước."

"Tại sao lại mất?"

Cái giọng rụt rè biến mất, thay bằng cái giọng phát ra từ cái cổ hằn những đường gân xanh, "Mày có điên không?"

"Mất mấy lần?" Kẻ thẩm vấn vẫn kiên nhẫn hỏi.

"Làm sao mất nhiều lần được mà mày hỏi ấm ớ thế!"

Tiếng cười lại vang dội một góc khu cư xá.

Cuộc thẩm vấn rút ngắn khi cái đứa can tội dẫn bạn đi chơi bời đứng ra thú nhận chính nó dẫn bạn mình xuống xóm cho mấy cô gái làng chơi giày vò hôm thứ Bảy tuần trước.

Siêng học nhưng cũng ham chơi. Ngoài hắn ra, cả bọn không đứa nào mà không bận rộn chuyện bồ bịch. Đến khi kỳ thi ập đến, đứa nào cũng cuống lên. Không có cách nào khác ngoài chuyện níu kéo những hồn ma chưa kịp đầu thai, vẫn còn lẩn khuất quanh đây để hỏi xem ông thầy sẽ hỏi những câu gì trong bài thi.

2

Giây phút linh thiêng bắt đầu. Những bóng điện tắt ngúm cho ánh nến chập chờn, hắt những chiếc bóng lô nhô lên vách tường. Hắn không tin chuyện cầu cơ. Hắn không thể nào tưởng tượng được cái đám học khoa học thực nghiệm mà lại mê chuyện siêu nhiên, ma mị như thế này. Tuy nhiên hắn không thể trốn tránh cái trách nhiệm cao cả là tìm xem thầy sẽ hỏi những gì trong bài thi ngày mai.

Những con mắt nhắm hờ. Những cái miệng ngậm chặt. Những cái đầu gật gù làm những cái bóng hắt trên vách tường vất vả lắc lư theo. Chợt, mảnh gỗ hình trái tim nhúc nhích. Những tiếng thở hắt ra đầy phấn kích. "Nhập rồi! Nhập rồi!" Tiếng xì xào vuốt ve hắn. Hắn mở hé con mắt phải. Khẽ đẩy ngón tay. Con cơ lại nhúc nhích.

"Xin hồn cho biết hồn là nam hay nữ." Một câu hỏi, từ cái lồng ngực hổn hển sắp đứt hơi vì hồi hộp.

Hắn thong thả đẩy con cơ chạy vào những mẫu tự N. A. M.

"Xin hồn xác định phải là nam giới không?"

Hắn đẩy con cơ qua chữ "Yes."

Lại những tiếng thở phào đầy khoái lạc.

"Đàn ông con trai chúng mày ạ." Đứa nào đó thì thầm.

"Xin cho biết hồn là trẻ em hay người lớn?"

Hắn suy nghĩ. Con cơ ở đầu ngón tay hắn chạy vòng quanh rồi ngừng lại ở số 7.

Một đứa buột miệng, "Vậy là bằng tuổi thằng em tao hồi nó chết đuối." Hắn mừng. Bởi hắn biết rõ về thằng bạn này. Nó ở Phan Thiết về Sài Gòn trọ học. Nó là cái đứa ban nãy bắt hắn phải chứng minh nọ kia. Thế là thằng sinh viên từ Phan Thiết lên Sài Gòn trọ học trở thành quyền uy, nó dõng dạc, "Xin hồn cho biết quê quán?"

Con cơ chạy theo đầu ngón tay trỏ của hắn thành cái tên "Phan Thiết."

Gặp người nhà rồi! May quá! Người nhà chắc chắn sẽ giúp tìm đề thi cho tụi mình. Tiếng xì xào dấy lên trong hân hoan.

"Xin cho biết hồn chết vì lý do gì?" Một đứa hỏi.

Đứa khác gắt, "Hỏi làm gì chuyện vớ vẩn ấy, lo cái đề thi đi kìa."

Những câu hỏi tuần tự tuôn ra. Những thằng bạn của hắn như bị ma ám, bỗng dưng hỏi toàn những chuyện ngoài đề, như thể thay vì bắt xuất trình giấy tờ tùy thân, chúng nó bắt "hồn" trả lời một số câu hỏi liên quan đến chi tiết cá nhân. Có đứa đa nghi còn hỏi cả tên vị giáo sư trưởng bộ môn Vi Trùng Học. Những câu hỏi làm mệt hắn, làm nhức cái đầu suy nghĩ, làm mỏi con mắt nheo nheo và mỏi cả cánh tay cứ phải duỗi thẳng để con cơ đánh vần cho đúng.

"Xin hồn cho biết có phải hồn chết đuối không?"

Ngón tay hắn chạy đều. Những con mắt dõi theo và thì thầm đánh vần, "K.h.o.n.g. q.u.a.n.t.r.o.n.g. A! hồn bảo không quan trọng. Hỏi câu khác đi."

"Xin hồn cho biết thầy Vi Trùng Học sẽ hỏi những câu gì?"

Cả lũ lại lẩm nhẩm đọc cái câu hồn vừa phán, "Không quan trọng."

Thằng bạn Phan Thiết ngao ngán lắc đầu, "Chắc hồn còn nhỏ quá nên không biết gì hết."

Con cơ đầu ngón tay hắn và thằng bạn đứng sựng lại. Hỏi thế nào cũng không nhúc nhích nữa.

"Mày nói lời xúc phạm, hồn giận, hồn thăng luôn rồi." Một câu trách móc. Thêm vài ba câu trách móc nữa, rồi đến những câu năn nỉ. Nhưng năn nỉ thế nào hồn cũng không nhập nữa. Bởi hắn đã mỏi tay rồi.

3

Tối hôm ấy *hồn* chẳng giúp gì cho cái đám ham chơi, kết quả là quá nửa số tín đồ cầu cơ không đủ điểm môn Vi Trùng Học, phải thi lại khóa hai.

Chuyện cầu cơ đêm ấy cho đến bây giờ cả lũ vẫn tin là có thật. Riêng hắn, mỗi lần nghĩ tới hắn lại thích thú cười thầm. Đó là lần cầu cơ đầu tiên và cuối cùng của hắn, bởi sau đó không lâu, hắn thành người lớn, không còn tiêu chuẩn ngồi đặt ngón tay lên miếng gỗ hình trái tim mà vẽ chuyện nữa.

Số là một buổi chiều thằng bạn khỉ gió kia dài lời thuyết phục rằng "mày học Cơ Thể Học, Sinh Lý Học, mày khám bệnh nhân mà mày chỉ coi hình trong sách là chưa biết gì hết ráo. Đi theo tao. Có chết đâu mà sợ."

Thằng bạn nói đúng. Chả ai chết cả.

Hoàng Chính

*(Trích đoạn truyện dài "**Ông Thầy Thuốc Trẻ Và Cô Gái Điếm**" sắp xuất bản)*

PHƯƠNG TẤN
Túy Ngọa Sa Trường
Quân Mạc Tiếu *

Từ tâm thu lại di truyền
Chân con giải phóng bóng thuyền vong lưu

Hồn xô tay phất oan cừu
Tiền thân tự đó thu mình quạnh hiu

Ý lao lung, ý tiêu điều
Ý trong lưng ngựa dập dìu thổi lên

Mạng buồn một kiếm lênh đênh
Một gươm vóc nọ trôi lên chiến trường

Đạn chim chíp, vỗ hoàng lương **
Thây lăn lóc, vỗ thiên đường hò reo ■

―――
(*) Câu thơ trong bài thơ Lương Châu Từ của Vương Hàn.
(**) Hoàng lương (kê vàng): Tất cả là huyễn mộng.

PHẠM CAO HOÀNG
Thơ Tặng Hai Con Gái

1. HAI MƯƠI LĂM MÙA LỄ TẠ ƠN

Cho Anh Kim

Mười sáu tuổi con rời đất nước
bỏ lại sau lưng ngày tháng học trò
bỏ lại sau lưng buồn vui tuổi nhỏ
bỏ lại bạn bè, trường lớp, thầy cô.

Hôm ra đi mắt con rướm lệ
nhìn vào mắt con ba thấy một nỗi buồn
nhìn phía trời xa thấy tương lai phía trước
mình lên đường, con nhé, Anh Kim.

Rồi mình đến nơi miền đất mới
ở quê người con tiếp tục đến trường
con đi làm thêm giúp ba giúp má
con trải lòng mình thương chị thương em.

Ngày tháng đó làm sao ba quên được
những khó khăn gian khổ nhọc nhằn
những buổi tối chờ con về từ thư viện
nhìn lên trời ba thấy một vầng trăng.

Rồi cũng giống như bao nhiêu người con gái khác
ngày vu quy con bước theo chồng
hôm con đi nụ cười con rạng rỡ
nhìn vào mắt con ba thấy một mùa xuân.

Và mới đó mà hai mươi lăm năm rồi, con nhỉ?
hai mươi lăm lần mình cúi xuống tạ ơn đời
tạ ơn đất, tạ ơn trời, tạ ơn tất cả
đã cho mình có được những ngày vui.

Virginia, tháng 11.2024

2. CHIỀU THU NGỒI BÊN RỪNG

Cho Quỳnh Anh

Và gió thổi
suốt buổi chiều hôm ấy
ba ngồi như pho tượng
bên rừng
những chiếc lá mùa thu
vừa rơi xuống
ba chợt buồn
và thương nhớ Quỳnh Anh.

Con lấy chồng xa
đường xa vạn dặm
má mong con về
nấu cho con một bữa ăn
các chị mong con về
nghe tiếng con cười rộn rã
ba mong con về
để được bên con.

Con lấy chồng xa
và xa mù mịt
mỗi năm một lần
con về thăm nhà
ba chỉ muốn thời gian dừng lại
thêm một ngày con ở lại bên ba

Và gió thổi
suốt buổi chiều hôm ấy
ba ngồi đây
im lặng
bên rừng
nhìn về phía chân trời xa thẳm
ba chợt buồn
và thương nhớ Quỳnh Anh ∎

Virginia, ngày đầu thu, 22/9/2024

TRẦN ĐÌNH SƠN CƯỚC
Thu Đam Mê

Vẫn THU
dù vắng nhà
Maple xanh mùa hạ
Ngả nâu vàng
THU sang...

THU sang
Chút buồn...
Rơi
nhẹ nhàng...

Cây con từ hạt mẹ
Đất trời và nắng gió
Lá xanh thay lá đỏ
Dâng đời
THU đam mê...■

M.H. HOÀI LINH PHƯƠNG
Trên Cuộc Tình Tôi

Sao người đã phụ tình tôi
Còn theo dõi bóng tôi hoài ngàn năm?
Yêu người từ thuở tóc xanh
Vàng thu tóc úa, quẩn quanh... còn buồn

Người phụ sao còn nhớ đến tôi?
"Chia Buồn " – mong ánh mắt tôi vui
Đại tang khăn trắng bùng trong gió
Tiễn Mẹ nghìn thu... tận cuối trời

Mãi mãi tôi là con ốc nhỏ
Nỗi buồn ngậm kín một mình thôi
Sao người giục giã hồi chuông gọi?
Trong những thanh âm uất nghẹn lời

Người phụ tình tôi – quay hướng khác
Trên miền thơ ấu áo mơ phai
Đời đã chia lìa muôn lối rẽ...
Còn tiếc làm chi giấc mộng dài?

Tôi ở phương này – Đông-Bắc lạnh
Biết người Tây-Bắc vẫn hoài trông
Sao xưa hương cốm sang nhà khác?
Để lại cho nhau những bận lòng...

Người đã trôi qua bờ bến lạ
Nửa vầng trăng vỡ đoạn tình nhau
Tôi – sân ga nhỏ buồn muôn kiếp.
Nhắm mắt vờ quên... một chuyến tàu. ∎

NGUYỄN NAM AN
Ngồi Ước Kiếp Sau

Bây giờ không còn cha còn mẹ
Không ai, chỉ ít ít bạn bè
Ngày ngày trốn vào thơ không nổi
Cũng đành chữ nghĩa vất mẹ thôi

Em muốn ta thiền, tu vậy đó
Đã tin không nổi biết sao làm
Rồi khó chịu chi xưa lính tráng
Nhớ hoài trong giấc ngủ vang vang

Bây giờ sáng sáng khi tỉnh thức
Chịu thôi anh nghĩ biết gì đâu
Một đứa bỏ đi còn ngoái lại
Một đứa [chết rồi!] nhớ đâu đâu

Đâu đâu mà thấy gần nhau quá
Kiếp sau anh ước được làm chuông
Hay là cái mõ cho em khỏ
Chắc vui! Nghe kệ với kinh chùa! ∎

19/9/24

VƯƠNG HOÀI UYÊN
Rộng Và Hẹp

Trái đất này nhỏ hẹp biết bao nhiêu
Nó chỉ là một vòng tròn khép kín
Đi bao nhiêu
rồi cũng trở lại điểm khởi đầu
Khi con người thật sự yêu nhau.

Trái đất này cũng rộng lớn biết bao
Chỉ cần quay lưng
Là muôn trùng cách biệt
Khi con người thật sự mất nhau!

Hai ta cũng đã một lần quay lưng như thế
Em vừa đi vừa khóc
Anh lặng yên cúi đầu
Đi gần hết cuộc đời vẫn chưa thể gặp nhau

Trái đất tròn
như giọt lệ thương đau
Mênh mông rộng
nhưng vô cùng nhỏ hẹp ■

DAN HOÀNG
Hẹn Hò Ở Phố Bolsa

Anh hẹn em thứ Bảy nơi góc phố,
Trời Cali rực rỡ ánh nắng vàng.
Thu thẹn thùng mang về những làn gió,
Lạnh mơn man vừa đủ hồn đi hoang.

Phố Bolsa dập dìu người qua lại,
Mình bên nhau như thủa mới đôi mươi?
Tay trong tay nhớ một thời thân ái,
Trộm hôn nhau bên hè phố vắng người.

Đôi má em bỗng bừng lên đỏ thắm,
Mắt ngập ngừng nhìn anh mãi lặng im.
Cơn gió vô tình lùa vào cổ ấm,
Đưa chút hương tình lên mắt lim dim.

Vào quán cóc kêu ly chè sương sáo,
Chưa ăn mà đã ngọt lịm đến hồn.
Cầm tay nhau thấy cuộc đời huyên náo,
Chai sạn sần sùi những ngón tay thon.

Vẫn tiếng cười giòn còn hơn pháo Tết,
Tiễn ngày đi bịn rịn đến lạ lùng.
Tà áo vàng như ấp ôm từng nét,
Của yêu thương tha thiết mãi trong lòng.

Tình vợ chồng bao năm mà vẫn mới,
Nghĩa Tào khang bồi hổi mãi ân cần.
Xuân vô tận giữa cuộc đời thay đổi,
- Tình nhân ơi với năm tháng xoay vần!

Anh viết cho em bài thơ hò hẹn,
Chẳng phải một lần mà cả trăm năm.
Phố Bolsa mỗi lần chúng mình đến,
Là về quê hương sống lại ấm êm ∎

Phố biển, 09/29/24

THỤC UYÊN
Đoản Khúc Cho Quê Hương

Em về mộng đã rã rời
Gió lay mái tóc rối bời khăn sô.
Em lau nước mắt chưa khô
Cười đi cơm áo còn xô dạt đời

Mưa dầm ướt lệ ngàn khơi
Nước lên mau quá chơi vơi mẹ buồn.
Rưng rưng tràng hạt vô thường
Nước bao vây kín cùng đường mẹ ơi!

Nước lên trắng xóa một vùng
Em xa lạ giữa mê cung thật buồn
Nước còn cau mặt tang thương
Triều lên chấp chới tuyệt đường tử sinh

Ngày lên thắp cạn niềm tin
Mắt em bóng tối dặm nghìn quê hương
Núi non lở loét trăm đường
Em qua truông sớm tai ương rập rình

Gió nào trở chứng kiêu kỳ.
Tung tăng tàn phá tức thì giang san
Gió reo lồng lộng đại ngàn
Mảnh đời tơi tả tan hoang gió cười

Mưa chiều ướt lệ ngàn sau
Chuyến xe thổ mộ chở sầu quan san
Mẹ an vui ở suối vàng.
Em mông lung giữa thiên đàng trần ai

Mẹ ngồi tụng một trang kinh
Câu kinh huyết lệ tạ tình bốn phương
Con ơi rừng đã cạn nguồn
Mẹ khô nước mắt khóc buồn quê hương ■

NGUYỄN AN BÌNH
Mây Trắng Hồ Truồi

Hồ Truồi hồ Truồi
Xanh màu ngọc bích
In sắc mây trời
Phải "Tuyệt tình cốc"
Lòng người chơi vơi.

Cao ngất Trường Sơn
Sóng vờn Bạch Mã
Hoa vàng ngát thơm
Rừng tràm xanh lá
Bướm chạm mùi hương.

Đi giữa trời mây
Con thuyền xuôi mái
Bên người phút giây
Gương soi bóng núi
Tình làm sao khuây.

*
Hồ Chuồi hồ Chuồi
Bao dòng suối nhỏ
Hợp về một nơi
Tìm trong hạc nội
Mây ngàn còn trôi?

Vắng tiếng chuông chùa
Chìm trong sương trắng
Một ngày không mưa
Bừng lên sắc nắng
Đâu tiếng gà trưa?

Ấm một bàn tay
Người cùng ta nhé
Về ngủ am mây
Vui cùng lá cỏ
Quên hết tháng ngày ■

6/7/2024

―――――――――

*Hồ Truồi: thuộc xã Lộc Hòa, huyện Phú Lộc, tỉnh Thừa Thiên, Huế

VINH HỒ
Thương Thầy Thích Minh Tuệ

(Cảm tác từ một tấm ảnh của Vivian Phạm)

Giữa xã hội văn minh, tân thời
Xuất hiện vị chân tu lạ đời
Buông bỏ mọi tiện nghi vật chất
Gót chân trần đi khắp muôn nơi

Mỗi ngày chỉ ăn một bữa thôi
Chiều xuống vào nghĩa trang ngủ ngồi
Sáu năm lầm lũi đi, đi mãi...
Một bóng cô đơn giữa núi đồi

Sự giản dị, chân thành, mộc mạc
Lay động hàng trăm ngàn trái tim
Tu khổ hạnh theo chân Đức Phật
Bao cao nhân ngưỡng mộ đi tìm ∎

June 5, 2024

ĐẶNG HIỀN
Về Cùng Nỗi Nhớ

Khi mùa thu là em
Nắng mênh mang mắt biếc
Gió mơ màng từng chiếc lá xanh
Hôm qua, có trăng về cùng nỗi nhớ

Khi tình thu là em
Bắt đầu giữa tháng mười sương
Câu thơ ngại ngùng thật nhẹ
Như chiếc gối ôm giấc ngủ một mình

Khi mùa thu gọi em
Trong lời róc rách của đêm
Giọt sương rơi vào mộng mị
Em hồn nhiên nắng sớm

Khi mùa thu nhẹ lên
Hòa cùng tiếng hót bầy chim
Em nuôi bên vườn mộng tưởng
Tôi mất câu thơ vướng xuống tay người

Khi mùa thu là em
Vẽ cùng nỗi nhớ... ■

TRẦN VẤN LỆ
THƠ MY THỤC TẬP THỨ HAI MẤY DẶM VỀ XƯA

Cách nay, 2024, ba năm trước, 2021, tôi có đọc thơ My Thục, tập đầu tay, tập đầu tiên, Rồi Cũng Trăng Về. Tôi dạo trên Fb, tôi thấy có, qua lời giới thiệu rất kiệm của Hoàng Lộc: "Bạn tôi vừa khoe con của bạn mới xuất bản tập thơ". Thật vắn tắt, tên tác giả là My Thục và nhan đề thi tập là Rồi Cũng Trăng Về. Tôi không có "ấn tượng" gì. Hoàng Lộc là một Nhà Thơ nổi tiếng vì thơ Hoàng Lộc rất Hay, Hoàng Lộc nghiêm trang nhưng cũng rất tình tứ. Tôi phục tài của Hoàng Lộc và có niềm tự hào là anh ấy giống mình, một thời lính tráng... Lính mà! "Lính yêu Núi Sông, yêu cả... Thơ!". Tôi để ý xem tập thơ ấy có để trên kệ của tiệm sách nào không thì đi mua. Tôi nghĩ vậy thôi cho qua biền vì các tiệm sách đều nói giống nhau: "Chúng tôi chỉ nhận truyện không nhận thơ!". Ngày tháng trôi qua...

Sau đó, cũng trên Fb, nhà thơ Lê Mai Lĩnh viết hơi không nhiều về tập thơ của My Thục. Câu của nhà thơ Lê Mai Lĩnh cắn nhẹ lòng tôi: "My Thục có nhiều triển vọng". Vậy là tập "Rồi Cũng Trăng Về" có "vấn đề". Tôi phải đi tìm trên thế giới ảo. Tôi mua được tập thơ ấy từ quê nhà! Ôi! Là Đẹp! Là Hay! Tôi nhận được nó qua đường bưu điện. Một cái hộp rất lịch sự và dán tem khá nhiều, cộng lại thấy bưu phí rất cao, thêm cái nhãn "Gửi Máy Bay / Par Avion". Tôi cẩn thận mở ra, hơi khó. Tôi thỏa lòng khi thấy nó là Thi Tập "Rồi Cũng Trăng Về". Tôi đọc hơi mau và hồi âm người gửi, hơi nhiệt tình: "Thơ Hay

Lắm! Sách in Đẹp, Nhã". Tôi có viết một bài "cảm tưởng" không dài, đăng trên Fb của tôi... Rồi cũng quên đi, ba năm nay...

Ba năm nay trôi qua, âm thầm, lặng lẽ. Thỉnh thoảng thấy My Thục trên Fb... trên đường đi ở nhiều nước trên thế giới, châu Á, châu Âu, châu Mỹ. Tôi hy vọng "mình lại sắp có một tập thơ mới nữa của tác giả này". Với tôi, My Thục là một người-làm-thơ-có-vốn". Thơ My Thục nằm ở dạng Thơ mà thực chất là Tiếng Lòng. Tôi có hơi "lạnh" khi thấy My Thục đứng giữa Thành Phố Paris nửa đêm nhìn ánh sáng của một thành phố thế giới.

Bây giờ, tháng 8 năm 2024, cũng trên Fb, nhà thơ Hoàng Lộc có bài viết về tập thơ thứ hai của My Thục. Anh viết rất nghiêm túc của bậc trưởng thượng. Anh đếm số bài in trong tập... và đặc biệt anh "phê bình" thơ Lục Bát của My Thục. Anh khen. Anh có sắp xếp nhiều bài thơ Lục Bát thành một bài Lục Bát, rất chi "cô đọng" và "tuyệt vời" (chỉ là từng cặp câu thơ trong một số bài của My Thục), cho thấy My Thục làm thơ Lục Bát rất "nhất quán", "huyền ảo" và "lung linh". Chắc chắn cách phê bình của Hoàng Lộc đánh thức Tình Yêu Thơ của nhiều người. Tôi càng yêu quý anh Hoàng Lộc và kính trọng anh Hoàng Lộc.

Anh Hoàng Lộc có gửi tôi trọn vẹn thi phẩm mới của My Thục qua dạng Net, tôi chỉ bấm và lật đọc từng trang... Anh muốn tôi có ý kiến. Tôi hồi âm: "Thơ My Thục toàn bích, chỉ có bài nói về Cây Ổi Sẻ khiến tôi nao nao". Tôi ghi nhớ điều tôi "có ý kiến" với Hoàng Lộc. Cũng khá nhiều ngày tôi không khỏe nên chưa thực hiện lời tôi hứa. Nay thì... OK phần nào. Tôi tin tôi bằng lòng tôi, trước hết, sau đó thì tùy lòng độ lượng khoan dung của người đọc bài của tôi viết về bài thơ Thơm Mùi Ổi Sẻ của My Thục... mà chín bỏ làm mười, mười một, mười hai...

Đây, nguyên văn bài thơ đó...

THƠM MÙI ỔI SẺ
Tặng ba Vũ của Thụy Kha - Tâm Khánh

cứ nhớ cái thời em còn đi học
anh hay rình rình tặng ổi cho em
mấy trái ổi vừa độ chín nên thơm
em ăn nhín, để dành trong cặp vở.

*Chiều tan trường em lấy ra ăn nữa
ăn hết nhanh và bước vội về nhà,
mẹ nghe mùi ổi lại hỏi ai cho
sợ anh bị rầy, em đành giấu mẹ.*

*Em biết người ta thường chê ổi sẻ
ai cũng khoe ổi xá lị (ổi tàu?)
nhà anh nghèo, cây ổi sẻ vườn sau
đến mùa ổi lại tìm em trao tặng*

*Mới đó mà anh ra người phiêu lãng
mới đó mà em về một bến sông
loại ổi xưa ít còn thấy ai trồng,
vẫn cứ trong em thơm mùi ổi sẻ!*

(Thơm Mùi Ổi Sẻ, My Thục, NXB Văn Học Hà Nội Việt Nam, 2024, trang 52 & 53).

Bài thơ chỉ có 4 khổ, mỗi khổ 4 câu. Nhỏ. Và nhẹ tênh. Chắc bằng trọng lượng của một trái ổi sẻ, nhỏ và nhẹ tênh!

Cây ổi sẻ không ai trồng. Tự nhiên nó mọc trong vườn, ở nhà quê. Nó là Ổi-Chim-Ỉa (chim ăn ổi chín đâu đó, bay ngang vườn nhà mình "làm vệ sinh trên không" mọc thành cây, đơm hoa kết trái - một dạng với loại ớt hiểm hay ớt xiêm). Trái của loại ổi này nhỏ, rất nhiều, khi chín hườm hay chín rục vẫn có mùi thơm "đặc trưng" của ổi và vị chua ngọt rất dễ thèm. Thường thì chủ vườn nhổ bỏ, cây nào lên được, gần chái nhà không bị nhổ đi thôi. Nó cho bóng mát, nhiều trái, ai muốn hái bao nhiêu cứ hái, không cần xin xỏ hay xin phép chủ vườn. Ăn cốt cho vui miệng để "tám" chơi với nhau về những chuyện khác.

Cây ổi sẻ trong vườn nhà bạn của My Thục không ai nói cho My Thục biết về "sự tích" của nó. "Anh chủ nhỏ" của nhà có cây ổi ấy hái trái vừa chín đem cho My Thục làm quen... Hồi nhỏ! Hồi còn chung trường, chung lớp... mà hai đứa ngồi hai chỗ khác nhau (xa mút chỉ đường trần). Chuyện thật là tồ lô! My Thục "giỏi" nghề thơ bèn làm thơ... Nhiều người giỏi hơn My Thục đố ai làm được đó! Tôi có vài người quen ở Duy Xuyên, Quảng Nam, hay nhắc chuyện làng xóm... Chúng tôi có đôi lần nhắc đến cây chuối hột, cây chuối cơm, cây ớt hiểm, cây rau tàu bay... Bây giờ đọc bài thơ Thơm Mùi Ổi Sẻ của My

Thực lòng càng nhớ bạn! Và đương nhiên là có nhớ My Thục, ai biểu cũng người Duy Xuyên!

My Thục khiến tôi nhớ nhà tôi dễ sợ! Nhà tôi ở làng Xuân Phong, Bình Thuận, vườn rộng mênh mông, có cây ổi sẻ gần nhà bếp, lớn lắm, cao lắm, trái ra nhiều, Ba Má tôi không hề có ý định chặt bỏ nó. Nhưng nó đã bị "tiêu thổ kháng chiến" theo bao nhiêu lần "đổi đời". Không trách móc ai được. Ai cũng có lý do chính đáng làm cho đồng bào của họ nổi cơn buồn kể cả chửi thề lung tung. Tôi biết ơn My Thục, khi không nói về ổi sẻ, chạm lòng tôi quá chừng.

Một chút hờn hờn vậy mà tôi "quyết" cho thơ My Thục có vấn đề. Tôi không tốt. Tôi báo cáo với anh Hoàng Lộc là thơ My Thục "toàn bích", tôi nặng nề chi một chút điên khùng thế nhỉ? Tôi ăn năn, sám hối làm sao? My Thục hứa nha, cuốn thơ sau tránh giùm cho người đọc chút vẩn vơ không đáng ghét. Tôi cũng hứa với lòng: từ nay thấy thơ thì tránh càng xa càng ổn định... tình hình trong mọi tình huống!

oOo

Tôi muốn "bàn làm không bàn lùi", nghĩa là muốn nói thêm về thơ MY THỤC, nhưng tôi đang không còn là tôi, kéo dài chỉ lê thê... Nói về thơ My Thục mà nói dài dài ra tí hay bắt cho hết cái mơ màng của mình thì mình đi vào cõi thơ... Tôi chắc cõi Tiên, cõi Bồng Lai... hay cả Vườn Bích Câu ở Đà Lạt, đồi Cỏ Hồng ở quận Lạc Dương Tuyên Đức cũng là Xứ Sở Thơ Của My Thục thôi. Xứ sở nào cũng có biên giới, xứ sở Thơ của My Thục không có Lãnh Sự Quán, xin bạn cứ yên tâm ra vào thoải mái! Tiếc một điều: Thơ là Tự Do nhưng đã là Tự Do thì nó quá Hiếm! Ở Việt Nam, qua internet, tôi có khâm phục tài hoa thơ của Phạm Hiền Mây, Thiên Nga, Đinh Thị Thu Vân, Dung Thị Vân, Trần Thị Lam... nhiều nữa kia, tiếc là trời đất khói sương!

Tôi muốn ôm siết ông Nguyễn Đình Chiểu, muốn nghe ổng dạy bảo tôi: *"Lời quê dù vụng hay hèn cũng xin lượng biển uy đèn thứ cho!".*

Trần Vấn Lệ

LÊ CHIỀU GIANG
TIẾNG HÁT TỪ BI

> *"... Cho ta thành mơ*
> *Sống yên trong lời thơ*
> *Vắng tanh.*
> *như đời gió..."*
> [Chopin / Phạm Duy]

Dù xa xôi cách trở đến đâu, điều ước mơ duy nhất là mong gặp lại Chị. Tôi biết, ở một góc trời nào đó, Chị cũng thường nhớ và ao ước như tôi. Đời sống, chợt có những ra đi biền biệt không ngờ, như một tiếng hát vút bay, rồi mất tăm trong gió.

Tuổi nhỏ tôi quấn quít, líu lo bên nhà Chị nhiều hơn với Mẹ. Chị giải giùm tôi những bài toán khó, sửa lại những câu văn ngớ ngẩn và còn giúp tôi nhớ tên nhiều nhân vật trong những bài sử dài lê thê... Giọng nói Chị vừa dìu dặt, vừa ấm áp. Đặc biệt Chị hát rất hay, khi hát cổ Chị ngước cao với mắt nhìn chìm đắm. Chị đẹp, nhan sắc óng ánh của một loài chim quý, Chị học Văn Khoa khi tôi còn lẽo đẽo lớp tám. Tôi nhỏ xíu trong lứa tuổi nhõng nhẽo dễ thương, Chị bao dung cười khi tôi lằng nhằng vòi vĩnh...

Nhân vật Chị yêu thương. Tài hoa, đẹp, và bạt mạng. Tôi thích Anh, một phong cách giang hồ mỗi lần ngồi với guitar, đàn theo tiếng Chị hát. Khán giả duy nhất là tôi, rưng rưng bên dòng nhạc mơ màng. Những giấc mộng của tôi như đã mơ hồ với theo cùng tiếng hát mênh mang, vời vợi... Tôi hát theo và nhận ra giọng mình cũng ngân vang, thanh thoát.

Không hát về Chú Cuội, Hằng Nga. Tôi mê nhạc Phạm Duy với những lời ngọt ngào, xa vắng. Đôi khi Anh cũng nương tiếng đàn theo giọng hát non nớt, bé bỏng của tôi và Chị thường khen như một lời khuyến khích.

Lên tới lớp mười, Ba Mẹ bắt tôi học thêm ở nhà với một cô giáo dạy kèm, thay vì tìm cớ sang nhà Chị, lo đàn hát và tíu tít vui chơi nhiều hơn bài vở.

Chúng tôi chỉ còn gặp nhau mỗi ngày cuối tuần và đặc biệt, tôi rất ít được gặp Anh, bởi Anh không tới nhà Chị những ngày chủ nhật.

Khi thấy Anh đứng trước cổng trường, tôi vui mừng chạy tới, cứ như mình chờ đợi đã từ rất lâu.

Anh nói muốn đưa tôi về. Chẳng thắc mắc, tôi vén vạt áo dài ngồi nghiêng trên Vespa và véo von cười nói... Lạ lùng, chúng tôi không hề nhắc tên Chị.

Lần thứ hai, rồi thứ ba và những lần sau nữa...

Anh chờ tôi trước cổng trường đã thường xuyên mỗi ngày. Tạo cho tôi một thói quen, ngồi học mà chỉ mong cho thời gian mau hết, mong giờ nghe tiếng chuông tan. Tôi bắt đầu điệu đà, xoa lên môi chút son nhạt, để khi gặp Anh, mắt tôi cùng môi hồng cười vui, lúng liếng.

Những ngày mưa, trong lớp học nhìn ra sân trường, gió thổi tung bay ngàn lá rụng. Tôi cầu mưa ngưng rơi, hay chỉ còn chút mưa nho nhỏ, để tôi sẽ úp mặt mình sát vào lưng Anh, trốn ướt...

Rất khó định nghĩa về tình cảm của Anh và tôi là gì? Lập luận như một sự bao che cho cả hai, tôi nghĩ Anh xem tôi như một cô em bé nhỏ.

Thiên hạ bắt đầu những xúc cảm bằng mắt, qua dáng vẻ hấp dẫn, đẹp bên ngoài. Có khi rung động bởi thính giác, để xao xuyến, nhớ hoài một giọng nói êm đềm, trìu mến...

Với tôi, là những mùi hương.

Tôi đã chợt nhớ thiết tha chút mồ hôi trên áo Anh nồng nồng, mằn mặn. Khi chiếc xe lao đi, chợt ngưng lại gấp gáp, mũi tôi chúi vào lưng áo Anh... Là khi tôi bàng hoàng, nhận biết điều mê đắm.

Tôi tránh gặp Chị mỗi cuối tuần bởi mặc cảm nói dối. Dù tôi chẳng làm gì sai trái, chỉ thích được ngồi sau lưng Anh, thở với hương thơm từ lưng áo âm ấm ướt, ngai ngái chút mê man như có ẩn chứa nhiều điều bí mật... Khứu giác, một tín hiệu chân thực, tín hiệu không cần tiếng nói, tín hiệu tuyệt vời, dù lặng câm.

Anh nói với tôi đã chẳng còn gặp Chị. Không vớ vẩn hỏi tại sao, nhưng lờ mờ tôi đoán thủ phạm phải chính là mình.Thoáng chút ân hận, biết Chị đang mong chờ Anh trong khổ đau, buồn bã. Tôi nghĩ sẽ tránh mặt, tự hứa không bao giờ gặp lại Anh nữa.

Nhưng tôi cứ quấn quít theo gió sau lưng áo Anh, cùng với hương nồng quen thuộc. Tôi đã áp sát tóc trên áo, để đêm về mê muội, hít hà trên tóc chút thơm tho còn vương vất...

Hôm Chị sang nhà thăm Ba Mẹ. Tôi ngờ ngợ chút xấu hổ, nhưng vẫn vờ líu lo... Chị hẹn gặp tôi chiều mai, trong buổi họp bạn ngày Chị mãn khóa.

Với chiếc áo đầm đẹp, vàng óng ả. Tôi rực rỡ, yêu kiều nhất giữa rất đông bạn bè của Chị.

Anh không đến. Tôi vui ngấm ngầm, điều mà sau này tôi ân hận, vì hiểu ra mình là con bé vừa đành hanh, vừa độc ác.

Có ai đó đàn theo tiếng hát Chị, tiếng hát vút cao chan hòa với chút nắng bên ngoài.

Chới với, tôi nhận ra mình đang nhớ tiếng đàn cũ.

Anh không có đây, nhưng tưởng như Anh ngồi đó cùng Chị và tôi, với tiếng đàn óng ánh và ngạt ngào theo tiếng hát ...

Chỉ mấy tuần thôi, Chị và tôi đã không ngồi với nhau, từ khi Anh đưa đón tôi trước cổng trường. Mới đó, mà sao tôi đã nhìn chị như lạ lẫm, dửng dưng?

Chị thông minh, nhạy bén. Không nói ra, nhưng tôi hiểu Chị biết hết vì sao Anh đã chẳng còn đến chơi nhà...

Mùa hè, mùa của líu lo không đèn sách. Nhưng mùa hè đã lê thê dài của tôi năm đó. Là mùa của đợi chờ, bởi nhận ra mình đã chớm biết nhớ nhung... Mùa hè, Anh không còn dịp đón tôi trước cổng trường.

Tôi loanh quanh đếm ngày, đếm tháng. Chín mươi ngày, sao mà dài như chín mươi năm.

Một chiều mưa rơi rắc, nỗi nhớ Anh thiết tha đã dẫn đưa tôi tới Chị. Tôi muốn nhìn ra, muốn tìm thấy bóng Anh, vẫn chìm khuất đâu đó trong phòng học nhỏ quen thuộc.

Cây guitar như buồn rầu, khô héo bên góc tủ sách. Nó nhớ vòng tay Anh, nhớ tiếng hát Chị ngân nga trác tuyệt, và nhớ cả lời hát tôi ngây thơ, vụng dại.

Chị và tôi không nhắc gì về những ngày tháng cũ. Những kỷ niệm mới đó, không lâu nhưng sao như đã trôi xa, đã mất tăm theo cùng với mùa hè chờ đợi của tôi. Và... cùng những âu sầu của Chị. Tiếng hát Chị chợt cất cao, vời vợi đắng cay và nghe như tiếng mưa rơi trên những khóm hoa rũ rượi ướt, trước hiên nhà.

"... Chủ nhật nào ta im hơi
Vì đợi chờ không nguôi ngoai
Bước chân người nhớ thương
Đến, khi đã rất muộn
Trước quan tài, mờ khói hương..."
[Rezsö Seress "Sombre Dimanche"; Phạm Duy]

Bồi hồi, tôi lăn sà trong lòng Chị như những năm còn học lớp tám.

Chị hát mà nước mắt đầm đìa rơi trên tóc tôi. Tay Chị hiền hòa đan trong mái tóc tôi dài, ướt và rối rắm...

Tôi cũng khóc, khóc như nhớ thương ai, và khóc với những nghẹn ngào, cùng muôn vàn ăn năn, xa xót...

Qua tiếng hát Chị, tôi hiểu ra rằng, không phải chỉ vì mùa hè mà chính vì lòng tôi đã chợt thoát theo cùng tiếng hát nhân ái, và cùng với giọt nước mắt Chị bao dung...

Rồi tôi sẽ phải chôn giấu hết những nhớ nhung, chìm đắm. Chút mùi hương mà tôi đã mê muội, mơ màng, sẽ phải lặng bay theo mùa hè, phải biến mất tăm theo cùng với gió...

Nằm trong lòng Chị, ấm ức khóc vùi theo tiếng hát. Tôi quyết định sẽ xin Ba Mẹ đổi trường cho mùa học tới.

***

"... Chủ nhật nào ta im hơi
Vì đợi chờ không nguôi ngoai..."

Cuối cùng, Chị lập gia đình. Tôi theo chồng.

Chúng tôi, đã chẳng ai "im hơi". Chẳng ai đã dại dột "tắt thở", chỉ vì chút nhớ mong, trông đợi...

Đã bao năm, từ khi rời bỏ quê hương đến sống tại California. Chưa bao giờ tôi bỏ sót, không tổ chức cùng gia đình ngày đặc biệt: Thanksgiving. Với tôi đó là dịp để bày tỏ chút ân tình, lòng cảm tạ với những ân sủng, đã được ban phát cho bởi đất trời, và lòng tử tế của muôn phương...

Giữa gia đình trong một Party rất trang trọng của lễ Tạ Ơn, bạn bè đã lắng nghe tiếng hát tôi, hát như để nhớ tới, để TRI ÂN một quá khứ...

Ở nơi nào xa xăm, Chị có nghe tôi hát đêm nay? Trong một Thanksgiving với ngàn ánh nến lung linh, và đầm ấm.

Tiếng hát tôi mong manh gửi theo gió những lời xưa, cùng với niềm ăn năn của thời bé thơ, vụng dại.

Khi cất cao tiếng hát, tôi ngậm ngùi nhớ tiếng hát Chị. Tiếng hát dạt dào lòng nhân ái...

Nước mắt ngày xưa. Giọt nước mắt từ bi, ướt đẫm trên tóc tôi, hòa với lời nhạc buồn tê tái. "Sombre Dimanche", sẽ chẳng bao giờ tôi có thể quên.

Cho dù tất cả đã trôi xuôi, đã mất tăm theo cùng với những mưa, những nắng của đời...

"... Ta muốn tìm mau
Tới cõi nào, nương náu
Cho ta thành mơ,
Sống yên trong lời thơ
Vắng tanh,
Như đời gió..."
[Chopin-Tristesse; PhạmDuy]

Lê Chiều Giang

ĐỖ HỒNG NGỌC
Dằng Dặc Khôn Nguôi

(Đọc "Lời Ca Cỏ Non" của Từ Thế Mộng)

Bài thơ có vẻ ít thơ nhất trong tập Lời Ca Cỏ Non của anh lại là bài làm cho tôi xao xuyến nhất. Không chỉ một lần mà hai lần rồi ba lần, mỗi lần đọc lại tôi đều thấy rưng rưng. Đó là bài "Như hai giọt nước". Tôi bảo nó không phải thơ nhất chỉ vì nó có vẻ như một câu chuyện kể bình thường, những lời lẽ đời thường, giản dị, chân chất... về một chuyện trong gia đình – giữa thời buổi mà người ta đang cố làm mới thơ với những hình thức cầu kỳ, câu chữ bí hiểm thì bài thơ của anh có gì đó xa lạ với "thơ hôm nay", thơ "hậu hiện đại":

...
Con học toán nhớ nhiều công thức quá
Nên quên lòng thương mẹ thương cha
Em con đó nhiều khi sờ sững nhớ
Trông chị về – con lại muốn đi xa
Con điện tin về không báo trước
Người yêu con tới hỏi sớm mai này
Ba má nhìn nhau không hiểu hết
Con ta ơi ta lạc mất con rồi
... Ba giận con mà lòng quay quắt
Nỗi thương con nên tự nhủ mình
Ba với con như hai giọt nước
Nghiêng bên nào cũng thấy long lanh
(Như hai giọt nước)

Có lẽ tôi cũng đã già, nên mới thấm hết nỗi ray rứt trong lòng người cha, cái cảm nhận có phần thảng thốt trước dòng chảy nghiệt ngã của thời gian – giữa hai bờ thế hệ – vừa ngọt ngào vừa cay đắng, chia xa, vừa ngậm ngùi, vừa độ lượng, gần gũi.

Thường khi đọc thơ, tôi chỉ đơn giản coi bài thơ đó đã gây xúc động như thế nào với lòng mình, nó có làm xao xuyến, có làm rưng rưng và sau đó có còn đọng lại những nỗi niềm ray rứt mà khi không còn nhớ một câu một chữ nào của bài thơ ta vẫn còn nghe cái vị ngọt ngào hay mặn chát đắng cay mà bài thơ để lại, một thứ gì đó dẳng dặc khôn nguôi. Có phải đó là cái "tấc lòng" của người làm thơ, cái "thốn tâm thiên cổ" đó chăng?

Cho nên gọi *Như hai giọt nước* là một bài "ít thơ nhất" cũng chính là bài rất thơ đối với tôi.

Một bài thơ thứ hai cũng để lại trong lòng tôi nỗi xao xuyến lạ kỳ, có lẽ đã được anh viết từ bên bờ dốc đá dựng đứng của thác Dambri, những ngày anh còn lang thang ở Bảo Lộc, hơn bốn mươi năm về trước.

Rừng, tôi và một vùng thác trắng...
Tôi chờm ngợp trong nỗi mừng kỳ dị
với một niềm mong ước rất xôn xao
buông nhẹ hai tay, ôi thần trí ngọt ngào
tôi sẽ mới giữa vô cùng sáng láng!
(Lời kêu gọi quyến rũ của thác)

Tôi bỗng nhớ họa sĩ Đinh Cường: anh có một bức tranh nổi tiếng vẽ một người đàn ông đứng chênh vênh bên bờ ngọn thác Niagara. Năm 1993, lúc đó tôi đang ở Boston, Đinh Cường viết cho tôi: "Đứng bên bờ vực ngọn thác hùng vĩ nhất thế giới này, moa chỉ muốn tung mình xuống dòng thác... và bỗng nhớ một câu hát của Trịnh Công Sơn: *Con diều rơi cho vực thẳm buồn theo...*"

Từ Thế Mộng thật lạ. Đọc thơ anh, có lúc thấy anh có vẻ ngang tàng, hũng dũng, không hề "nhát gái", thỉnh thoảng còn tinh nghịch phá phách nữa kia, nhưng có lúc lại thấy anh ú ớ, ngắn ngơ, không nói nên lời. Cái ú ớ thật dễ thương của một khung trời nắng rực biển và gió cát của Phan Thiết:

*Phượng hồng phượng hồng sao phượng hồng
sao trong mênh mông mà nhớ nhung
nghìn em áo trắng trong sân trắng
phượng vẫn rơi bàn tay không!*
(Phượng hồng)

Tôi yêu cái ú ớ đó của anh và cả những tinh nghịch của anh:

*Em mỗi ngày một lớn
Ta mỗi ngày một già
Ta mừng em xinh đẹp
Mừng ta còn như xưa*
(Chiêm bao)

*Con chim tình nhỏ nhắn
Bay suốt cả đời anh
Có lẽ nào em xinh
Nhìn anh mà chẳng thấy*
(Chiếc giỏ vàng)

Thấy quá đi chứ, nhưng rõ ràng "mừng ta còn như xưa" quả chỉ là một giấc chiêm bao!

*"Em ngửa mình gối sóng
Ráng đỏ thoảng bên trời
Anh rùng mình ngăn lại
Một tiếng thầm đang rơi!*
(Ráng đỏ)

Cầu trời cho anh còn nghe mãi cái tiếng thầm đang rơi đó, và cũng cầu trời cho anh được rùng mình mỗi lần thấy ráng đỏ bên trời đó nữa. Phải sống ở biển trời Phan Thiết mới thấy hết cái tuyệt vời trong những câu thơ đơn giản đó. Cái mặn mòi của Phan Thiết hình như gắn với gió với sóng với hơi nước, với ráng đỏ, với bờ cong... Dĩ nhiên là nhiều nơi có biển, nhưng không ở đâu như biển Phan Thiết của Từ Thế Mộng:

*Mấy hôm nay biển thở dài
Mới hay em bệnh đã vài bốn hôm*
(Biển ốm)

Ôi còn gì tuyệt bằng những buổi chiều ở bãi, nằm im trên bờ cỏ non xanh ngắng mặt nhìn trời... Anh nghe trong hơi nước đầy hơi sương. Trong hơi sương đầy hơi em. Trong hơi em đầy hơi của mặt trời mới mọc...
(Lời ca cỏ non)

Tôi sinh ra và lớn lên ở Phan Thiết, những ngày ấu thơ cũng "vọc" biển như anh vậy nên tôi có thể hiểu anh, kể cả khi anh viết về cái mưa Phan Thiết:

*Em về
trong dịu dàng mưa
Bước chân lững thững
như chưa ướt gì...*
(Mưa và em)

Ướt gì? Làm tôi nhớ một câu ca dao ở Phan Thiết thuộc từ thuở nhỏ: Trời mưa ướt lá bồn bồn...

Cũng vậy, trong Màu tình yêu, người ta không thể không tủm tỉm cười một mình, với những *vàng, ngà, đỏ, đen, hồng...* của Từ Thế Mộng.

Nhưng bên cạnh một Từ Thế Mộng đôi khi tinh nghịch rất dễ thương đó là một Từ Thế Mộng khác, Từ Thế Mộng của những bài thơ cổ phong, mang hơi hướm của ngàn năm cũ, ngay cả trong cách đặt tựa đặc sệt Đường thi của anh: *Buổi sáng nhân đọc một quyển sách hay* rồi *Buổi tối chọc người yêu khóc rồi ngắm/ Chiều cuối năm nhớ bạn*... chẳng khác xưa Bạch Cư Dị viết: Từ Giang Lăng qua Từ Châu dọc đường gởi cho anh em/ Đêm đông chí ở Hàm Đan nhớ nhà... hay như Đỗ Phủ viết: Đáp lòng tiễn biệt của ông cậu thứ mười một trong bữa tiệc... Những lúc đó thấy nhà giáo Tư Đình bên trong Từ Thế Mộng ngồi chễm chệ như một ông đồ già, nghiêm trang và cẩn mật, nhưng giọng thơ đầy hào sảng:

*Trời đang lạnh gắt ở phương xa
Rượu nốc không nguôi nỗi nhớ nhà...*
(Chiều cuối năm nhớ bạn)

Đông giang Đông giang đường dốc ngược
Bạn lái xe ngỡ trừng con mắt...
(Bạn lái xe)

Nhưng trên hết, trong thơ Từ Thế Mộng người ta thấy cái tình gia đình đằm thắm, chân thành, sâu lắng: với mẹ như *"Nước trong nguồn"*, với bà trong *"Hạt mưa xa"*, với vợ, với con: *Con bớt chưa con, Như hai giọt nước...*

Anh Tư Đình thân mến, tôi cám ơn anh rất nhiều đã tin cậy tôi mà gởi tập bản thảo **"Lời ca cỏ non"** và nhờ tôi viết đôi dòng cho tập thơ này của anh, lại còn cho phép tôi tùy nghi cắt xén – một tập thơ mà nếu nhìn lại thời gian, nó đã trải hơn bốn mươi năm của một đời người – (mà anh nói vì những kỷ niệm riêng tư, anh không làm sao cắt xén cho đành) – thì tôi cũng vậy, tôi cảm động mà cũng không biết phải nói gì đây cho tập thơ, chỉ biết để lòng mình chan hòa cùng tác giả, buồn vui cùng tác giả. Dễ gì ta có dịp đọc một tập thơ mang cả một đời thơ, mà còn thấy được bên kia thơ là một con người vừa đắm đuối mê say, lại vừa nghiêm túc, cẩn mật; một người có lúc như tinh nghịch mà biết bao nỗi ngậm ngùi, có lúc như đùa cợt mà vẫn thấm đậm một nỗi buồn man mác khôn nguôi... của một kiếp người như dòng sông trôi đi, biền biệt trôi đi:

Ta thấy lòng mình như đổi khác
Ta trong veo và nổi bồng bềnh...
(Buổi sáng nhân đọc một quyển sách hay)

Phải vậy không anh Tư Đình, Từ Thế Mộng?

Đỗ Hồng Ngọc
Sài Gòn tháng 4/2001

THÁI TÚ HẠP
Ba Dòng Thơ Tiêu Biểu Phương Đông

(Tiếp theo Phần 1: Thơ Thiền Của Việt Nam, đã đăng Ngôn Ngữ Số 32)

PHẦN 2:
ĐƯỜNG THI CỦA TRUNG HOA

Cho đến nay mỗi khi đề cập đến thời đại hoàng kim của nền thi ca Trung Quốc, tất cả chúng ta đều đồng ý công nhận thời đại hưng thịnh của Đường Thi. Theo nhận định của Sử Cúc Nhân: *Chỉ cần đọc thuộc Đường Thi Tam Bách Thủ (Ba Trăm Bài Thơ Đường) đủ nói ra với kiến thức sâu sắc chẳng khác một nhà thơ trong khi giao tế với người đời.* Trong bộ Toàn Đường Thi ấn hành vào năm 1707 thì Thơ Đường lên đến 48.900 bài thơ của hơn 2.200 thi nhân gồm 900 quyển họp thành 30 tập. Trải qua hơn ngàn năm từ đời vua Đường Cao Tổ hiệu Vũ Đức (618) đến thời kỳ Thịnh Đường (713), Trung Đường (766), Vãn Đường (905) của Đường Chiêu Tuyên Đế, thời điểm kết thúc của Thơ Đường. Trải dài trong thời gian sử liệu Đường Thi đó, còn lại bao nhiêu thi tài lỗi lạc được đa số người đời nhắc nhở, ngưỡng phục và đánh giá như những nhà thơ vĩ đại. Những thi phẩm của họ đã thuộc về những gia tài quý báu tuyệt hảo của nhân loại. Lý Bạch được tôn vinh là Thi Tiên, Bạch Cư Dị là Thi Hào, Thôi Hiệu là Thi Bá, Đỗ Phủ là Thi Thánh, Vương Duy là Thi Phật...

Thơ của họ được dịch ra nhiều ngôn ngữ trên thế giới lưu truyền mãi cho tới ngày nay. Theo nhận định có tính cách chủ quan và thô thiển của chúng tôi thì trong số lượng 48.000 thi phẩm có thể vượt hơn 300 bài, nếu nhận xét một cách khách quan và vô tư, được giới yêu thích thơ Đường đánh giá cao là những tác phẩm thi ca tuyệt hảo nhất của loài người, cả ngàn năm sau, thật sự chưa có những thi tài thi ca nào sánh kịp, có chăng cũng chỉ là những mô phỏng, làm mới ngôn ngữ nhưng không thoát khỏi ý từ trùng điệp của Đường Thi. Tại sao địa vị thơ Đường có nhiều ảnh hưởng sâu sắc đến như thế? Cũng như các đời vua Lý Thái Tông và Trần Thái Tông của Việt Nam, luôn luôn khuyến khích các nhân tài văn học trong nước tạo nên những môi trường sáng tác trong quần chúng phát huy, khám phá những áng văn chương tuyệt tác. Ở Trung Hoa trong các thời đại nhà Đường, hầu hết các vua chúa đều yêu chuộng văn thơ một cách nồng nhiệt. Khi lên ngôi, Tần Vương, Đường Thái Tông truyền lệnh thiết kế Hoàng Văn Quán, thu thập hơn 20 vạn cuốn sách quý, mở các buổi hội họp vào cuối tháng để cùng nghiên cứu trao đổi kiến thức, thảo luận với các quan học sĩ, cao sĩ uyên bác, xướng họa thi văn một cách tương đắc. Chính vì không khí trọng văn đó, trong các thời đại nhà Đường, thi ca trở nên những cơ hội thành danh của những bậc trí thức hiền tài, bậc thang bước lên đỉnh vinh hoa phú quý. Thơ trở thành dòng suối mát chảy khắp cùng trong nhân thế, tạo nên cảnh trí thanh bình an lạc. Khai phá khu rừng Thơ Đường trùng trùng hương sắc. Thực sự chúng tôi không có khả năng kiến thức sâu rộng, chúng tôi chỉ là hạt cát bên bờ mé sông Dương Tử hèn mọn ngu ngơ, chỉ mong từ tư duy hạt cát ấy, viện dẫn vài nét đẹp của Thế Giới Đường Thi tuyệt tác lưu truyền vượt qua thời gian gần cả ngàn năm nay. Đó là Lộc Trại của Vương Duy, Hoàng Hạc Lâu của Thôi Hiệu, Phong Kiều Dạ Bạc của Trương Kế, Đằng Vương Các của Vương Bột, Hồi Hương Ngẫu Thư của Hạ Tri Chương, Đề Tích Sở Kiến Xứ của Thôi Hộ, Bạc Tần Hoài của Đỗ Mục, Tùng Hạ Vấn Đồng Tử của Giả Đảo, Tương Tiến Tửu, Tĩnh Dạ Tứ của Lý Bạch... Trong khuôn khổ của bài viết này chúng tôi xin đan cử một vài thi phẩm tượng trưng của thế giới Đường Thi tuyệt tác đó:

* HOÀNG HẠC LÂU
Tích nhân dĩ thừa hoàng hạc khứ
Thử địa không dư Hoàng Hạc lâu
Hoàng hạc nhất khứ bất phục phản
Bạch vân thiên tải không du du
Tình xuyên lịch lịch Hán Dương thụ
Phương thảo thê thê Anh Vũ châu
Nhật mộ hương quan hà xứ thị
Yên ba giang thượng sử nhân sầu
(Thôi Hiệu)

* GÁC HOÀNG HẠC
Hạc vàng ai cõi đi đâu
Mà nay Hoàng Hạc riêng lầu còn trơ
Hạc vàng đi mất từ xưa
Nghìn năm mây trắng bây giờ còn bay
Hán Dương sông tạnh cây bày
Bãi xa Anh Vũ xanh đầy cỏ non
Quê hương khuất bóng hoàng hôn
Trên sông khói sóng cho buồn lòng ai
(Tản Đà dịch)

* LỘC TRẠI
Không sơn bất kiến nhân
Đản văn nhân ngữ hưởng
Phản cảnh nhập thâm lâm
Phục chiếu thanh đài thượng
(Vương Duy)

* TRẠI HƯƠU
Trong non chẳng thấy một ai
Chỉ còn nghe vọng tiếng người nơi nao
Trời chiều bóng ngả rừng cao
Nhặt thưa bóng lại chiếu vào rêu xanh
(Đỗ Bằng Đoàn - Bùi Khánh Đản)

* HỒI HƯƠNG NGẪU THƯ
Thiếu tiểu ly gia, lão đại hồi
Hương âm vô cải, mấn mao thôi

Nhi đồng tương kiến, bất tương thức
Tiếu vấn: "Khách tòng hà xứ lai?"
(Hạ Tri Chương)

CẢM XÚC KHI VỀ LÀNG
Trẻ lãng du - già về cố xứ
giọng không thay - pha tuyết mái đầu
gặp đám trẻ thờ ơ không biết
cười hỏi ta: Khách đến từ đâu?

Trẻ đi già trở về nhà
giọng quê không đổi tóc đà pha sương
thiếu nhi nay gặp bên đường
hững hờ cười hỏi khách phương nào về
(Ái Cầm)

* ĐỀ TÍCH SỞ KIẾN XỨ
Khứ niên kim nhật thử môn trung
Nhân diện đào hoa tương ánh hồng
Nhân diện bất tri hà xứ khứ?
Đào hoa y cựu tiếu đông phong
(Thôi Hộ)

* *CHỐN NÀY NĂM TRƯỚC*
Hôm nay, năm ngoái, cửa cài
Hoa đào ánh với mặt người đỏ tươi
Mặt người chẳng biết đâu rồi?
Hoa đào còn đó vẫn cười gió đông
(Trần Trọng Kim)

PHẦN 3:
THƠ HAIKU CỦA NHẬT

Đề cập đến thi ca Trung Quốc không ai phủ nhận giá trị thơ Đường, cũng như nói đến thi ca Nhật Bản, những nhà nghiên cứu văn học không thể không tôn vinh dòng thơ Haiku phát xuất từ thi hào Matsuo Basho, thường gọi là Tùng Vĩ Ba Tiêu của thời điểm từ 1644 đến 1694, được dân chúng xứ Hoa Anh Đào đánh giá cao như những vì sao Bắc

Đấu, rực sáng trên bầu trời thi ca Nhật Bản. Tuyển tập thi phẩm Haiku mang tên Oku no Hosomichi (Lối Lên Miền Oku), ông hoàn tất vào năm 1690 và sau nhiều lần nhuận sắc kỹ lưỡng ông mới thực sự ấn hành vào năm 1694, nửa năm trước khi ông từ giã cõi trần. Tác phẩm Oku no Hosomichi được dân chúng Nhật yêu thích, xem như một tuyệt tác tiêu biểu của nền văn học Nhật Bản. Cũng giống như tuyệt phẩm Đoạn Trường Tân Thanh của cụ Tiên Điền Nguyễn Du của Việt Nam.

  Ông sinh ra trong một gia đình võ sĩ đạo (Samurai) ở thành Ueno, thuộc Iga, nay thuộc huyện Mie. Basho khi mới sinh ra đời có tên là Kinsaku (Kim Tác), lớn lên đổi thành Munefusa (Tông Phòng). Theo tài liệu của Abe Kimio, Matsu Basho (Matsuo Basho) Tokyo: Yoshikawa Kobunkan 1967, Ando Tsugio, Oku no Hosomichi (Lối Lên Miền Oku) Tokyo: Iwanami Shoten 1989, và một số tài liệu do Vĩnh Sính, Giáo sư lịch sử và văn hóa Nhật Bản thuộc Đại Học Alberta, Canada, sưu tập và giới thiệu, thơ Haiku rất cô đọng nhưng diễn tả sâu sắc từ nội tâm đến con người, đến trời đất mênh mông. Ở thơ Haiku chỉ có 3 hàng chữ, 5 vần ở hàng thứ nhất, 7 vần ở hàng thứ hai, và 5 vần ở hàng thứ ba, tổng cộng bài thơ chỉ có 17 vần. Thơ Haiku mang tính cách đứng đắn trang trọng, khởi điểm từ thiên tài Basho. Từ thế kỷ thứ 7 đã xuất hiện dòng thơ Waka (Hòa Ca) thường dùng để phân biệt thơ của Nhật hay cảm hứng trong thơ Nhật với thơ chữ Hán mà người Nhật gọi là Kanshi (Hán Thi), chính dòng thơ Waka, chia ra hai thể loại Choka (trường ca) và Tanka (đoản ca), đã gây được cảm tình quần chúng trong một thời gian và người dân cho là dòng thơ phổ thông nhất như ca dao, tục ngữ trong nền văn chương bác học của Việt Nam. Tanka cũng gây được tiếng vang một thời. Hai cuốn sách là The Records of Ancient Matters (năm 711) và cuốn The Chronicles of Japan (năm 720) đã tuyển chọn gần 100 bài thơ hay nhất viết bằng 31 vần. Đến thời điểm khoảng giữa thế kỷ thứ 8, Tanka đã hưng thịnh tuyệt đỉnh, được gọi là thời kỳ Sưu Tập Của Ngàn Chiếc Lá (The Collection Of Ten Thousand Leaves), Tanka đã thực sự phổ biến và lôi cuốn mọi thành phần giai cấp trong xã hội tham gia vào công tác sáng tạo một cách nồng nhiệt, đã quy tụ gần 5000 thi phẩm chọn lọc. Những trào lưu thi ca tiếp theo, tiêu biểu là thời kỳ Heian (năm 794-1185) và kế tiếp là nhóm Tân Sưu Tập Của Thi Ca Cổ Và Tân Thời (The New Collection Of Poems Ancient and Modern) (1205), với nhà thơ Minamoto Saneiomo đầu đàn (1192-1219), cũng như nhà thơ Tachibana Akemi, chưa thoát ra khỏi ảnh hưởng của hào quang Tanka. Dân chúng vẫn bị ru ngủ trong những vần điệu êm ái tinh xảo, đầy diễm lệ viễn mơ, hình thức.

Mãi cho đến khi Matsuo Basho xuất hiện một cách lẫm liệt (1644-1694) như một đường gươm tuyệt đẹp, Basho đã thực sự khai phá một lối đi từ hình thức đến nội dung hoàn toàn mới lạ. Ông đã đưa thi ca Nhật Bản lên đỉnh cao của trí tuệ, ông đã phối hợp một cách nghệ thuật tuyệt vời giữa Thiền và Đường Thi. Ông đã kết tinh phương cách sáng tạo súc tích tư tưởng trong thể thơ Haiku. Trong cuốn tiểu luận Hài Cú Nhập Môn (An Introduction To Haiku) của Harold G. Henderson, Giáo sư dạy môn Nhật Văn và lịch sử nghệ thuật tại trường Đại Học Columbia, Hoa Kỳ, ông đã đan cử thêm một số thi sĩ Haiku như Shiki chẳng hạn. Nhưng rốt ráo, ông giáo sư này cũng phải quay về ca ngợi thiên tài lỗi lạc Basho vẫn như ngôi Bắc Đẩu trên nền trời văn học Nhật Bản.

- Hạt giống của Haiku gieo rải đã nhiều trên bảy trăm năm trước và đúng vào thế kỷ XVII thì tới độ mãn khai, đồng thời đây cũng là nghệ thuật hiện đại, ngày nay được phổ biến còn nhiều hơn trước. Không một ai có thể biết chính xác có bao nhiêu người Nhật thực hành chúng, bởi hầu hết Haiku được sáng tác, chủ yếu vì niềm hoan hỉ của tác giả và bằng hữu, chứ không có mục đích để xuất bản. Tuy nhiên, đã có hơn hàng trăm ngàn bài Haiku mới vẫn được sáng tác đều đặn hàng năm (GS. Harold G. Henderson – Lê Thiện Dũng).

Dòng thơ Haiku càng được trân quý bảo tồn và phát huy thì tên tuổi Matsuo Basho càng sáng chói vượt qua thời gian. Chúng tôi xin đan cử một số bài thơ Haiku tiêu biểu: Những ngày đầu xuân cảnh trí thiên nhiên ở Nhật với sương mù trắng xóa trên đỉnh núi Fuji (Phú Sỹ), những cành hoa đào khẳng khiu ở Ueno và Yanaka như một bức tranh thủy mặc tuyệt vời. Sự trầm mặc của thiên nhiên đã ngầm chứa những ý tưởng cao siêu và những nét đẹp lung linh như một tác phẩm thi ca trác tuyệt. Con người đã dùng ngôn ngữ Haiku để diễn đạt cảm xúc dạt dào và khai thác những ẩn dụ sâu xa đó. Chúng ta hãy bước vào cửa ngõ Haiku của Basho, diễn tả những cảnh trí mùa xuân với hương thơm của hoa mận bạt ngàn trên con đường sơn đạo, như một vệt nắng chiếu tận chân trời xanh biếc lộc non.

Ume – ga ka ni
Notto hi no deru
Yamaji kana

(On sweet plum blossoms
The sun rises suddenly
Look, a mountain path!)

Hoa mận ngọt ngào nở rộ
Ánh nắng bỗng dưng dâng cao
Hãy nhìn, đường sơn đạo!

Một buổi sáng vào cuối mùa xuân, tuyết bắt đầu tan trên những ngọn núi, qua ánh trăng ban mai còn sót lại hiu hắt trên những tàn cây, vàng úa. Cuộc chia tay thật não nề. Nhà thơ Taniguchi Buso cảm thấy lòng dao động nỗi buồn man mác vì chạnh nghĩ cuộc chia tay sẽ không bao giờ tái ngộ. Và sẽ không còn nhìn thấy những cánh hoa đào bay trong gió tuyệt đẹp như sáng hôm nay. Mặc dù cố gắng nhưng vẫn không cầm giữ giọt lệ lấp lánh dưới ánh trăng. Những người bạn đã đến trên bến sông để tiễn đưa thi sĩ:

Sakura chiru
Nawashiro mizuya
Hoshi – zuki – yo
(Buso)

Anh đào nở rộ, rơi rụng
Trên mặt nước của ruộng lúa
Tinh tú dưới ánh trăng

Thiên nhiên quả thực là người bạn tri kỷ của thi ca. Tư duy của con người đã hòa nhập với trời đất trong những giây phút huyền nhiệm giao thoa giữa năm cũ và năm mới, tâm hồn thi nhân dao động mạnh hướng về thế giới của Thiền Môn, chim hót trên vòm lá, gió thổi rì rào trên hàng liễu buông tha thướt, tất cả đã hòa nhập từ tiểu ngã vào với đại ngã để nhất trí bất phân, là một của uyên nguyên trời đất:

Ganjitsu yo
Kane kiku kure ni
Oyobi keri
(Hakki)

New year's Day also
Has come to its close
with the sounding bell

Cũng ngày tân niên
Đã đến rất gần
Với tiếng chuông ngân

Basho ghi lại đoạn đường cuối Oku no Hosomichi (Lối Lên Miền Oku) trên bãi chiều hiu quạnh chỉ còn dăm ba túp lều nhỏ của các ngư phủ và chùa Hokke (Pháp Hoa) khoác kín sương mờ. Biển trời hoàng hôn buồn da diết, chỉ một Basho bước đi giữa con đường cát vắng thê lương:

Sabishisaya
Suma ni kachitaru
Hama no aki

Nỗi buồn
Còn sâu sắc hơn ở Suma
Mùa thu trên bãi biển

Ở nơi những nhà nghệ sĩ hình như có giác quan thứ sáu thật bén nhạy vượt qua trước sự hiện hữu của thời tiết. Mỗi tâm hồn là một vũ trụ vi diệu và mầu nhiệm, nhanh hơn ánh sáng và nhỏ hơn vi trần. Đôi khi có những tư duy và tư tưởng đột khởi tương đối tương đắc với nhau, như ở ba trạng thái tuyệt hảo của Thơ Thiền Việt Nam, Đường Thi Trung Hoa và Haiku của Nhật Bản, mặc dù có khác biệt về mốc đỉnh của thời gian và thể loại của sáng tạo, chẳng khác nào ba dòng sông lớn đổ vào đại dương để tựu thành nhất quán. Trong

Đường Thi thấp thoáng ẩn dụ những ý tưởng cao siêu của Thiền như trong thơ Vương Duy, Lý Bạch, Thôi Hiệu... Trong Haiku lãng đãng những sương khói của Tô Đông Pha *(Lâu cát mông lung tế vũ trung)* và Đỗ Phủ *(Quốc phá sơn hà tại. Thành xuân thảo mộc thâm).* Những ý chính chúng ta thường bắt gặp trong ba dòng thơ tiêu biểu Phương Đông này là đề tài chính để con người hòa nhập với thiên nhiên, với vũ trụ nhất thể. Tâm trạng nhớ nhà của lữ khách ngàn dặm xa, ảnh hưởng sâu sắc triết lý Phật Giáo, thể hiện tinh thần tiểu ngã hòa nhập với đại ngã tạo nên tấm lòng rộng mở bao dung đại lượng, như mây trời. Khi tâm đã hòa nhập với thiên nhiên bao la, với vũ trụ bát ngát, đùa với trăng sao ngoài biển khơi trùng trùng duyên khởi, thì chuyện tình yêu giữa hai người chỉ còn là những cánh hoa thấp thoáng hư ảo trong Thơ Thiền, trong Đường Thi và trong thế giới Haiku.

Những ngày đầu xuân, càn khôn đang thay áo mới, cây lá đang đâm chồi nảy lộc tinh khôi đã tạo cho tâm hồn con người những cảm giác trong sáng uyên nguyên, chứa chan hy vọng, thắp lên những khung trời mùa xuân thanh bình thực sự trên quê hương ngày trở về. Những cánh mai vàng lung linh trong nắng mới, thoang thoảng trầm hương của thế giới an lành của Phật, của Thiền, của đạo sĩ, trao nhau nụ cười tỏa mát như dòng suối ngọt ngào, có phải hình ảnh hiện thực của thiên đàng nơi hạ giới? Hãy quên đi những nhọc nhằn, những ray rứt u hoài nơi viễn xứ. Hãy quay về cõi tâm an nhiên, lắng đọng để tìm lại chính bóng ta đích thực, đó là giây phút thực sự an lành bước vào cõi Thơ thanh thoát của Chân Như.

Thái Tú Hạp

. Tài liệu tham khảo:
- Việt Nam Phật Giáo Sử Lược của Thượng Tọa Mật Thể.
- Việt Nam Phật Giáo Sử Luận của Nguyễn Lang.
- Introduction To Haiku của Harold G. Henderson.
- Đường Thi Tam Bách Thủ của Sư Cúc Nhân, Hongkong 1953.
- Đường Thi Khái Luận. Thương vụ ấn thư quán. Đài Bắc 1958. Tác giả là Tô Tuyết Lâm.
- Thơ Thiền Lý Trần. Đoàn Thị Thu Vân.

ĐỖ TRƯỜNG
Luân Hoán - Những Trang Hồi Ký Bằng Thơ

Cách nay hơn chục năm, tôi đã viết: Luân Hoán, người kể chuyện bằng thơ. Tuy nhiên, ngay sau đó tôi đã nhận ra, bài viết chưa thực sự mở ra được hồn cốt, kiến thức và khối lượng sáng tác đồ sộ của ông. Vì vậy, hôm rồi, nhận được tập bản thảo: Nỗi Nhớ Quê Nhà Từ Montreal, do Luân Hoán gửi tặng, dù đang rất bận, tôi cũng dành thời gian đọc ngay. Một cảm xúc khác, Luân Hoán đã để lại trong tôi, khi đọc xong tập thơ dày đến 300 trang này. Thật vậy, Nỗi Nhớ Quê Nhà Từ Montreal như một cuốn hồi ký về tình yêu, cuộc sống chìm vào nỗi nhớ quê nhà được Luân Hoán viết bằng thơ: *"càng già càng bớt nhớ nhà?/ quẩn quanh nhớ mỗi cái ta thật nhiều/ nhớ từ thời bé hạt tiêu/ phơi nắng dang gió thả diều, đi rông"* (Trí nhớ về chiều)

Ở tuổi 84, với gần bảy mươi năm cầm bút, có thể nói Luân Hoán là nhà thơ kỳ cựu, quý hiếm còn lại của Văn học Việt hiện nay. Do vậy, ở thể loại nào thơ của ông cũng mộc mạc, dễ hiểu đi sâu vào mọi tầng lớp người đọc. Tuy nhiên, không chỉ ở tập thơ này, mà xuyên suốt sự nghiệp sáng tạo, ta có thể thấy, sở trường Luân Hoán vẫn là lục bát. Tính trào lộng cùng những câu lục bát ngắt nhịp, vắt dòng (bắc cầu) này, Luân Hoán cho người đọc sự mới mẻ, với tiếng cười thật nhẹ nhàng:

*"gốc gác nguồn cội Quảng Nam
ruột rà da thịt Hội An, thế mà
tôi như cục đất rã ra
trên sông Thu chảy mù xa bóng chìm (...)*

*Quảng Nam, tôi nuôi dưỡng hoài
trong âm nặng trịch lời sai nhạc vần
nhiều người nghe, trố mắt trông
lắng tai không chịu lắng lòng cảm thông* (Xa Nguồn Mất Gốc)

*Tuổi thơ với những tháng năm quê nhà.

Bốn mươi năm lưu lạc nơi xứ lạnh Montreal, nỗi nhớ quê dường như thường trực trong hồn Luân Hoán. Một kỷ niệm nhỏ chợt hiện về, hay đọc một trang báo, một tấm hình về Hội An, nơi sinh trưởng cũng làm Luân Hoán bồi hồi xúc động. Và có lẽ, Văn học sử Việt ít có thi nhân văn sĩ nào giàu cảm xúc viết nhiều, viết kỹ về tuổi thơ như Luân Hoán. Thật vậy, chỉ bắt gặp Hội An qua một bức ảnh cũng đủ rung động, để ông viết nên những câu lục bát ngắt nhịp (xuống dòng) làm cho người đọc bâng khuâng, đồng cảm:

*"nhìn ghe quá bộ thăm nhà
nhận mặt quen
nhớ ngả qua
một thời:
phố này, nơi tôi ra đời
đến hơn bốn tuổi mới dời thân đi
rồi về thăm,
rồi lại đi
ngày ăn đêm ngủ đôi khi qua vù"* (Hội An Qua Ảnh Chụp)

Chẳng (phải) riêng Luân Hoán, mà dường như kẻ xa tổ quốc nào cũng vậy, mỗi khi nhớ đất Việt, thường nghĩ về đồng quê hương lúa, dù được sinh ra, lớn lên nơi phố thị. Và: Nhạt Nhòa Không Rõ Tứ Thơ, một bài thơ được Luân Hoán viết trong tâm trạng như vậy. Với lời thơ tự sự, cùng bốn khung cảnh, diễn biến tâm lý đến hành động như đoạn văn có mở... và kết thúc. Có thể nói, Nhạt Nhòa Không Rõ Tứ Thơ điển hình về thi pháp, kỹ thuật sáng tạo (ngắt nhịp, vắt dòng) trong thơ lục bát của Luân Hoán. Và nó cũng là một trong số những bài hay, có hình ảnh rất đẹp, toàn bích nhất ở tập thơ này của ông:

*"lọt lòng không ở nhà quê
lạ kỳ tôi khoái màu mè nông thôn*

*mê sắc tươi xanh mạ non
màu lúa-con-gái, màu rơm ngả vàng
màu khói bếp ấm nhẹ nhàng
trắng hồng bay bổng chuyển sang lam buồn*

*tàu cau ươn ướt mù sương
vàng pha trắng nở mùi hương ngọt trời
bộ lông lưng trâu bóng ngời
đen nhánh khi buộc phải rời đầm nông..."*

Đọc Nhớ Chim Làng Thời Ấu Thơ, Luân Hoán làm tôi nhớ đến truyện ký Con Sáo Của Em Tôi của Duyên Anh. Cả hai cùng kéo hồn người về tuổi thơ, với những năm tháng buồn cô đơn, song thật hồn nhiên, trong sáng. Và ở đó, nhà thơ mượn những con chim nhỏ ấy, để gửi hồn mình về nơi quê nhà. Nhớ Chim Làng Thời Ấu Thơ làm cho nhiều người đọc đồng cảm và rung động, không hẳn bởi bài thơ hay, mà vì thi sĩ đánh đúng vào tâm lý những người xa quê, xa tổ quốc gần bốn chục năm như chúng tôi. Một bài thơ hay, đôi khi chẳng cần đao to búa lớn, từ ngữ trừu tượng cao siêu, mà chỉ vài ba chi tiết, hình ảnh giản dị đặt đúng tâm trạng, văn cảnh cũng đủ làm rung động, găm sâu vào hồn người đọc: "một thời tôi chưa lớn/ mà biết mê rất nhiều/ chim là bạn quí nhất/ trong lòng tôi thương yêu/ chừ đã xa tất cả/ nghe đồn chim bỏ đi/ tôi nhớ từng chiếc lá/ nhiều loại cây thầm thì/ chim ơi cành nào đậu/ hơn là đất quê tình/ trót dại hồi hương nhé/ hãy nhớ nơi miếu đình".

Và sông nước nơi đây đã nuôi dưỡng hồn thơ Luân Hoán. Để thi sĩ tìm đến cái rung động đầu đời ấy: "dòng sông sáng nhờ cái duyên/ cây cầu nho nhỏ nghiêng nghiêng mở đầu/ tôi dắt xe-đạp lên cầu/ không phải vì mỏi, vì màu áo bay..."

Phải nói, Luân Hoán có cái tài nắm bắt, khai thác tâm lý con người. Do vậy, dù viết về xã hội, hay tình bạn, tình yêu ông cũng làm cho người đọc phải bật ra tiếng cười. Rất nhẹ nhàng, song sâu sắc, và đôi khi vỡ ra như một thắt nút đã được gỡ bỏ vậy. Bởi, nhà thơ theo *"màu áo bay"* qua cầu. Một hình ảnh hoán dụ về người con gái, chẳng biết đẹp (hay xấu) làm cho Luân Hoán bỏ chạy. Và "Vĩnh Điện, Dòng Sông Mẹ Hiền" là một bài thơ như vậy. Nó điển hình về đặc điểm này trong hồn thơ Luân Hoán:

> *"dọc theo sông có hàng rào*
> *cây xanh dẫn thẳng đường vào nhà em*
> *nhưng rồi ngoài cổng ngó em*
> *liền lui trở lại vịn lên tay cầu*
>
> *mơ hồ nhìn nước chảy mau*
> *thấy Thoan quá đẹp lắc đầu trốn luôn*
> *Đynh Hoàng Sa đã bị thương*
> *còn tôi có lẽ chỉ buồn sơ sơ"*

Thời gian làm cho Luân Hoán thay đổi thẩm mỹ văn chương, cái đẹp của tình yêu con người chăng? Nên thi sĩ khoái: *"mê em màu mắt nâu nâu/ màu da lụa nõn ngả màu ngà voi/ yêu em dưới ánh nắng soi/ vàng nghiêng tóc chảy xuống vai dòng tình"*. Vì vậy, Luân Hoán dừng lại (không chạy nữa) để làm người họa sĩ, chỉ vẽ linh hồn em: *"vẽ đời chỉ dụng mùi hương"*. Và ngoài tính tự giễu, ta còn thấy được sự chân thực rất đậm nét trong hồn thơ Luân Hoán:

> *"yêu em tay lướt lung linh*
> *nguyệt treo vàng tỏa thủy tinh lên đàn*
> *tháng ngày mê mải sắc nhan*
> *tôi thành họa sĩ hạng sang ngoài luồng"*
> (Nhạt Nhòa Không Rõ Tứ Thơ)

Nếu được phép lựa chọn, với tôi: Kỳ Vỹ Hải Vân Sơn là bài thơ hay, đẹp nhất về đề tài quê hương đất nước trong tập thơ này của Luân Hoán. Ở đó, nhà thơ hình tượng hóa (hay ví) Hải Vân như một cô gái đoan trang, mỹ miều. Bởi vậy, ta không thể làm phép so sánh nhiều ít, nông sâu giữa Hải Vân và em trong sự xúc cảm, tình yêu của Luân Hoán. Nhưng chắc chắn có sự lầm lỡ, hối tiếc của em về một thời đã qua với thi nhân:

*"mỗi chiếc lá mỗi trái tim
của rừng núi thật thiêng liêng nơi này
Hải Vân có mấy cánh tay
cánh nào cho phép tôi đây dựa vào?*

*đóa hoa loa kèn mỹ miều
dịu dàng tinh khiết đáng yêu, bây giờ?
phải chi em dám chọn thơ
biết đâu sống mãi trên tờ hoa tiên"*

*Người lính với năm tháng nơi chiến trường.

    Tốt nghiệp Trường Sĩ Quan Trừ Bị Thủ Đức, cầm quân ngoài mặt trận, sinh tử là vậy, song vẫn thấy Luân Hoán hồn nhiên, luôn tự giễu mình, giễu đời: *"tôi tham chiến liền sau khi tốt nghiệp/ cũng đàng hoàng hết khóa học chỉ huy/ ra cầm quân tập thêm vốn gan lì/ thật chưa kịp đủ chì bao nhiêu lắm"*. Sự bông phèng ấy của Luân Hoán tuy giảm bớt cái nóng bỏng nơi chiến trường, song cho người đọc đồng cảm, xót xa thêm cho thân phận người lính trận:

*"dính mảnh đạn vài lần cho em ngắm
hăm chín ngày tái khám mấy lần thôi
mặt trận tôi chơi, xứ địch đông người
và hầu hết người dân đều nhảy núi*

*tôi thuộc loại cảm thông người bất tử
nên nhiều khi lúng túng bị phản đòn
kể như ở hiền không được lên lon
mà bị loại chưa thâm niên chi mấy"*
(Rớt Giọt Máu Mà Nhớ Chi Nhớ Miết)

    Với tư tưởng, giọng thơ giễu nhại như vậy, nên đọc Luân Hoán, đôi khi ta cứ ngỡ, ông đi vào chiến tranh, đi vào cái chết dường như lãng mạn, thi vị lắm: *"ai bảo hành quân không là du lịch/ phiêu bồng hay không tự ở lòng ta/ vượt bao núi xanh ngủ ăn bờ bụi/ hương sắc cảnh tình đuổi địch ra xa"* (Đi). Nhưng không, chính lãng mạn, tự tại ấy đã cứu rỗi linh hồn cũng như thể xác thi nhân: *"sáng ngắm Sa Huỳnh, nhìn chiều Thạch Bích/ Nghĩa Hành hôn em chùng lén sau nhà* [1] */ cảnh đã cứu em lẫn ta đổ ngã/ thân áp thân không tì nát nhụy hoa"* (Đi)

Đến Tam Kỳ - Lần Thứ Năm bài thơ mới được Luân Hoán viết vào tháng 6-2024. Tuy viết về chiến trận, song ta vẫn thấy tình bạn, cùng sự phi lý của chiến tranh, với quyết định khó hiểu, bất ngờ của các tướng tá chỉ huy, đưa đến sự chán chường của người lính. Bài thơ phảng phất tính thời sự, một sự bất bình, không hiểu sao lời thơ Luân Hoán vẫn rất nhẹ nhàng? Nhiều lần tôi lần tìm, song không ra được lời giải đáp. Âu có lẽ cái tạng thơ văn Luân Hoán là vậy:

"bò lên cao nữa, dàn chào
AK khai hỏa thật giao tranh rồi
mỗi trận đánh mỗi tuyệt vời
khác nhau từ vã mồ hôi, máu người

đang thắng thế, lệnh rút lui
hành quân nhiều lúc dở hơi, bực mình"

Nếu ta bắt gặp sự tàn khốc chiến tranh trong thơ Tô Thùy Yên, hay Linh Phương, thì ở Luân Hoán một khoảnh khắc nào đó, ta vẫn tìm thấy sự yên bình ngay nơi chiến trường. Và Sa Huỳnh nơi chiến trường, hay một mảnh đất xôi đậu được Luân Hoán lấy làm lời tựa cho một bài thơ như vậy. Có thể nói, Sa Huỳnh có hình ảnh, lời thơ rất đẹp trong diễn biến tâm lý của người lính nơi chiến trường. Với tôi, đây là bài thơ hay nhất ở thể ngũ ngôn trong tập thơ này của Luân Hoán. Chúng ta đọc lại những đoạn trích dưới đây, (mà tôi không thể lược bỏ thêm được nữa) để thấy rõ điều đó:

"... chợt thấy dạng người tới
liếc mắt năm sáu sư
đầu chân trần bình bát
một hàng dọc từ từ (...)

con đường sát dòng nước
khi các thầy ngang qua
nắng xô bóng ngã xuống
nghiêng nghiêng trôi thướt tha

một khoảnh khắc kỳ diệu
thanh bình trong lòng tôi
buổi chiều chính thức đẹp
ít phút đời tuyệt vời

khi bóng lưng cuối, khuất
tưởng như nhẹ cả người
muốn mở bản đồ đọc
nhưng vẫn yên lặng ngồi..."

Chẳng biết đường tình của Luân Hoán thế nào, song có thể nói, rất hiếm nhà thơ viết về tình yêu nhiều và mãnh liệt như ông. Mãnh liệt đến độ đang hành quân người sĩ quan Luân Hoán cũng trốn, bỏ để vào Trường Trần Quốc Toản tìm dáng thơ: *"có hôm lười bỏ hành quân/ một mình lững thững vào lùng dáng thơ/ bác cai lịch sự cười chào/ hỏi khéo: thầy gặp thầy nào ở đây?"*. Khí thế là vậy, nhưng gặp em, dường như Luân Hoán bị quê độ, hụt hẫng: *"hình như có đám quỷ ma lén cười/ khi vào phơi phới niềm vui/ lúc ra nặng những bùi ngùi bâng khuâng"*. Bởi, có lẽ nhà thơ chưa đủ độ dày, độ chín chăng: *"ta như chưa đủ phong trần/ lính trận đọng nét cù lần thư sinh"*. Vâng, đây là bài thơ Ve Gái Trường Trần Quốc Toản (Quảng Ngãi). Tuy không nằm trong số những bài thơ hay của Luân Hoán, song ta thấy được sự pha trộn ngôn ngữ vùng miền trong thơ. Một trong những đặc điểm làm nên hồn vía thi ca Luân Hoán.

Thời gian cho ông quan (trai tơ) Luân Hoán dày dạn, trán bóng hơn. Do vậy, ông không vào trường nữa, mà dù về café phố phục kích dáng thơ của mình. Cùng tâm trạng ấy của người lính trận, nếu thơ của Nguyễn Bắc Sơn thiên về giang hồ, chán chường, và buông xuôi: *"Mai ta đụng trận ta còn sống/ Về ghé Sông Mao phá phách chơi/ Chia sớt nỗi sầu cùng gái điếm/ Đốt tiền mua vội một ngày vui"* thì thơ Luân

Hoán nghiêng về cái lãng mạn, học đường: *"những em trường nữ dữ, hiền?/ đồng phục trắng nõn đương nhiên hẳn là/ những nàng tiên xoa dịu ta/ trong giờ bỏ trại tiêu pha nỗi buồn"*. Như những trang hồi ký được viết bằng thơ, cho nên tính chân thực, hay tên người, làng xóm hiển hiện rõ trong con chữ của Luân Hoán. Và, Trưa dù về phố uống cà phê là một bài thơ điển hình như vậy:

> *"trưa dù về phố giấu lon*
> *ông quan bé xí rất còn trai tơ*
> *uống ly cà phê, ngồi chờ*
> *từ quán Tám Hú, ngó giờ thường xuyên (...)*
> *ai dè nắng giữa thinh không*
> *sáng lên một gã quân nhân thất thường*
> *câu thơ bụi hết nằm suôn*
> *vào "Miền Trú Ẩn Hoang Đường" mất tiêu*
> *tìm địch quân lì ra chiêu*
> *tìm "hồn thơ" chẳng dám liều bỗng nên"*

Kết thúc chiến tranh, cũng như những bạn đồng ngũ, người phế binh cụt chân Luân Hoán phải ra đi khi: *"khổ nhục tiếp theo cũng đã qua/ kẻ thắng mở ra "Đại Học Máu"/ chính nghĩa bất ngờ rõ nét ra"*. Và từ đó, Luân Hoán có cái nhìn khách quan, chân thực sâu sắc, rõ nét hơn. Vì vậy ngòi bút của ông: *"lý tưởng tin yêu càng dồi dào/ suy tư đơn giản theo câu viết/ màu mực chuyển sang màu máu đào"*. Và với Luân Hoán chỉ có tình yêu chân thực mới có thể vá lại những linh hồn rách nát của con người, nhất là những người lính buộc phải rời xa tổ quốc:

> *"làm kẻ nửa đời vô tổ quốc*
> *bạn và tôi viết để yêu thương*
> *chính mình, quá khứ và đơn giản*
> *khỏa lấp từng đêm ngấm nỗi buồn"* (Gửi nhà văn Hà Thúc Sinh)

*Năm tháng ly hương, với ước nguyện sau cùng.

Có lẽ, không có nỗi đau, nỗi buồn cô đơn nào bằng phải sống xa tổ quốc. Và Luân Hoán cũng vậy, ngày thân đất khách, hồn đêm quê nhà. Nỗi nhớ thương thường trực trong lòng, buộc ông cô lại thành thi tập: Nỗi Nhớ Quê Nhà Từ Montreal. Và cùng một nỗi nhớ thương, song dường như mỗi người có sự biểu hiện, cảm xúc hay hành động khác nhau. Tuy nhiên, Luân Hoán nhớ nhà sinh tật đứng đường, kể cũng lạ. Dường như căn bệnh này chỉ có ở nơi ông: *"mỗi khi se sắt nhớ nhà/ tay thường chà nhẹ lên da thịt mình/ cảm nhận nhịp máu về tim/ lâng lâng vang vọng tiếng chim gọi đàn"*. (Nhớ nhà sinh bệnh đứng đường). Và trong sương khói mờ ảo, với căn bệnh đứng đường như vậy, Luân Hoán không chỉ nhìn thấy miền quê yên bình, nơi mình đã được sinh ra: *"mơ hồ thấy vồng khói lam/ nổi theo ngọn nắng chiều tràn nhánh sông/ vi vu theo gió thinh không/ giọng ru em trải mênh mông ruộng đồng"* mà ông còn thấy bi thương của Đà Nẵng, thành phố mấy chục năm gắn bó. Với biện pháp tu từ so sánh, Luân Hoán làm cho ai đọc cũng phải bật ra tiếng cười xót xa: *"một thành phố không ăn xin ăn trộm/ chuyển nhanh qua ăn hối lộ như rươi/ bọn xếnh xáng không còn mua gái nữa/ mua đất xây nhà lập căn cứ "trồng người"* (Sót lại trong trí nhớ)

Đọc bài, Mì Quảng từ tay em, chợt cho tôi nghĩ: Hiện nay, Luân Hoán và Trần Mạnh Hảo là hai thi sĩ làm thơ nhanh, với bất kể đề tài nào dù là nhỏ, và tầm thường nhất. Tôi đã đọc, và liên lạc với Luân Hoán mấy chục năm nay, nên hiểu khá rõ tài năng này của ông. Còn Trần Mạnh Hảo cách nay chục năm, tôi rong ruổi chở ông bằng xe hơi hàng ngàn cây số khắp Đức - Tiệp. Nơi đâu ông cũng có thơ, từ cây cầu, bức tường, tảng đá... một cảm xúc nào đó, cũng bật ra thơ. Tất nhiên, nhanh ứng khẩu như vậy, không phải câu thơ, bài thơ nào của Luân Hoán, của Trần Mạnh Hảo cũng hay.

Và Mì Quảng từ tay em, là một bài thơ ra đời (trong tích tắc nhanh gọn) như vậy của Luân Hoán. Ở đó, Luân Hoán đã mượn tình yêu của người vợ, cứ như định luật bắc cầu trong toán học vậy, để thổ lộ nỗi lòng của mình với quê hương Xứ Quảng. Có thể nói, đây là bài thơ dân dã, song mang nhiều thông điệp đến người đọc, mà tôi rất khoái:

"nhờ nhai luôn nghĩ tới
quê hương trong miệng ta
không dám nịnh vợ quá
nhưng em nấu mì ngon
ăn như đang hưởng lộc
ăn như đang được hôn
mì Quảng ơi mì Quảng
nhạt quốc túy còn hồn"

Vẫn cọng mì, và đôi đũa tre thuở ấy, Luân Hoán không chỉ cho thấy tình yêu, thủy chung nơi quê nhà, mà còn cho ta thấy sự quan sát tỉ mỉ, tinh tế với lối so sánh ẩn dụ: *"im nhai từng cọng lòng thòng/ hương cao lầu thuở phải lòng ai xưa/ ngọn đũa nhựa hình như thua/ chất tre thấm nước lèo đưa đẩy tình"* (Thăm nơi ra đời).

Ở cái xứ lạnh Canada, có lẽ may mắn nhất cho Luân Hoán luôn nhận được sự ấm áp từ người vợ. Bởi bà luôn bao bọc, an ủi thúc giục Luân Hoán làm thơ, viết văn. Sự cảm thông, cùng đồng hành này của người vợ giúp cho Luân Hoán đi đến tận cùng trang thơ. Thành thật mà nói, tình yêu, đức hy sinh ấy của bà dành cho Luân Hoán, rất ít văn nhân thi sĩ nào có được. (Trách gì, nhìn ông Luân Hoán mặt lúc nào cũng phơi phới). Do vậy, đọc Hệ Lụy Cùng Ràng Buộc của Luân Hoán làm tôi xúc động. Lời tự sự ấy của người vợ không đơn thuần chỉ an ủi chồng, mà nó như một châm ngôn, triết lý sống vậy:

"anh viết tự nhiên đơn giản
như anh thở
anh hắt hơi
anh trân quí khi viết
sao như lạnh nhạt lúc xong rồi một bài thơ
và chúng thật sự đã chết
khi anh cho vào những trang giấy in thành sách.
sách là nấm mồ chăng?
chẳng có ngày nào anh không làm thơ

kể cả vào bệnh viện
em mừng"

Với thi sĩ Du Tử Lê: "*Khi tôi chết hãy đem tôi ra biển*", còn Luân Hoán ước nguyện cuối cùng: "*chỉ là mộng ước tào lao/ thằng em mua được chỗ nào vùi sơ/ hồn người trộn lẫn hồn thơ/ có mùi quê quán trộn vào hư vô*" (Hồi Hương). Sự trộn thể xác, linh hồn của hai thi sĩ Du Tử Lê, và Luân Hoán vào đất vào hồn nơi quê nhà đều cho người đọc cảm giác chờn chờn, rợn rợn. Chỉ là tám câu thơ lục bát, Hồi Hương như những lát cắt tâm trạng của Luân Hoán. Tôi nghĩ, bài thơ này được vắt ra từ nước mắt của thi nhân. Đọc nó làm tôi cứ bâng khuâng, lửng lơ cả mấy buổi chiều, khi chiếc lá thu vàng đã rơi rơi trước hiên nhà:

"*ra đi*
  nước mắt chảy thầm
trở về
  mất dạng điếc câm đời thường
cái hũ nho nhỏ
      ngấm buồn
nhúm cốt
    nguội lạnh
        như tưởng lao chao"

Có thể nói, tập thơ Nỗi Nhớ Quê Nhà Từ Montreal là những trang hồi ký nỗi buồn đau của Luân Hoán và của cả những thân phận lạc loài như chúng tôi. Lời tự sự cùng giọng thơ giễu nhại cho người đọc tiếng cười sảng khoái, nhẹ nhàng. Gần bảy mươi năm cầm bút, ông để lại cho đời nhiều tác phẩm giá trị về cả nội dung lẫn nghệ thuật. Tuy chốt bài viết này bằng bài thơ Hồi Hương, nhưng tôi nghĩ, Nỗi Nhớ Quê Nhà Từ Montreal chưa phải là tập thơ cuối cùng của Luân Hoán. Bởi, bước vào tuổi 84 sức khỏe cũng như hồn thơ ông vẫn còn rộn ràng, tươi trẻ lắm.

Leipzig, ngày 27. 9. 2024
Đỗ Trường

TIỂU LỤC THẦN PHONG
Hành Trình Của Giọt Nước

GIỌT XÍU NGHIÊNG MÌNH

Mấy nay bầu trời xám xịt, mây đen vần vũ, mưa gió sụt sùi... Họ hàng Xíu tụ hội về đông quá xá luôn. Nước chảy tràn đồng, nước ơi là nước, chỗ nào cũng nước, ngập khắp mọi vùng. Tiếng mưa sầm sập như vậy mà cũng không át nổi tiếng oán thán của dân lành. Giọt Xíu nghe được buồn lắm, nghiêng mình xuống muốn chia sẻ nỗi đau của người dân nhưng không sao làm được.

Khi mới đầu họ hàng nhà Xíu tụ về thì vui vô cùng nhưng sau đó thì trở nên quá đáng. Phàm cái gì thái quá cũng đều không tốt. Anh em nhà Xíu đông vô số kể, tụ về một lúc đã gây họa cho thiên hạ. Xíu ra sức kêu gọi anh em nhưng chẳng ăn thua gì, những lời phải quấy, những lời chân tình thiết tha vô tác dụng khi mà cơn cuồng loạn của đám đông lên cực điểm.

Xíu là hiện thân của sự sống, Xíu không thể thiếu trong đời sống của con người và vạn vật. Tâm Xíu thánh thiện, chỉ muốn đem lại sự an lành, ngọt ngào, mát trong cho con người nhưng bây giờ trong cái đám đông cuồng loạn của anh em mình, dù muốn hay không cũng đã vô tình gây hại cho loài người đang ở dưới khu vực mưa như trút nước này. Cái cộng nghiệp giữa những người anh em Xíu và con người không sao tránh được.

Xíu nghiêng mình lọt qua một mái nhà nho nhỏ trong tiểu trấn. Ngôi nhà cũ kỹ, nghèo nàn và dĩ nhiên là hở trên nứt dưới nên Xíu mới chui vào được. Anh em nhà Xíu tranh nhau chui qua những khe hở của mái nhà và tường nhà. Gia cảnh trong nhà thật buồn, đồ đạc đơn sơ chẳng có gì. Anh em Xíu nhỏ tí tách khắp nơi. Xíu thấy người vợ nằm trên võng ru con, tiếng ru buồn buồn man mác:

Nhất thời vợ dại trong nhà
Nhì thời mái dột thứ ba nợ đòi

Người chồng ngồi đọc sách gần đấy quay lại âu yếm nhìn vợ:
- Vợ anh không dại, nợ không đòi, chỉ có mái dột thôi!
- Nhà dột cũng là một thứ nợ đời anh ơi, vì nghèo nên nhà mới dột..
- Anh xin lỗi, anh bất tài không tạo lập được cuộc sống giàu sang để cho em phải chịu khổ trong cảnh nghèo như thế này!
- Anh đừng nói vậy, giàu nghèo có số cả. Sống với anh dù ăn mắm em cũng vui và hạnh phúc.

Người chồng buông sách xuống và đến bên võng hôn vợ con, ôm chặt vào lòng. Giọt Xíu chứng kiến cảnh tượng như vậy nên xúc động không kìm được. Xíu rơi giọt lệ long lanh trong trẻo như giọt pha lê. Xíu giật mình khi nghe tiếng người chồng thảng thốt:
- Trời! Giờ dột cả chỗ này, làm ướt quyển sách anh đang đọc dở.

Người vợ ngoái nhìn và nói:
- Lấy gì hứng tạm đi anh, nhích bàn tránh chỗ dột một chút, hết mưa mình kêu thợ lợp lại mái nhà anh hén!
- Chắc phải tốn bộn tiền đây!
- Tốn thì tốn chứ biết sao được, mái nhà đã cũ quá, dột không còn có thể hứng nữa.
- Nhưng mình không có tiền
- Giật gấu vá vai chứ biết sao giờ.

Giọt Xíu rưng rưng lệ, cảm thương hoàn cảnh đôi vợ chồng nghèo, cảm phục tình nghĩa của họ, dù hoàn cảnh quá khó khăn mà họ vẫn yêu thương chung thủy hết lòng. Giọt Cả từ trên nhảy xuống kế bên Xíu nói khe khẽ:
- Họ là một đôi dễ thương nhất trên đời này, người chồng vốn đẹp trai, hiền lành và tài hoa nhất tiểu trấn. Người vợ dịu hiền, đảm đang và chung thủy nhất vùng. Anh chồng chỉ mê sách vở thơ văn mà rất

vụng về trong việc mưu sinh, đã vậy tánh tình phóng khoáng nên có đồng nào là sạch đồng đó. Người vợ chăm chỉ, tiết kiệm chu đáo mọi bề. Cô ta có nhiều cơ hội để sống một cuộc sống giàu sang nhưng cô ấy khước từ. Cô ta chỉ yêu mỗi người mà cổ đang gọi là chồng. Giữa họ đôi lúc cũng có cãi vã bất đồng, ghen tuông cự cãi tưởng chừng như tan đàn xẻ nghé nhưng rồi lại qua đi, lại yêu thương quấn quít nhau. Không biết duyên nợ tiền kiếp thế nào mà kiếp này họ thương yêu ra rít đến vậy!

Xíu nghe xong, khẽ khàng:

- Thời buổi kim tiền, con người sống xô bồ hỗn độn, văn hóa suy đồi, đạo đức xuống cấp, xã hội đu theo thói trưởng giả... Ấy vậy mà hai vợ chồng này gần như vô nhiễm, họ vẫn giữ được thiên lương quý báu của con người. Họ đúng thật là cặp đôi đẹp và đáng yêu nhất đời.

Xíu và giọt Cả giật mình khi nghe tiếng người vợ:

- Dột gì mà dột quá trời vậy nè! Giờ nhỏ lên đầu võng của em.

Người chồng đi kiếm tấm nylon che tạm phía trên chỗ đầu võng, trong lúc ấy người vợ lại hò ru con:

Ba năm nước lớn đò trôi

Cây khô lá rụng bậu ngồi chờ ai

Bậu ngồi chờ củ chờ khoai

Chờ cam chờ quýt chờ xoài cà lăm

Người chồng đùa nhưng cũng rất thật lòng:

- Vì bậu chờ anh nên đời bậu khổ, phải chi hồi ấy bậu đừng chờ anh mà lấy chồng giàu thì giờ đâu phải chịu cảnh dột như vầy!

Người vợ không trả lời mà hò tiếp:

Ba năm nước lớn trồng cà

Cà non ăn sống cà già bóp dưa

Hò xong người vợ còn giải thích:

- Có sao đâu anh, cà non ăn sống cà già bóp dưa. Em vẫn sung sướng sống bên anh, mưa thì dột, trời tạnh thì hết dột thôi!. Em còn nhớ hồi nhỏ ngoại cũng nằm võng hát ru em:

Ví dầu nhà dột cột xiêu

Con theo hát bội mẹ liều con hư

Nhà mình dột, nhà ngoại xưa cũng dột, ông bà mình bao đời nay cũng dột, chỉ mong sao đến con mình sẽ không còn bị dột nữa.

Xíu thì thầm với giọt Cả:

- Người vợ có vẻ mau miệng, ăn nói lanh lợi hơn người chồng.
- Ừ, đúng đấy em! Anh chồng ít nói và nói rất vụng, nhiều khi chẳng tìm ra được từ gì để nói trong khi anh ta có thể viết tràng giang đại hải. Anh ta thích im lặng và suy tưởng, thích viết ra giấy hơn là nói bằng lời. Hôm nay có lẽ anh ta nhiều cảm xúc nên ăn nói ngon lành hơn mọi ngày. Hai vợ chồng này là tiêu biểu cho cái quy luật bù trừ ở đời, có lẽ cũng nhờ sự bù trừ đắp đổi cho nhau mà họ khắng khít nhau. Ông bà mình xưa cũng có nói: "Phàm những cặp vợ chồng gắn bó nhau lâu dài thì nhất định phải có một người mạnh và một người yếu; một kẻ trụ còn người kia thì quấn quýt leo. Còn như cả hai cùng mạnh hoặc cùng yếu thì khó đi chung đường."

Xíu gật đầu rồi cùng với giọt Cả, giọt Giữa, giọt Út, giọt Thừa, giọt Trong, giọt Đục... chảy ra khỏi ngôi nhà của đôi vợ chồng ấy. Trời ơi, ngoài đường nước lênh láng, nước chảy xiết như suối mùa lũ, bao nhiêu xe máy, xe hơi chết máy nằm la liệt; bao nhiêu người té ngã, thậm chí có người còn bị nước cuốn xuống cống. Phố xá, tiệm tùng, hiệu buôn, nhà cửa... ngập sâu trong nước. Giọt Út từ trời Tây về, nó thấy cảnh tượng vậy nên rất bất bình:

- Ở Âu-Mỹ người ta thiết kế đô thị rất hiện đại và khoa học, không có chuyện đường biến thành sông. Ở xứ mình phố xá, đô thị, thành phố từ biển lên đến núi rừng đều ngập bởi vì người ta không biết thiết kế chi cả. Họ chỉ vì tự tư tự lợi, vì lợi ích cá nhân và băng nhóm... còn việc chung thì mặc kệ. Họ chỉ phân lô bán nền mà không có lo chuyện xây dựng cơ sở hạ tầng. Họ lấp cả kênh, rạch, ruộng đồng để bán đất cất nhà mà không thiết kế hệ thống thoát nước. Bởi vậy mưa xuống là ngập, mưa to ngập sâu, mưa nhỏ ngập ít, thậm chí không mưa cũng ngập luôn. Quan quyền còn tự sướng to mồm ba hoa khoác lác, nào là: "Phải nghĩ lớn, phải làm cho đô thị xứ ta phải hơn Ba Lê, Venice..."

Xí nghe giọt Út nói xong bèn than thở:

- Tội cho dân xứ mình, vì nghiệp chung mà phải chịu đựng sự cai trị độc tài, ngu dốt. Bọn quyền chức tham lam có thừa, nói dóc có hạng, tuyên truyền quá trời nhưng cái thiếu lớn nhất là lương tâm và trí tuệ. Khổ nỗi lại luôn mồm tự xưng là đỉnh cao trí tuệ ấy mới chết chứ!

Giọt Dư cười nắc nẻ:

- Ừ thì trí tuệ nhưng tại Xí không biết đấy thôi! Chữ tuệ hổng có chữ u.

Nước trên đường chảy cuồn cuộn như thác lũ, rác rến lềnh phềnh, nước từ mương rãnh và cống, hố gas… trào lên đen sì và hôi thối không sao chịu nổi. Cũng là họ nhà Xíu nhưng Xíu chịu không thấu. Xíu ho sặc sụa, mắt cay xè, nước mắt trào ra. Xíu bị cuốn trôi theo dòng nước hung dữ trên đường phố. Xíu cố nghiêng mình né tránh những vật cản và rác rến trên đường nhưng cũng không xong. Xíu nghiêng mình nhớ lại lúc vừa chui vào mái nhà của đôi vợ chồng trẻ đáng yêu kia. Chỉ trong khoảnh khắc nghiêng mình ấy Xíu quên đi mình đã hòa vào dòng nước đang chảy trên đường.

GIỌT NƯỚC ĐAU MÌNH

Mấy nay giọt Xíu đau mình lắm, thiên hạ khắp nơi lên án, tẩy chay, thậm chí nguyền rủa anh em nhà Xíu. Người ta nguyền rủa cái tội chính họ gây ra cho Xíu và anh em của Xíu. Cái tai họa họ gây ra cho anh em nhà Xíu và muôn loài dĩ nhiên cũng là cho chính bản thân họ. Giọt Xíu đã bị nhiễm phóng xạ nguyên tử sau khi làm mát cho lò điện hạt nhân. Bây giờ giọt Xíu mang gương mặt tử thần mặc dù vẫn trong veo đến thánh thiện, tuy nhiên chỉ cần uống phải hay dính vào da thịt thì hậu quả thật không sao có thể lường hết được. Giọt Xíu giờ nguy hiểm và độc hại vô cùng, con người, động vật và cả thực vật nữa, nếu tiếp xúc sẽ bị ung thư, máu trắng, bị biến dạng, sẽ thay đổi ADN, sẽ sinh ra quái thai… Nếu giọt Xíu mà ra ngoài môi trường tự nhiên thì thảm họa cho muôn loài và dài lâu về sau. Nơi nào nhiễm Xíu thì nguồn nước, đất đai, động thực vật đều nhiễm phóng xạ lây.

Loài người thật vô minh, họ chế ra những thứ rất hiện đại, tân tiến để phục vụ cho đời sống và họ cũng chế ra những thứ để giết người hàng loạt, hủy hoại đời sống của chính họ và muôn loài. Nguyên tử – hạt nhân là một trong những thứ vô cùng kinh khủng nhất, những thứ này có thể khiến loài người diệt vong chứ chẳng phải chuyện chơi. Những thảm họa lò hạt nhân Chernobyl, lò hạt nhân Nhật Bản… và còn nhiều vụ khác nữa. Những nơi này người ta xây một nấm mồ khổng lồ bằng xi măng và chì để nhốt chất phóng xạ lại trong ấy, không cho nó phát tán ra môi trường, tuy nhiên những nấm mồ nhân tạo ấy liệu có thể an toàn trước những thảm họa thiên nhiên, hoặc giả có kẻ điên khùng nào đó phá hoại thì hậu quả thật khôn lường.

Loài người đã mượn Xíu và anh em của Xíu đi vào lò phản ứng hạt nhân để làm mát kẻo không sẽ bị nổ tung. Sau khi làm mát lò hạt nhân thì Xíu bị nhiễm phóng xạ. Xíu đau mình đến tận cùng mà không biết phải nói năng ra sao hay phải làm gì. Xíu vốn trong trẻo, mát lành và thánh thiện vậy mà giờ đi đến đâu là gây họa đến đó. Xíu không thể về đại dương, nếu về thì muôn loài thủy tộc sẽ bị nhiễm độc hết, đời sống biển cả sẽ loạn. Xíu cũng không thể ra sông suối, ao hồ... Hễ ra đấy thì những sinh mạng vô tội nơi ấy sẽ bị nhiễm lây dư chất phóng xạ. Xíu cũng không thể về với đất mẹ, không thể hóa thân hòa vào không khí trong không gian, không thể bay theo mây gió như những ngày xưa. Nếu Xíu cố tình làm vậy thì tai họa kinh khủng cho mẹ thiên nhiên và loài người. Xíu không còn lối nào khác, không có cửa nào cho Xíu!

Bọn người điều hành các lò hạt nhân, những chuyên gia về nguyên tử... họ nhốt Xíu và anh em Xíu trong những cái bể đặc dụng vô cùng kiên cố để chờ một ngày nào đó có giải pháp hữu hiệu, cái ngày đó biết đến bao giờ? Xíu phải chờ cho đến khi loài người có thành tựu mới nào đó để có thể hóa giải chất phóng xạ độc hại vô cùng nguy hiểm này. Phép lạ thì ở đời vốn không có, còn trình độ khoa học của con người cũng chỉ mới chế ra chứ chưa biết cách hóa giải... Xíu chờ đến bao giờ đây?

Thế rồi một ngày kia người xứ Phù Tang đem bọn Xíu xả ra đại dương, lập tức một làn sóng phản đối quyết liệt nổi lên. Loài người lên án bọn Xíu, người ta chống đối bọn Xíu là lẽ thường tình vì ai cũng sợ sự độc hại của những giọt nước bị nhiễm phóng xạ hạt nhân. Các chính khách cãi nhau như mổ bò nhưng cũng không có cách chi giải quyết. Các nhà khoa học nêu lên bao giả thuyết nhưng chẳng có giả thuyết nào thật sự hữu hiệu. Các nhà và các tổ chức tranh đấu cho môi trường phản đối bọn Xíu mạnh mẽ nhất. Họ yêu sự sống, họ yêu mẹ thiên nhiên, họ đấu tranh cho sự sinh tồn của đời sống tự nhiên và của con người.

Xíu đau mình lắm! Xíu cũng là nạn nhân của những thành tựu khoa học của con người, bản thân Xíu vốn trong lành lắm kia mà. Xíu vốn là sự sống của con người và muôn loài kia mà! Xíu nhiễm phóng xạ là tội lỗi của con người. Nằm trong những cái bể chứa kiên cố bít bùng buồn vô hạn, Xíu hiểu sự nguy hiểm và chấp nhận chịu tù đày chứ không muốn ra đại dương để gây hại cho muôn loài. Chính phủ Phù Tang liều lĩnh cho xả bọn Xíu ra biển với luận điệu là đã hóa giải chất phóng xạ. Dĩ nhiên là chẳng ai tin, Xíu cũng không tin, điều ấy thật khó có thể tin! Nước đã nhiễm phóng xạ đâu có thể tẩy sạch dễ dàng như thế! Mặc cho chính phủ Phù Tang nói như thế nhưng không thể nhẹ dạ cả tin được!

Kể từ khi nhiễm phóng xạ, Xíu và anh em của Xíu vẫn trong veo, vẫn đẹp như thường, tuy nhiên cái đẹp ấy có thể giết chết người và vật, cái đẹp vô cùng độc hại. Chỉ cần con người và vật nạp bọn Xíu vào trong thân thể thì máu có thể bị trắng, ung thư, biến dị, thay đổi gene… và muôn vàn sự độc hại không sao lường hết được. Nguyên tử lực – hạt nhân là thành tựu khoa học của loài người nhưng mặt trái của nó thì loài người chưa thể tính đúng hay tính đủ. Có nhiều chuyên gia khoa học đã từng nói rằng: "Nếu lượng vũ khí hạt nhân hiện có trên trái đất mà nổ đồng loạt thì loài người và muôn loài sẽ bị diệt vong", giả sử mà điều ấy thành hiện thực thì liệu thành tựu khoa học kỹ thuật hay văn minh của loài người còn có ý nghĩa gì? Trong những tháng năm chiến tranh lạnh, cả hai khối Cộng Sản và Tư Bản cùng chạy đua trang bị vũ khí hạt nhân. Có một vị lãnh đạo nào đó đã nói rằng: "Một khi chiến tranh hạt nhân nổ ra thì ai sẽ phân biệt được đâu là đống tro Tư Bản và đâu là đống tro Cộng Sản?". Ôi chao, loài người mê muội, cuồng si, vô minh đến thế là cùng!

Những tháng ngày nằm trong bể chứa bịt bùng tăm tối. Giọt Xíu nhớ bầu trời xanh thăm thẳm với mây trắng lững lờ và nắng vàng ươm. Giọt Xíu nhớ tuyết sơn vĩnh cửu tinh khiết trắng trong từ thuở khai sơn lập địa đến giờ. Giọt Xíu nhớ âm thanh tí tách của tuyết tan, nhớ lắm đầu nguồn sông suối. Xíu và anh em nhà Xíu mát trong chảy về xuôi nuôi sống con người và muôn loài động vật, cây cỏ… Giọt Xíu là hiện thân của sự sống. Xíu nhớ những tháng ngày vô tận trong đại dương mênh mông, nơi Xíu hòa mình với anh em bốn phương, lưu chuyển qua bao miền đất quanh địa cầu. Xíu nhớ những cơn mưa hạ tíu tít vui với lũ trẻ con tắm và chơi đùa trong mưa, những đứa trẻ ngây thơ, hồn nhiên và nghịch ngợm cùng té nước vào nhau. Bọn chúng hạnh phúc với những giọt nước mát trong rửa đi những dơ dáy bụi bặm, làm hạ bớt cái nóng của mùa hè. Bọn con trẻ với những trò chơi dễ thương mà ngày nay dân chúng các thành phố, đô thị đã lãng quên. Xíu nhớ khi bỏ hình tướng, bỏ cái tôi để hòa vào hư không bay bổng khắp mười phương.

Giọt Xíu đau mình lắm! Không muốn khóc mà giọt lệ long lanh rơi tự bao giờ. Loài người và vạn vật muôn loài sinh tồn được là nhờ giọt Xíu, cứ thử nhìn lên sao Hỏa, sao Kim hay những hành tinh mà không có Xíu và anh em nhà Xíu thì biết, nơi ấy không có sự sống, không có mặt của con người và dĩ nhiên không có cả động vật hay thực vật. Loài người sống được là nhờ Xíu, thế mà loài người làm cho Xíu bị nhiễm phóng xạ và rồi thì loài người đổ lỗi cho anh em nhà Xíu là những kẻ nguy hiểm, những kẻ mang bộ mặt thần chết! Loài người sao kỳ cục vậy? Chính cái tham vọng của loài người làm hại loài người, chính sự tham lam và sân hận của loài người làm hại loài người. Chính sự vô minh của loài người làm hại loài người. Ngoài loài người ra thì không có ai có thể hại loài người, loài người tồn tại hay diệt vong là ở chính họ.

Giọt Xíu nhiễm phóng xạ, rồi đây sẽ còn bao nhiêu thứ khác sẽ nhiễm phóng xạ nữa đây? Rồi đây loài người sẽ tiếp tục chế ra những gì để rồi gây họa cho chính họ nữa đây? Cái nhân, cái quả nó trùng trùng vô tận, đã vậy cái duyên nó thúc đẩy hoặc là tăng trưởng theo hướng thiện, hoặc đi xuống theo chiều ác... tất cả cũng tùy thuộc vào chính cái tâm của con người.

Giọt Xíu đau mình nhưng chẳng thể làm gì hơn được, Xíu chỉ có thể đem lại sự tươi mát trong lành, đem lại sự sống cho loài người và muôn loài. Giọt Xíu không thể thay loài người giải quyết được những vấn đề mà loài người gây ra. Chẳng có một thế lực siêu nhiên hay một đấng siêu phàm nào đó có thể giải quyết được vấn đề của loài người, chỉ có loài người tự mình thức tỉnh, tự mình giải quyết lấy vấn đề của mình.

TRỞ MÌNH MẮC NGHẸN

Xíu tiếp tục cuộc hành trình bất tận của mình, đừng tưởng Xíu chơi hoang hay đi rông, phiêu bạc giang hồ vô tích sự. Chính sự lang bạt kỳ hồ của Xíu và anh em nhà Xíu đã đem lại mưa thuận gió hòa, đem lại nguồn sống cho loài người và vạn vật muôn loài. Lần này Xíu quay về lại góc Đông Nam Á châu, nơi có dòng sông thiêng liêng chảy qua.

Dòng Mê Kông bắt nguồn từ tuyết sơn Tây Tạng, chảy qua bao nhiêu vùng đất Phật giáo khác nhau, trước khi về với biển nó vờn quanh một vùng châu thổ mà người phương Tây quen gọi là Mê Kông Delta. Bắt đầu từ những giọt nước tan ra từ tuyết sơn, vô số giọt tí tách suốt ngày đêm, bất kể tháng năm. Xíu và anh em Xíu cũng từng từ đây mà ra, từng chu du khắp mười phương và cũng từng bao bận quay về. Những giọt nước tan ra và tích tụ lại để rồi vạch ra những khe, lạch ngoằn ngoèo như một mạng lưới khổng lồ. Rồi từ mạng lưới này nhập lại thành dòng Mê Kông. Mê Kông chảy qua những vùng đất với nền văn hóa khác nhau và người xứ ấy lại gọi Mê Kông bằng những tên gọi khác nhau, nào là: Lan Thương, Trát A Khúc, Trát Na Khúc, Tonle Thom, Tonle Sap, Mae Nam Khong, Tiền Giang, Hậu Giang, Cửu Long... Dòng sông chảy qua những quốc gia Phật giáo, những vùng đất thiêng nên Mê Kông cũng linh thiêng theo. Người ta cho rằng Mê Kông là dòng sông thiêng, sông Phật giáo. Dòng Mê Kông nuôi sống hàng chục triệu cư dân hai bên bờ suốt từ thượng nguồn đến cửa biển. Suốt chiều dài đó, bao nhiêu là thành thị, đô thành, thị trấn, đồng quê, ruộng nương, bãi bồi... Phù sa của sông đã bồi đắp nên, đã đem lại mùa màng tươi tốt sum suê, đem lại bao nhiêu là thủy sản. Mê Kông không chỉ nuôi người mà còn nuôi những cánh rừng nhiệt đới, nuôi muôn loài động thực vật và thủy tộc trong sông.

Xíu sung sướng bay là là trên mặt nước Mê Kông, ngắm nhìn những ngôi chùa cổ kính, những đền tháp hai bên sông. Cứ như thế bay tới bay lui, bay lên bay xuống vô số lần mà ngắm nhìn không chán. Xíu mê mẩn với những tòa tháp Tây Tạng trên cao nguyên, những chóp chùa Miên, chùa Thái, chùa Lào, Miến Điện... Bay chán chê Xíu cùng với anh em vẫy vùng trong dòng nước mát, bơi từ thượng nguồn với làn nước lạnh và trong veo về đến tận cửa biển với dòng nước ngầu phù sa. Xíu với giọt Xinh, giọt Thừa, giọt Út, giọt Tròn... vui đùa trong dòng nước, cười nắc nẻ như trẻ thơ, thỉnh thoảng lại bay lên hư không nhảy ùm xuống. Xíu đi về vô số lần kể từ khi tạo thiên lập địa đến giờ, dòng Mê Kông cũng có lúc đổi dòng, nhất là ở những khúc cong, lở bên này, bồi bên kia. Mê Kông có chảy thế nào đi nữa thì Xíu và anh em vẫn quen thuộc như thuở hồng hoang.

Ấy vậy mà lần này về thì lại khác, Xíu thật sự bị sốc, bị mắc nghẹn đến đau mình. Trong vòng hai mươi năm trở lại đây. Người ta đã xây mấy chục cái đập ngăn sông, lấy trộm nước sông để tích chứa vào hồ, ngăn nước sông để làm thủy điện. Những cái đập ngăn dòng đầy ích kỷ, tham lam. Bọn người xây đập mưu cầu cái lợi nhỏ cho quốc gia của họ. Xây đập với sự tự tư tự lợi của những phe nhóm, băng đảng, lợi ích nhóm... Bọn người âm mưu biến Mê Kông thành của riêng. Người Tàu, người Thái, người Lào, người Miên... thi nhau đắp đập ngăn sông, tuy nhiên kẻ đầu têu chủ mưu chính là chính quyền người Tàu. Bọn họ muốn điều khiển sông Mê Kông theo ý đồ bắt chẹt những nước ở hạ nguồn. Bọn chúng xúi giục và bỏ tiền ra gọi là viện trợ xây dựng nhưng đó chính là cái bẫy để gài những con nhạn la đà. Các chính phủ yếu kém kia vay và không trả nổi thế là đem cảng biển, cảng hàng không, đặc khu cống nộp cho Tàu. Bọn họ đang bức tử dòng Mê Kông. Mê Kông đã thực sự nghẽn dòng.

Những năm này không còn mùa nước lớn tràn đồng, mùa nước lớn đã thế thì mùa khô còn tệ hại hơn, nước sông bị chặn từ phía trên, phía dưới nước biển tràn vào xâm nhập sâu nội đồng. Thế là vườn cây ăn trái chết, ruộng lúa chết, đất nhiễm mặn coi như cũng chết luôn. Nước không về, nguồn phù sa không còn nữa, mùa màng thất bát, nguồn thủy sản cũng cạn kiệt dần. Hàng chục triệu dân nghèo từ Mê Kông Delta lên đến Biển Hồ coi như kiệt quệ. Đời sống đã khổ giờ lại khổ thêm. Các loài thủy tộc trong sông cũng bị tận diệt. Xưa nay các loài thủy tộc bơi xuôi ngược theo sông mùa di cư, sinh sản, kiếm ăn... giờ cũng chịu chết không sao qua được những con đập chết tiệt ấy! Những con đập đã chặn đứng đường xuôi ngược của các loài thủy tộc. Trong số các loài thủy tộc ấy có một loài cá heo nước ngọt quý hiếm được ghi tên trong sách đỏ và người dân quen gọi là cá nược. Loài này vốn có nguy cơ tuyệt chủng, nay cái nguy cơ ấy còn nguy hiểm hơn.

Những con đập ngăn sông gây tác hại khôn lường cho thiên nhiên, môi trường sống của tự nhiên và của con người. Những nhà khoa học, những tổ chức tranh đấu cho môi trường, những người yêu tự do và thiên nhiên đã và đang tranh đấu nhưng chẳng ăn thua gì, khi sức mạnh của đồng tiền lên tiếng và khi sự tham lam, vô minh của con người quá lớn.

Những con đập ngăn sông chưa yên, giờ lại thêm một mối nguy hiểm khác. Chính phủ Cao Miên đang chuẩn bị cho đào kênh Funan Techo, đây là tham vọng ngông cuồng của nhà độc tài và chính phủ Hun Sen. Nội cái tên cho thấy sự hoang tưởng của y, y muốn khôi phục lại đế chế Phù Nam xa xưa. Kênh Funan Techo sau khi làm xong sẽ lấy đi một lượng lớn nước của cả sông Tiền và sông Hậu. Nước đã bị chặn ở phía trên, giờ lại lấy nước để đổ qua Funan Techo nữa thì còn gì là Mê Kông? Rồi đây đồng bằng sông Cửu Long sẽ ra sao? Vựa lúa bao đời nay của người dân sẽ ra sao? Đời sống tự nhiên của các loài thủy tộc và các loài cộng sinh với sông nước sẽ ra sao? Và cả Biển Hồ của chính người Miên cũng sẽ bị ảnh hưởng nghiêm trọng. Kênh đào Funan Techo là ý muốn chủ quan của những nhà chính trị theo chủ nghĩa dân tộc Khmer cực đoan. Nó được sự ủng hộ tuyệt đối về kỹ thuật và tiền bạc của Tàu. Thật sự thì Cao Miên làm gì có tiền và khả năng để làm, Tàu làm đấy thôi! Để rồi tàu chiến Tàu có thể chạy thẳng vào nội địa Cao Miên. Người Tàu đã đóng quân ở hải cảng Sihanoukville, Xiêm Riệp, Ream. Người Tàu đã và đang xâm nhập, điều hành nhiều mặt ở Cao Miên. Hoang tưởng của lãnh đạo Khmer phù hợp ý đồ bành trướng của Bắc Kinh, giờ đây Cao Miên là căn cứ hậu cần, là bãi đáp để Tàu có thể dễ dàng tấn công mọi địa điểm trong khu vực.

Xíu không quan tâm chính trị, không thích chuyện chính trị nhưng vấn đề này nó rõ ràng quá, ai cũng có thể thấy. Xíu nói vì uất ức muốn khóc. Lần này về với Mê Kông nhìn những con đập mà trở mình đau đớn. Trong thoáng chốc Xíu ước mình là bộc phá để nổ tung những con đập ấy để cho dòng Mê Kông được tự do xuôi về biển, để muôn loài lại thong dong xuôi ngược như xưa.

Những con đập ngăn sông là những con quái vật bằng xi măng cốt thép vô cùng xấu xí, xấu cả ngoại hình và cả cái tâm. Xíu bay là là dọc sông, Xíu nói với giọt Xinh:

- Người ta làm hỏng cả dòng sông rồi em ơi! Còn đâu dòng Mê Kông đầy ắp phù sa, rồi đây kênh Funan Techo làm xong thì Mê Kông Delta sẽ ra sao?

Giọt Xinh đồng cảm với Xíu, cũng mang niềm đau như Xíu, toàn bộ anh em nhà Xíu đều trăn trở về tương lai của dòng sông. Đau mà chẳng biết phải làm sao. Giọt Ròm nhỏ nhẹ:

- Bao năm nay họ xây đập ngăn sông, thời tiết thất thường, không còn mưa thuận gió hòa. Em cũng gầy thêm mấy phần. Anh em nhà mình cũng không còn tụ hội đông đủ để mưa xuống ruộng đồng. Nước mặn từ biển xâm nhập ngày càng sâu, nhiều vườn cây chết đứng, nhiều loài thủy tộc mất tích mất tăm. Người nơi đây lại thêm kiếp nạn nữa rồi.

Giọt Thừa khẳng định chắc nịch:

- Thời đại hôm nay loài người nhiều kiếp nạn, kiếp nạn cũ chưa qua thì kiếp nạn mới lại đến. Kiếp nạn xảy ra dồn dập hơn, nặng nề hơn, khốc liệt hơn.

Giọt Cả ngưng lại, trầm ngâm ra vẻ triết gia:

- Cái nhân ác chín muồi thì cái quả xấu xảy ra, chính từ cái quả xấu lại dễ tạo thêm nhân xấu mới, cứ như thế này thì nhân quả xoay vòng không bao giờ dứt, kiếp nạn vì thế không bao giờ hết được!

Giọt Xíu thì thầm:

- Nhớ ngày xưa khi mình về đây, tụi mình bơi suốt một mạch từ thượng nguồn ra biển, rồi từ biển lại quay về nguồn. Tụi mình tha hồ tung tăng khắp nơi, giờ thì không thể làm được cái điều đơn giản ấy nữa. Đành rằng vô thường thay đổi trong từng phút giây, nhưng sự thay đổi này tác động bởi sự tham lam, ích kỷ của con người. Sự thay đổi này làm tổn hại nặng nề đến mẹ thiên nhiên.

Giọng giọt Xinh thật thiểu não:

- Còn gì là dòng sông thiêng nữa, từ ngàn xưa chảy ra từ miền đất huyền bí ở thượng nguồn, chảy qua bao miền đất Phật với vô số cảnh chùa tháp thân thương, chảy qua những khu rừng già nguyên sinh thâm u trầm mặc, những cánh đồng phù sa bát ngát và trù phú... Muôn loài thủy tộc và bao loài chim muông thú rừng cùng tương tác cộng sinh, dù là mang thân thú, thân súc sanh nhưng cũng thọ nhận được sự sung túc của môi trường tự nhiên. Chúng vui vẻ ngược xuôi theo dòng… Giờ thì mấy chục con đập ngăn sông, chia chẻ ra từng khúc cứ như thế người ta cắt nát thân.

Giọt Cả thật xứng đáng với danh hiệu của mình, lúc nào cũng bao dung đàn em, lại rất thông thái, chuyện gì cũng biết:

- Loài người ở vào trung vị, phước tội cân phân, nhờ vậy mà loài người dễ tiếp nhận và tu học Phật pháp. Chư thiên thì phước báo lớn nên chẳng có lòng tu học. Súc sanh và các loài khác thì hoàn toàn chịu nghiệp báo nên không thể tu học Phật pháp. Ngay trong loài người thì tầng lớp trung lưu, tiểu khang mới dễ tu học, tầng lớp trên thì hưởng thụ tháng ngày hoan lạc cũng ít chịu tu học, tầng lớp cùng đinh bên dưới thì quá khổ, quá vất vả mưu sinh nên cũng khó tu học, bởi vậy mà người ta mới nói: "Bần cùng bố thí nan, giàu sang học đạo khó". Loài người mê đắm trong ngũ dục lục trần, dính chặt vào cái "ta", "của ta"… mà không biết rằng chẳng có cái gì để gọi là "ta", "của ta". Loài người tham đắm sắc dục, vật chất, lợi danh… nên mê mờ, cộng với cái "ta" ảo tưởng nên sân hận toàn gây nghiệp bất thiện. Sơn hà đại địa, đất đai… vốn chẳng của riêng ai. Những tộc người hay quốc gia chỉ chiếm hữu một thời gian nào đó chứ không thể sở hữu vì bản thân con người còn chưa làm chủ được thì làm sao làm chủ ngoại vật? Ấy vậy mà con người vô minh tranh giành, chém giết, tru diệt lẫn nhau. Ngay cả đắp những con đập trên sông Mê Kông này cũng là sự tham lam, ngông cuồng, vô minh. Nay đào kênh Funan Techo nữa thì thảm họa lớn cho thiên nhiên muôn loài và cũng cho chính loài người.

Giọt Xíu, giọt Xinh, giọt Út… lòng buồn rười rượi bay là là nhìn dòng Mê Kông lần nữa trước khi bay qua xứ khác. Từ trên không nhìn xuống, Xíu chợt kêu to và chỉ cho những người anh em mình:

- Nhìn kìa, trời ơi dòng Mê Kông như con rồng, phần thân dưới của nó bị người ta chặt ra mấy chục khúc!

Tiểu Lục Thần Phong

(Trích từ Tập tùy bút viết trong những ngày ở Vancouver)

NGUYỄN MINH NỮU
Nguyễn Đức Nhân, Mây Trên Đỉnh Tà Ngào

Năm 1970, Nguyễn Đức Nhân được coi như một tài năng mới, lạ và trẻ trên văn đàn với những bài thơ sâu lắng về cõi người. Tôi gặp và quen anh qua bộ y phục nâu sậm của một tu sĩ. Thực lòng không nhớ ai là người giới thiệu khi Nhân đến chơi với Đoàn Văn Khánh và tôi ở nhà Khánh ở khu Bàn Cờ, quận 3, Saigon. Cuộc trò chuyện không dài, chúng tôi còn quá trẻ khi ở tuổi 17, 18 yêu thích văn chương nhưng mới chỉ là những bước khởi đầu nên mới chỉ là văn nghệ. Hình như lúc đó Nhân đang học trung học Trường Sơn nằm trên đường Lê Văn Duyệt gần ngã tư Lê Văn Duyệt và Hồng Thập Tự (bây giờ là Xô Viết Nghệ Tĩnh và Nguyễn thị Minh Khai). Trong những bạn cùng học lúc đó với Nhân còn có những người cầm bút sau này nữa như Trần Thanh Liêm Kiều Linh Giang đã mất, Trịnh Ngọc Minh (Trịnh Y Thư) đang chủ trương một nhà xuất bản ở California.

Nguyễn Đức Nhân khuôn mặt hiền lành, chân chất, nói năng chậm rãi và khiêm cung. Thơ của Nhân cũng là những bày giãi đôn hậu về cuộc đời, về cuộc người và cả cuộc chiến đang rập rình đâu đó ngoài khung cửa lớp học.

Bài thơ đầu tiên mang tên tác giả Nguyễn Đức Nhân được đăng tải trên tạp chí Vấn Đề số 24 năm 1969 là do đích thân nhà thơ Thanh Tâm Tuyền, lúc đó là giáo sư dạy về văn học cho Nhân ở Trung học Trường Sơn, chuyển tới nhà văn Mai Thảo đang là người chủ trương, đã tạo nên một chú ý đáng kể với những người trẻ cầm bút thời bấy giờ.

Kỷ niệm không nhiều, nhưng quả thật tên Nguyễn Đức Nhân và phong cách của lần gặp đó đã ghi trong tôi cái thiện cảm và nhớ lâu dài.

Sau lần gặp đó, chúng tôi không có một liên lạc nào với nhau. Rời mái trường trung học, chúng tôi tản mác bốn phương trời, có đứa vào đại học, có đứa đi du học, có đứa vào chiến tranh rồi lưu lạc bốn phương trời. Tôi không còn ở Saigon, và mỗi đời sống có một sóng gió riêng, có gặp lại nhau đúng là phải một cơ duyên nào đó.

Gần 50 năm sau, bất ngờ đọc được một bài thơ của Nhân trên trang Văn Học Nghệ Thuật Phạm Cao Hoàng. Mới đầu tưởng chỉ một trùng tên, nhưng hơi thở của bài thơ nghe thân quen thật nhiều:

Bao lần mây trắng bay qua
Anh chìm đâu giữa bao la muôn trùng
(Thất Mùa, Sông Buông, Đồng Nai 1976)

Cái cảm giác gần gũi của câu thơ và ngay tên bài thơ Thất Mùa viết năm 1976 bỗng dưng gợi trong tôi cái gì đó đồng cảm và chia được cảm xúc của một mùa thanh niên thất bát khi chúng tôi lớn lên. Khi hỏi Phạm Cao Hoàng, Nguyễn Đức Nhân là ai vậy? Hoàng cho biết một tác giả ở Bảo Lộc, do Nguyễn Thanh Châu giới thiệu.

Bất ngờ sao, từ trên Facebook tôi nhận được lời kết bạn của Nguyễn Đức Nhân với lời nhắn "Thấy tên rất quen, phải bạn bè cũ không?" Tôi vui mừng nhắn lại "Có phải trước 75 là một Sa Di không?" Và chúng tôi nhận ra nhau, với trí nhớ mù mờ của tuổi lão niên vẫn rạo rực cái ân tình ngày cũ. Bồi hồi nhắc chuyện ngày xưa và khao khát có dịp chuyện trò.

Đất rừng lên liếp trồng rau
Có ngày bạn ghé cùng nhau tâm tình
Đãi cơm rau luộc linh đình
Cá khô, mắm ớt thật tình quá sang
Dẫn nhau tắm suối chiều tàn
Lên đồi cao ngắm trăng vàng non xa
Ở rừng, nhớ bạn thiết tha
Quần quanh ta với bao la muôn trùng
(Xới Đất Trồng Rau, Tưởng Đến Ngày Bạn Ghé Thăm).

Gọi điện thoại nói chuyện thì không được, mà tin nhắn với nhau cũng thật hiếm hoi và ngắn ngủi. Cho nên chỉ biết loáng thoáng là Nhân hiện sống trên một ngọn đồi ở đại ngàn Bảo Lộc. Sống một mình, sống như người tu hành giữa mênh mông núi đồi, bạt ngàn mây trôi tẻ lạnh mỗi ngày. Bất ngờ sao khi anh chị Nguyễn Sông Ba qua Mỹ chơi. Biết anh chị người Đà Lạt, và khá thân tình với Nguyễn Đức Nhân. Tôi nhờ bạn ở Saigon gửi qua bưu điện tặng Nhân tập thơ nhạc họa Chút Tình Đọng Lại. Tôi hẹn với Nguyễn Đức Nhân sẽ có dịp lên núi ở lại với Nhân mấy ngày cho biết hương vị đại ngàn.

Chiều nghe dế gáy bên hè
Rừng xanh gần gũi, bạn bè đã xa
Đêm khuya dậy ngắm trăng tà
Đồi hoang một cõi, ôi, ta nhớ người!
(Đêm Khuya Dậy Ngắm Trăng Tà)

Và chúng tôi đã gặp nhau. Cùng với Nguyễn Sông Ba và Trần Quang Ngân chúng tôi đi bằng xe gắn máy lên Tà Ngào. Dọc đường đi lãng đãng trong tôi những câu thơ hiu quạnh một cách đạt đạo của Nguyễn Đức Nhân.

Dựa cây ngồi đọc sách xưa
Đọc xuyên ngữ nghĩa gió mưa ngàn đời
Lan man đọc cả bóng trời
Lần theo bóng chữ gặp người cổ xưa
(Dựa gốc cây, đọc trang sách cổ)

Nguyễn Đức Nhân đón đợi trước cửa am, nụ cười hoan lạc và tràn ngập ân tình. Khi ôm Nhân trong vòng tay, đôi mắt Nhân ứa lệ, và tôi cũng bàng hoàng những cảm xúc chưa thể nói thành lời. Gặp lại nhau sau 50 năm kỳ lạ quá, còn lại dấu vết nào của ngày xưa không? Cái thời thanh niên hừng hực đó, thăng trầm và dâu bể cuộc đời bào mòn bao nhiêu rồi để còn lại nơi đây chút tình đọng lại. Am nhỏ xây trên sườn ngọn đồi, có hai phòng, một dành cho thờ Phật và sách vở, một dành cho ăn ngủ nấu nướng, phương tiện tối giản, sạch sẽ thanh tịnh. Bốn phía là vườn rau bắp, vài cây ăn trái, hiên nhà có giàn hoa lan rừng và một cái bàn uống trà. Nhân gầy gò trong vạt áo vàng nâu, nhưng nụ cười an lạc minh mẫn. Thấy lòng mình nhẹ nhàng khi cửa trước ngôi am là một khoảng trống nhìn xa tít tắp những lũng, những đồi màu xanh mát mắt.

Nhân nói am này mới xây được vài năm. Nhân tâm sự: "*Hiện tại, sống chung với bệnh, tôi an trú nơi "Am Đời Gió Bụi" tại thôn Tà Ngào, B'lao, Lâm Đồng. Am do vợ chồng người bạn ở California cất cho, tọa lạc trên sườn đồi, nhìn xuống thung lũng xanh, chung quanh núi non, mây trắng bao bọc.*"

Thơ của Nguyễn Đức Nhân là những lời bình dị, giao thoa của cuộc sống thường nhật với mênh mông đất trời và chập chùng khổ nạn đã qua, để lời thơ luôn cho người đọc cảm giác được an ủi trong bình an. Sau một đêm gió dập mưa vùi, sáng ra thăm vườn thấy giàn bí sụp đổ, xót xa nhìn cảnh tan hoang nhưng tâm thanh tịnh lại thương cành hoa bí *"Nhìn ta buồn buồn".*

  Kéo đắp cơn mưa đêm kín người. rồi
  tôi ngủ quên. dường như thế
  Tôi mơ cùng giấc mơ của những chiếc bình gốm.
  Chúng cười mãi không bao giờ
  mím miệng. môi đầy bụi

  Không hề có những thảm não buồn đau trong lời thơ tịnh mạc. Tình yêu trong thơ là tình yêu thiên nhiên, hòa mình vào với cây cỏ núi đồi, đọng lại trong hồn người cô tịch là sự thảnh thơi không có mong cầu. Những dòng thơ của Nguyễn Đức Nhân thường khi cho người đọc tâm thái nhẹ nhàng của một hành giả buông bỏ mọi tham dục sân si, để vui được với cơn gió thoáng qua, nhẹ nhàng theo mây trắng ngang đồi, và an lạc như ông tâm sự: *"Tôi chọn sống đời tri túc, như đạo sĩ giữa rừng xanh."*

  Đây là một bài thơ mới của Nguyễn Đức Nhân mà tôi trân trọng vì như thấy đó chính là tính chất của thơ Nguyễn Đức Nhân: Chân thành, Chí Tình và Mộc mạc như chính con người của Ông:

  Về thăm chốn cũ – Sài Gòn
  Thấy mình nhếch nhác. Sạm giòn nắng mưa
  Sờ cằm. Râu mọc lưa thưa
  Bước chân trĩu nặng nghìn xưa rừng già
  Bóng rừng quẫy đạp trong ta
  Đêm thao thức. Nhớ non xa nắng tàn
  Về thôi. Đêm tím đại ngàn
  Thôi về. Thở ánh trăng vàng thiên thu
  (Về Thăm Chốn Cũ: Saigon)

  Thương và nhớ lắm lần lên thăm đồi Tà Ngào, đứng trước hiên nhà, nhìn ra bạt ngàn rừng xanh, giàn lan rừng tỏa mùi thơm rất nhẹ và xa xa kia, những đám mây trắng nhẹ nhàng trôi, an lạc như những bài thơ của Nguyễn Đức Nhân.

Nguyễn Minh Nữu
8/24

NGUYỄN LÊ HỒNG HƯNG
Thiên Nhiên

Tháng cuối năm vùng biển Caribbean khi thì im và lắng, lúc sóng vời vợi dâng cao. Vào những ngày trở gió, từng bầy cá chuồn bay như hàng ngàn cánh bạc lấp lánh trong ánh mặt trời. Mỗi lần tàu cán ngang một bầy cá chuồn, chúng giựt mình hốt hoảng bay phóng tua tủa rớt lên boong tàu trắng vã. Thủy thủ xách xô ra lượm đem vô làm sạch sẽ rồi đưa cho đầu bếp:
– Bếp, chiên.
– Dĩ nhiên.
Gã đầu bếp lấy xô cá để lên bàn, già Luis với Jony đi vô lựa một vài con tươi đem ra sau lái lấy dao lóc thịt ăn liền. Jony xin nước tương chấm cá, già Luis thì không cần. Thấy già ngồi ăn cá sống, uống bia, gã đầu bếp mới lột vài tép tỏi, xắt mấy miếng chanh, trộn tiêu và muối để vô dĩa đem ra đưa cho già:
– Ông ăn chung với cái này cho đỡ tanh.
Già lắc đầu:
– Nature, nature.
Tiếng nature (thiên nhiên) đã nhập vào đời sống của già Luis từ thâm căn cố đế nào. Sáng ra là thấy già cởi trần mang chiếc dao găm ngang hông, bận chiếc quần jeans cắt ống cụt ngang đầu gối, viền ống sổ chỉ ra tua tủa. Không cạo râu, không tắm rửa, không bận áo mỗi khi tàu đến vùng nhiệt đới, coi phim con heo, ăn cá sống... Đối với già tất cả đều là nature. Quê hương ở tận miệt biển trong vịnh Biskaje thuộc vương quốc Tây Ban Nha, suốt đời già sống trên biển nhiều hơn ở đất liền, đối với già Luis đồ biển nhiều thứ ăn sống được chớ không riêng

gì cá chuồn. Jony người In-Đô, trước kia có đi tàu đánh cá Nhựt Bổn nên học được cách ăn cá sống của Nhựt, nó có thể ăn một hơi nửa kí cá tuna hoặc năm bảy con cá chuồn sống, vậy mà thịt bò bít-tết nó chê sống không dám ăn.

Rohai cầm chiếc chày đâm tiêu đi ra đưa cho già Luis. Thấy hai người ăn cá sống, nó chỉ tay lên đầu lắc lắc, day qua nói với gã đầu bếp:

– Coi hai người khùng.

Gã đầu bếp trừng mắt hỏi Rohai:

– Ai khùng?

– Hai người ăn cá sống.

– Thì đã sao?

Rohai cũng không biết trả lời sao. Jony nghinh mặt hách dịch chửi thề một cái rồi nói với Rohai:

– Mẹ, sống trên đời một miếng cá sống cũng hổng dám ăn thì lấy tư cách gì mày chê cười người khác.

Rohai biết mình hớ, nên nó vội xin lỗi hai người. Nó dặn già Luis với Jony uống ít thôi vì đêm nay tàu neo ngoài vàm sông Demerara thủy thủ phải chia phiên canh gác:

– Mày khỏi lo có già Nature này thì không thằng ăn trộm nào dám bén mảng xuống tàu đâu.

Già vừa nói vừa cầm chày đâm tiêu dộng cộp cộp xuống boong tàu. Chuyện thủy thủ đoàn canh gác mỗi khi tàu vô hải phận Guyana mới bắt đầu từ sau vụ xảy ra hồi chuyến trước. Vào buổi sáng, lúc phương đông mây đâm ngang, chưn trời bàng bạc trắng và gió bấc phả hơi lạnh đều đều. Xa xa dải đất liền lờ mờ trong sương sớm, lốm đốm vài ánh đèn nấn ná như chưa muốn chia tay với bình minh. Hoa tiêu hướng dẫn tàu chạy chầm chậm vô vàm. Đầu bếp đứng trên terras phía sau tàu, đây là chỗ đứng lý tưởng của gã mỗi khi rảnh việc, buổi sáng cũng như buổi trưa, buổi chiều và buổi tối, chỉ có chỗ này gã mới yên ổn nhìn cảnh vật chung quanh. Nước trong sông Demerara đổ ra pha nước biển gân lên màu cẩm thạch, tàu đạp nước vẽ lên hai lằn bọt trắng dài tít phía sau. Chợt nhiên từ trong làn sương mờ đục hiện ra một chiếc ghe máy chạy theo sau lái. Người đứng trước mũi ghe cầm đoạn dây đầu có móc, quay vun vút và quăng đầu dây phóng thẳng lên boong, hắn kéo sợi dây cho chiếc móc móc chặt vô thành tàu, lập tức ba người con trai ốm nhom như ba con khỉ đu dây leo thoăn thoắt phóng lên boong. Đầu bếp hốt hoảng chạy vô mui, quay điện thoại lên phòng lái hô:

– Báo cáo thuyền trưởng có ăn trộm lên tàu!

Thuyền trưởng báo với hai tên gác tàu. Hai tên gác tàu chạy ra bắn hai phát súng cũng vừa lúc chiếc ghe tháo dây vạt ra và nhấn hết ga vọt biến hút trong đám sương mù. Mọi chuyện xảy ra chưa đầy mười lăm phút. Già Luis ra sau kiểm điểm đồ đạc, bị mất hai cuộn dây cột lái và một cái mô-tơ cuốn cầu thang, già lên phòng lái cự nự thuyền phó sao không cho người canh phía sau lái, vì già đã cảnh cáo trước ở vùng Nam Mỹ này trộm cướp như rươi. Già xồng xộc đi xuống hằn học với gã đầu bếp:

– Tại sao thấy ăn trộm mà mày không chạy ra phang nó.

Thấy già hầm hì như muốn ăn tươi nuốt sống gã đầu bếp, gã day qua nhìn già cười một cái và chỉ ngón tay thẳng lên trán già:

– Ông có khùng hông? Trong lúc ăn trộm đương hành nghề, chỉ có những thằng điếc không biết sợ súng mới dám chường đầu ra lãnh đạn, dây và máy mất bảo hiểm bồi thường cho công ty đầy đủ, chớ còn nhân mạng của những tên thủy thủ mạt rệp như bọn mình bị ăn trộm đâm hoặc bắn chết may mắn chỉ được cái hòm loại rẻ tiền thôi ông à. Nghe gã đầu bếp nói gương mặt hầm hừ của già Luis đột nhiên biến mất, già tươi cười:

– Mày nói đúng, mới bảnh mắt ra gặp chuyện nên giận quá tao quên. Xin lỗi.

Già chìa tay ra:

– Cho tao chai bia.

Gã đưa cho già chai bia, già ngước cổ tu một hơi hết sạch. Bỏ chai vô thùng rác già nói:

– Tàu sắp sửa bỏ neo.

Neo tàu xong thuyền trưởng xuống phân công, bắt đầu từ bây giờ, mỗi khi tàu vô vùng này thủy thủ khỏi phải cạo sét sơn tàu, mỗi người chia phiên canh gác. Dùng gậy gộc, cán chổi làm vũ khí.

Hôm tàu trở lại Houston, đi mua sắm thực phẩm với gã đầu bếp trên chợ Việt Nam, thuyền trưởng thấy chày đâm tiêu của Việt Nam đầu bự, đầu nhỏ vừa nắm tay liền mua hai cái đem xuống tàu. Già Nature khoan đầu trên chiếc chày một lỗ và xỏ ngang một sợi dây da vừa ôm cổ tay để khi đập ăn trộm chày khỏi vuột. Đêm nay thủy thủ bắt đầu sử dụng vũ khí bằng chày đâm tiêu của Việt Nam được già Nature cải tiến.

Chiếc Elsa vô tới hải phận Guyana lúc năm giờ sáng. Thuyền phó đánh thức thủy thủ đoàn dậy chuẩn bị đón hoa tiêu. Tàu vô tới làn nước đục thì chiếc ghe chở hoa tiêu cũng vừa cập lại. Có lẽ vì còn ngái ngủ nên thủy thủ đoàn thả thang dây ẩu tả sao đó để thang tuột làm hoa tiêu té xuống nước mình mẩy ướt như chuột lột. Gã hoa tiêu tức giận mặt hầm hầm đi vô tàu tìm phòng thay quần áo. Thuyền phó bị thuyền trưởng chửi. Thuyền phó chửi lại thủy thủ đoàn. Thủy thủ đoàn xanh máu mặt, thằng này đổ lỗi cho thằng kia và cãi vã nhau chí choé. Tháp tùng với hoa tiêu có hai người chịu trách nhiệm gác tàu, một người mang túi quần áo, một người mang cây súng trường lót tót lên sau.

Tàu neo ngoài vàm chờ tới trưa nước lớn mới nhổ neo chạy vô Linden. Sông Demerara khúc ngoài sâu và rộng thênh thang, càng vô trong sông càng cạn và hẹp đủ để hai chiếc tàu buôn loại lớn chạy ngược chiều nhau. Thợ máy lấy máy thu hình ra quay cảnh thiên nhiên hai bờ sông. Cây thốt nốt và trúc xanh mọc hoang xen lẫn trong rừng cây tạp nhạp. Cách khoảng theo tán rừng những ngôi nhà sàn sơn xanh sơn đỏ, phía sau nhà chuối, dừa và vườn rau được nhà nông trồng ngay hàng thẳng lối. Mặt sông phẳng lặng, nước đục phù sa, vài đám lục bình, rác rến hững hờ trôi. Những hàng đáy được cắm vững vàng day miệng theo chiều con nước ròng, nước lớn. Những cô gái bận áo quần nhiều màu sắc ngồi sau lái cầm dầm bơi trên những chiếc xuồng con sơn màu xanh viền đỏ, chầm chậm xuôi ngược hai bên mé nước cạn hoặc những chiếc đò gắn máy trong lòng khoang chạy tà tà và nhiều xuồng thon dài gắn máy phía sau phóng nhanh như ca-nô phả sóng trắng xóa. Con nít trên xóm đứa lội, đứa bơi xuồng ra giữa dòng giơ tay vẫy vẫy. Thủy thủ trên tàu gói kẹo, bánh, nước ngọt trong bọc cao su liệng xuống cho. Đám con nít bơi theo tranh mấy gói quà chúng la ó vang dội mặt sông.

Tàu ghé cảng Linden lúc mặt trời sắp khuất xuống ngọn cây. Bến cảng nằm bên bờ sông vừa đủ đậu một chiếc tàu, sàn lót ván dày, không có kè đá, người ta cắm cây xúc bên ngoài cho tàu cập và dây được cột lên những cột trụ bắt dính vô mặt sàn. Không có cần cẩu nên trông bến trống trơn. Trên bờ hai dãy nhà thiếc nằm nép mình bên rừng cây tạp nhạp, có lẽ đó là những căn nhà dành cho nhân viên làm việc tại đây. Phía trời tây, ẩn sau đám mây đen đậm hừng lên màu máu đỏ. Rừng cây nhiều lá vàng chen lẫn trong khối lá tươi xanh. Nhiều bầy chim rừng bay là đà trên ngọn cây tìm chỗ ngủ. Bầy diều hâu chưa chịu bay về ổ chúng dang đôi cánh rộng thả lơ lửng ngang lưng trời như điểm tô cho dòng sông thêm phần hùng tráng.

Trời nhá nhem tối, hai chiếc đò dọc chở đầy đàn bà và con gái cập vào chiếc Elsa. Hai anh gác tàu thòng thang dây xuống cho các cô lần lượt leo lên. Một lát sau đàn bà con gái da đen và da nâu đứng đầy nhóc phía sau lái tàu. Thuyền trưởng hào phóng mở kho rinh lên ba thùng bia và hai thùng nước ngọt. Thủy thủ đoàn góp bia và rượu thêm vào chất thành một đống. Gã đầu bếp cắt phó mát, hâm xúc xích bày ra. Mọi người đứng vòng tròn dưới ánh điện vàng nhợt, khui bia lốp bốp mời nhau, các cô gái da đen bóng lưỡng mỗi khi cười nhe hàm răng trắng nhách. Khỏi cần đốt lên nhóm lửa hồng, trong ánh đèn điện vàng vọt, trông họ giống dân da đỏ cắm trại giữa rừng trước đây vài thế kỷ. Các cô gái khởi động uốn éo theo điệu vũ khỏa thân, vạch ngực trần, vén đùi cao, ôm các anh cọ xát thân hình. Già Luis ở trần giơ tấm thân đầy lông lá, râu ria phủ gần hết gương mặt. Già đi tới đi lui, rờ mông cô này, bóp vú cô kia, coi mòi già xông xáo còn hơn đám trẻ. Thủy thủ đứa tóc dài chấm vai, đứa đầu tóc bù xù, đứa cạo đầu trọc lốc mặt mày đã nhuộm màu rừng rú.

Sau khi lo cho đám thủy thủ xong xuôi thì đêm cũng dần lên, gã đầu bếp tách ra khỏi đám tiệc, gã cầm chai bia leo lên terras đứng. Trên sông lấp lánh ánh đèn của một chiếc xuồng câu, rừng thấp im lìm trong giấc ngủ. Nhìn đèn nhà vườn leo lét theo những tán rừng dọc hai bờ sông, làm gã nhớ quê hương ray rứt. Lâu lắm rồi gã chưa về thăm dòng sông cũ. Không biết trên dòng sông ấy các cô gái quê có còn bẽn lẽn vân vê tà áo thẹn thùng khi gặp người con trai lạ muốn làm quen. Cuộc sống lam lũ, mộc mạc nơi đó khác xa nơi này một trời một vực:

– Bếp, tao kiếm mày nãy giờ.

Đương thơ thẩn thả hồn về quê hương chợt nghe tiếng già Luis, day lại thấy già cũng vừa đi tới, gã hỏi:

– Kiếm tui chi vậy?

– Mày còn Whisky không?

– Còn, ông cần hả?

– Ừa, cho tao mượn một chai.

Gã ngửa cổ uống hết phần bia trong chai rồi liệng vỏ chai xuống sông:

– Ông theo tui.

Gã vô phòng lấy rượu đưa cho già. Cầm chai rượu già nói:

– Mấy con nhỏ muốn uống rượu.

Gã nhướng mắt mỉm cười:

– Thì cứ cho uống.

Thấy gã ngồi xuống chiếc băng, già hỏi:

 – Mày không xuống chơi sao?

– Không, tui hơi mệt.

– Vậy thì ngủ đi.

Già Luis đi rồi gã vô phòng tắm đánh răng, rửa mặt xong gã lấy quyển sách leo lên giường nằm đọc.

Mỗi lần tàu ghé Linden, sáng nào gã cũng pha một ly cà phê bưng ra sau boong đứng, vừa nhâm nhi cà phê vừa ngắm mây xám đâm ngang phía trời đông, sương mù đọng trắng trên mặt của dòng sông và lan tỏa trên dạng rừng cây tạp nhạp. Trên tàu yên ắng, gã đứng nghe tiếng thú và chim rừng đánh thức, gọi nhau đi tìm mồi.

Sáng nay gã định xuống phòng bếp pha cà phê. Nhưng khi bước ngang phòng ăn gã thấy từ trên mặt bàn cho tới sàn tàu đầy nhóc lon bia và lon nước ngọt, mùi hôi hỗn hợp bốc lên nồng nặc. Trong đám ngổn ngang bừa bộn và hôi hám, có một đứa con gái trẻ bận áo thun đỏ, cổ rộng xệ một bên ngực, bày ra gần hết chiếc vú căng tròn. Cô gái bận chiếc váy màu đen, chiếc giỏ nhựa màu ngà mang trên vai thòng xuống khỏi bắp đùi, đang nằm trên ghế, mặt ngước lên trần, miệng há hốc ngáy khe khẽ. Cô gái của miền sông nước Guyana mũi cao, mắt đen, chưn mày đậm, da nâu, lông tay, lông chưn rậm rì và cặp giò dài tỏa ra một sức sống mạnh mẽ và hứa hẹn những cuộc làm tình không biết mệt. Ở bên Âu châu thân thể này phải đặt trong căn phòng kiếng có đèn màu hồng mờ mờ, nệm, gối thơm tho, người nào muốn thử một lần cho biết, phải mất từ trăm Euro trở lên. Thường thì các cô xuống tàu đứng cho các anh chọn, cô nào thừa ra có thể ngồi lại ăn nhậu tới mãn tiệc mới về, nhưng sao hôm nay sót lại một cô nằm trong cái đám ngổn ngang hôi hám như vầy. Gã đi vô lắc lắc chiếc vai trần tươm mồ hôi rìn rít của cô gái:

– Hello, hello, good morning, good morning!

Cô gái giựt mình đưa tay vừa dụi mắt vừa nói:

– Buồn ngủ quá!

– Sáng rồi, cô về nhà ngủ đi.

Cô gái mở mắt hỏng lên, giọng lè nhè, nói:

– Nhưng tui mệt quá.

Gã phân vân, hỏng lẽ để cô ta ngủ ngồi giữa ban ngày ban mặt trong phòng ăn như vầy coi kỳ quá, gã nói:

– Cô lên phòng của tôi mà ngủ.

Cô gái đứng dậy mặt đờ đẫn giọng ngái ngủ:

– Phòng ông ở đâu?

– Chờ một lát.

Gã lên phòng, lấy bóp tiền nhét túi quần, đồ đáng giá và máy móc dồn hết vô tủ khóa lại. Gã trở xuống kêu cô gái.

– Đi theo tui.

Sau khi đưa cô gái lên phòng gã trở xuống bếp, trong lúc pha cà phê gã mới giựt mình nhớ lại, hồi mới đổi về tuyến đường này, mỗi lần ghé đây, đêm khuya gã thường bị đánh thức bằng tiếng gõ cửa, gã không bao giờ mở. Đến khi các cô hè nhau đập cửa rầm rầm, buộc lòng gã phải mở cửa ra năn nỉ các cô đi chỗ khác, nhưng các cô cứ nằng nặc đòi gã cho vô. Các cô nói, chỉ ngủ thôi hổng làm gì cũng được. Nói chơi không! Gã thừa biết các cô vô được rồi đâu có để gã nằm yên ngủ một cách dễ dàng. Cuối cùng gã phải lo lót thuốc lá và bia rượu cho tên gác tàu, nhờ hắn ta can thiệp giùm. Ấy vậy mà có khi nào gã ngủ được một giấc cho ngon. Chốc lát lại nghe tiếng giựt nước rào rào, tiếng cười, tiếng nói, tiếng la oai oái, tiếng chưn rầm rập giống y như chó rượng đực tháng bảy. Hôm nay mắc chứng gì gã đem lòng tốt ra đối xử với cô gái này. Rước cô ả vô phòng rồi làm cách nào trục ra đây? Trong lúc miên man lo tới cái hậu quả không lành có thể xảy ra thì già Luis từ trên phòng lộp cộp đi xuống. Già nhìn vô phòng ăn thấy giống như kho chứa đồ phế thải, già đưa nắm tay kẹp ngón cái vô ngón giữa làm dấu tục gặt gặt, già chửi thề:

– Goddamn! Biết ăn nhậu, biết làm tình nhưng không biết dọn dẹp.

Gã nhìn già lắc đầu:

– Thôi ông à, lâu ngày lênh đênh trên biển, ghé bến được vài ngày cho tụi nhỏ xả hơi với chớ.

Nói là nói vậy, thật ra gã thừa biết hồi hôm cái mặt râu của già cũng có tham dự trong cái đám xô bồ xô bộn kia. Gã rót cà phê ra hai tách, bỏ đường, sữa rồi đưa qua già một tách:

– Mình ra sau lái ngồi uống cà phê đi, tới giờ làm việc bắt tụi nhỏ dọn dẹp năm mười phút xong ngay.

Vừa bưng tách cà phê đi theo gã, già vừa cầu nhàu:

– Chỉ có hai thằng già mình lo, chớ tụi nó mà lo cái gì.

Già Luis lớn hơn gã một lớp người, thân thể già sắp bệ rạc, đã vậy còn mang tật ghiền rượu. Mỗi khi say già nói năng bậy bạ làm đám trẻ không kính trọng, chúng đòi đập già hoài. Hồi tàu mới ghé, già cá với bọn nhỏ, thằng nào cắt được lông kín của mấy con xuống tàu già thua một két bia, bằng không thì mỗi thằng chung già một két. Hôm qua tụi nó đem lông lại đòi bia. Già nói không phải lông kín già không chung. Tụi nhỏ hăm he đòi thủy táng già. Thấy vậy gã đầu bếp mới lấy bia của gã đưa cho tụi nó, nhưng tụi nó không lấy. Gã kêu tụi nó tha cho già phen này. Thật ra thì tụi nhỏ hù già chơi cho bõ ghét, chớ chúng cũng thừa biết bia rượu già mua hàng tuần hổng đủ cho già uống thì lấy đâu già chung. Nhờ được bọn trẻ thương nên chúng chịu lắng nghe gã. Già biết vậy nên mỗi lần gây chuyện với sắp nhỏ là già chạy vô phân trần với gã, để gã dàn xếp với chúng. Nhìn già giống như người tiền sử. Gã nói:

– Từ mặt mày cho tới mình mấy ông lông lá phủ đầy, chỉ trên trán còn trống, ông định lấy lông gắn lên đó chắc.

Vậy mà già còn ngoan cố đứng giải thích cho gã đầu bếp nghe sự khác biệt giữa lông với tóc của đàn bà. Già quả quyết mấy đứa nó chơi gian, không muốn chung bia cho già nên mới cắt tóc của mấy con nhỏ đem lại gạt già. Đến một nơi đĩ điếm lúc nào cũng sẵn sàng, ai có tiền bỏ ra muốn làm gì trên thân xác các cô cũng được. Trong lúc làm tình tụi nhỏ chụp hình, quay video đủ cách đủ kiểu, huống hồ chi chuyện lấy kéo cắt vài ba nhúm lông. Tuy nhiên gã đâu lạ gì cái tánh bướng bỉnh rất nature của già nên chẳng cần đôi co với già làm gì. Cũng vì tánh thiên nhiên của già, nên không thể nào gần gũi được đám trẻ, già mới đeo theo gã. Để cho có tình thân, già thường dùng câu 'hai thằng già mình' mỗi khi nói chuyện. Gã day qua nói với già:

– Nhưng mấy thằng nhỏ cũng đâu có thằng nào được khỏe.

– Có sướng thì có mệt.

– Dĩ nhiên, nhưng hồi trẻ thì mình cũng vậy thôi ông à.

Chợt nhiên già day ngang nói:

– Hồi nãy tao thấy mày dẫn một con vô phòng.

Gã đầu bếp chỉ tay vô cái đống xô bồ xô bộn trong phòng ăn, nói:

– Tui thấy ả ngồi ngủ trên cái đống rác kia, tui mới kêu lên phòng cho ngủ nhờ.

– Tao trông con nhỏ cũng được mắt.

– Đẹp, chớ được gì, mấy thằng nhỏ bộ xỉn hết rồi sao mà không lấy con nhỏ bốc lửa.

– Say khướt còn biết đẹp xấu gì nữa.

– Ông thấy nó đẹp thì cứ tự nhiên đem nó về phòng.

Già đưa một ngón tay lên giữa miệng:

– Suỵt! Mày đừng nói với ai.

Gã đầu bếp đương suy tính làm cách nào để tống khứ cô gái, nhân cơ hội này gã chộp ngay:

– Được, trưa nay ông đem cô ta về phòng mặc sức cho ông cạo lông mà chẳng tốn lon bia nào.

Già cười sằng sặc làm hàm râu quai nón của già run run.

Suốt buổi sáng gã đầu bếp nấu nướng phân phát đồ ăn cho hơn hai chục mạng làm gã mệt đừ, mồ hôi hột đổ ra ướt hết chiếc áo thun. Gã lên phòng thấy cô nhỏ đã thức từ hồi nào, cô nhỏ mới vừa tắm, đầu tóc còn ướt, bận chỉ có chiếc áo thun và quần lót, trời nóng nực, trông cô nhỏ mát mắt liền. Cô ta ngồi bên bàn phì phèo thuốc lá. Thấy gã vô cô ta than đói bụng. Gã xuống múc cơm và thịt đầy một dĩa đem lên đưa cho cô gái:

- Nè, cô ăn xong rồi đi qua phòng ông Luis.
- Không.
- Sao vậy? Cô không cần tiền à?
- Ông Luis hôi rình.
- Ông ta là người của thiên nhiên nên không cần tắm rửa, cô đem ổng vô phòng tắm rửa sạch sẽ ổng trở lại người bình thường thì hết hôi chớ gì.

Cô gái đưa ngón tay trỏ ra dấu quặt lên quặt xuống nói:

- Nhưng con "gà cồ" của ổng hết ngóc nổi.
- Sao cô biết?
- Hồi hôm tui ở phòng ông ấy.

Té ra hồi hôm già đem con nhỏ vô phòng, vậy mà sáng ra già tỉnh khô làm như không biết gì hết. Thật ra thì nghề làm đĩ xứ nào cũng có, ở đâu cũng vậy, hễ rớ tới đĩ thì phải sòng phẳng chuyện tiền bạc. Nhưng phần đông đĩ điếm xứ này xuống tàu ngoài chuyện kiếm ăn, kiếm uống, kiếm tiền còn đòi phải thỏa mãn dục vọng nữa. Già Luis đã bệ rạc lại thêm tật ghiền rượu, bữa ăn nào thiếu rượu, tay chưn già run bần bật đến đỗi cầm nĩa xỉa thịt đưa lên miệng, miếng thịt không vô miệng mà trợt lên gò má. Lậm rượu tới mức đó ôm con gái có nước móc moi chơi cho đỡ thèm chớ làm ăn được khỉ khô gì. Thủy thủ nào thường đi tuyến đường Nam Mỹ cũng nghe câu chuyện về một anh thủy thủ say rượu quắc cần câu không đáp ứng tình dục cho cô gái. Giữa khuya, cô ta nổi khùng lên lấy dao lắt cu anh nọ liệng xuống sông. May cho già Luis, gặp tay con nhỏ này còn hiền nên bỏ xuống phòng ăn ngủ, chớ phải như cô nhỏ trong câu chuyện vừa kể thì chắc chắn cái "củ từ" của già đã bị cắt liệng xuống sông cho cá rỉa. Chuyện thường đem kể trên hội quán hoặc lúc nhậu nhẹt để đưa cay. Tuy nhiên khó mà lường trước được trong đêm đương ngủ, chợt giựt mình đau đớn với máu me đầy háng. Sau khi xe cấp cứu chở vô nhà thương băng bó, sáng ra biết mình đã trở thành thái giám. Nghĩ tới đây cũng đủ ê ẩm hạ bộ rồi. Gã nói với cô gái:

- Tui cũng như ông Luis vậy thôi.

Gã day ngang mở tủ lấy khăn, áo sửa soạn đi tắm, cô gái bước tới vừa thoa thoa hai bàn tay vô cặp mông của gã vừa nói:

– Tui tắm cho ông.

– Không được, cô làm ơn ăn cơm xong rồi đi dìa cho tui còn nghỉ ngơi.

Gã đẩy cô gái ra, đi vô phòng tắm đóng cửa, khóa lại. Tắm rửa thay quần áo xong trở ra. Gã thấy dĩa cơm còn y nguyên trên bàn, còn cô nhỏ thì nằm trần truồng trên giường. Thấy gã ra cô gái quỳ lên tay thoa cặp vú, tay vuốt chùm lông đen mượt quằn queo phía dưới bụng, thân hình uốn éo mặt ngước lên khêu gợi giống như mấy cô gái trong sex-shop. Cô gái chồm qua ôm gã. Gã giựt mình đưa tay chống đỡ vô tình chạm phải trái ngực mềm mại và không tránh được cái hôn bất ngờ. Sẵn trớn cô ta câu cổ gã cứng ngắc. Gã đẩy cô gái ngồi xuống giường, nâng cằm cô gái, nhìn thẳng vào đôi mắt đen huyền. Gã chưa kịp mở lời thì bất thình lình cô gái ngã người ra sau, kéo gã trườn tới, nguyên người gã ngã sấp đè lên mình cô ta. Lập tức tay phải cô câu cổ gã, tay trái nắm kéo tay gã nhét vô giữa háng, gã rụt tay về, cô gái ghì mạnh đút trở vô. Thân thể cô ta bốc lên hừng hực, miệng rên khe khẽ, please... please... Không còn cách nào khác hơn ngoài cách giúp cô nhỏ qua cơn dục vọng. Gã ngoáy mạnh ngón tay, tức thì cô gái cong chưn vô, đạp chưn ra nẩy người bần bật, da thịt căng cứng, tay quờ quạng thò xuống dưới dạ bụng gã. Cô gái đê mê không còn biết trời trăng gì nữa, mặt mày nhăn nhó, chiếc mũi dún lại nhiều ngấn trông giống loài chó sói. Tay cô ta bấu mạnh lên ngực, cào cào cấu cấu nổi lằn bầm trên cặp vú, miệng kêu ăng ẳng như chó. Tự nhiên gã đầu bếp cảm thấy máu trong người chạy rần rần, người nóng ran và hơi thở bắt đầu nặng nhọc, da mặt gã căng lên, toàn thân gã đồng lõa với tiếng kêu của cô gái.

Những dồn nén lâu ngày trên biển cuồn cuộn tràn theo dương đạo tuôn ra ào ạt như nước bể bờ... cùng lúc cô gái thét lên một tiếng hoang dại, rừng rú, cô đưa tay xuống chận tay gã lại, hai đùi kẹp cứng bàn tay gã một hồi sau cô ta mới chịu nới lỏng cặp đùi để gã rút tay ra. Giúp cô gái thỏa mãn gã cũng tê người. Gã đứng dậy đi vô phòng tắm lấy xà bông rửa hai bàn tay và rửa cái "ngã" đã làm nhớp nhúa chiếc quần lót gã mới thay. Sau khi thay quần sạch sẽ gã trở ra. Cô gái ngồi dậy đến bên gã rờ rẫm, hỏi:

- Ông không làm tình sao?
- Dĩ nhiên là không.
- Tại sao?
- Tui không có gì cho cô đâu.
- Không sao.

Cô gái đưa tay mò xuống dưới dạ bụng của gã. Gã đỡ tay cô gái.
- Này cô nhỏ, tui không làm tình với cô được đâu.
- Có phải ông đã làm tình với mấy đứa ở bến khác?
- Không mắc mớ gì tới cô.

Mặc kệ cô ta nài nỉ, gã lấy áo quần thẩy lên người cô gái:
- Cô bận quần áo vô rồi đi dìa cho tui còn phải nghỉ ngơi.

Cô gái để quần áo lên băng, đứng dậy đi vô phòng tắm, cô không đóng cửa, tự nhiên ngồi xuống đái xè xè vô bồn cầu, xong cô ta xối nước rửa ráy mình mẩy, trở ra bận áo, quần. Trước khi ra khỏi cửa cô hỏi xin tiền đi đò. Khi cô gái đi rồi gã leo lên giường ngả lưng nằm thở một hơi dài, coi như xong cái của nợ. Gã nằm ngay ngắn và bắt đầu điều hòa hơi thở. Trong lúc mơ màng, gã chợt nhớ quên vặn đồng hồ báo thức. Gã với tay lên đầu nằm quờ qua quờ lại nhưng chỗ để đồng hồ trống trơn. Gã lồm cồm ngồi dậy tìm vẫn không thấy, có lẽ cái đồng hồ đã đi theo cô gái mất rồi. Gã nằm xuống nhắm mắt. Chợt nhớ lại hồi sáng này gã thấy cái giỏ xách da của cô gái xẹp lép, nhưng sao hồi nãy nó lại phình ra như có chửa. Gã nghi ngờ ngồi dậy lấy chìa khóa mở tủ. May quá, máy móc đồ đạc còn nguyên. Nhưng khi mở tủ trong phòng tắm thì xà bông gội đầu, bàn chải, kem đánh răng dự trữ và cái máy cạo râu đã được cô gái dọn sạch bách.

Sáng sớm hôm sau tàu khởi hành. Hổng biết mắc chứng gì mà già Luis ngồi cú rũ trong phòng ăn bản mặt như thụng mất trong hàm râu quai nón, trông già giống như con khỉ đột ở rừng núi Châu Phi, ai hỏi gì già cũng hổng trả lời mà gừ gừ trong cổ họng như chó gặm xương. Đợi mọi người ăn xong đi ra hết, già mới bưng tách cà phê vô phòng bếp mếu máo nói với gã, hồi hôm ăn trộm vô phòng già lấy máy móc, đồng hồ và số tiền dành dụm mua computer cho con gái già đã bị lấy hết.
- Mất hết không còn một xu hùmm...

Già gầm lên như cọp gầm rồi khóc hu hu như con nít. Gã đầu bếp mỉm cười, lên giọng xỏ lá:
– Ông cẩn thận lắm mà, chày đâm tiêu sản xuất ở Việt Nam đâu ông không đem ra khệnh ăn trộm, tối ngày cứ lo nhắc người này, nhớ người kia coi chừng trộm cắp sao ông không giỏi coi chừng của ông đi.
– Bốp!
Bất thình lình già chọi tách cà phê vèo qua ngang đầu gã va vô vách bể nát. Già vừa đi ra boong vừa chửi gã đầu bếp om xòm. Ai tới đây trước sau gì cũng nếm mùi hở ra bị chôm, lơ là bị chộp ít thì giày, dép, nhiều thì đồ đạc đắt tiền. Người cẩn thận lúc nào cũng kè kè chìa khóa trong mình mà còn bị lừa huống hồ chi già. Khi uống rượu say để cửa phòng toang hoác, còn già thì nằm chò co trên băng nệm miệng há hốc ngáy khò khò, ai rinh già liệng xuống nước già cũng chẳng hay nữa nói chi đến tiền bạc và đồ đạc.

Lần nào cũng vậy, tàu đậu vài ngày, khi ra khơi, đám nhỏ thằng nào cũng sạch túi, nhưng đối với chúng tiền bạc không thành vấn đề, miễn là được hưởng thụ. Ngoài những khoái lạc thể xác ra, chúng còn dùng máy chụp điện tử chụp trong lúc làm tình chứa nghẹt cái laptop và thu video sang ra đầy mấy cuộn băng. Diễn viên nữ trần trụi dang háng chổng mông, hình thù thì đen thui như tràm cháy, diễn viên nam say rượu quắc cần câu vậy mà cũng bày đặt hết kiểu này sang kiểu nọ cà hì, cà hục, cà trật, cà vuợt đóng phim con heo mà thằng cu tí quặt quà quặt quại giống như con gà chết trong khung cảnh bừa bộn vỏ chai rượu và lon bia. Ánh sáng không đều, người quay thuộc loại tơ lơ mơ, ống kính lúc lướt qua bên này, khi sang bên nọ lướt nhanh như xe chạy trên xa lộ, màn ảnh giựt giựt coi phát chóng mặt. Tác phẩm không đạt tiêu chuẩn phát hành chỉ ghi được có mỗi cái thiên nhiên trên sông Demerara. Thiên nhiên nơi này thì giống y chang ở quê của gã đầu bếp.

Nguyễn Lê Hồng Hưng

HỒ CHÍ BỬU
KẺ SĨ CHẾT VÌ TRI KỶ...

tặng HH.

Nhưng ta giang hồ sống bằng lửa của trái tim
Đi qua đời nhau vẫn là một chữ duyên
Đan kết đời nhau không phải là vô cớ
Tiếng chuông vang lên không phải là phổ độ

Mà là gọi mời trong tần số đồng âm
Người chân trời kẻ góc biển xa xăm
Nhưng giọt máu tim vẫn cùng chung nhịp đập
Những dấu yêu giấu sâu vào đôi mắt

Vỗ về nhau trong chớp bể mưa nguồn
Khi ta buồn thì người cũng lệ tuôn
Khi ta vui người cười như chim sáo
Khi người ta nói thơ ta rẩy đầy kiêu ngạo

Người cảm thông với hào sảng ngất trời
Mùa xuân về tuyết chẳng còn rơi
Nhưng sao ta nghe lòng mình lạnh lẽo
Người là ai – mà làm trái tim ta quá nhiều vết sẹo?

Nghìn bài thơ vẫn chưa hết ý tình
Mỗi hoàng hôn về ta đứng lặng thinh
Dõi đôi mắt về phương trời xa thẳm
Người là ai - mà dành cho ta thứ tình sâu đậm?

Để suốt đời ta mang nợ tri âm
Để trăm năm thơ ta chẳng thể lầm
Khi ca tụng một loài hoa bất tử.
Người là ai? Hình như là thứ dữ...? ■

TÔN NỮ THU DUNG
NHÀ CỎ

Thư sinh rời căn nhà cỏ
Bỏ quên một nàng hồ ly
Đêm đêm mơ hồ tiếng gió
Và trang sách cũ thầm thì.

Ngọn nến canh tàn rơi lệ
Vườn khuya xanh biếc nguyệt rằm
Có ai vừa qua rất nhẹ
Hình sương bóng khói trăm năm.

Tôi về ngang căn nhà cỏ
Thời gian đã phủ bụi mờ
Tôi về ngang căn nhà cỏ
Ray rứt nhớ thời yêu xưa
Nhớ chàng thư sinh thuở nọ
Và nàng hồ ly dại khờ…■

LÊ HỮU MINH TOÁN
Chung Nhịp Đời

(Riêng: PMH - CLB Thơ Xuân Hòa)

Hãy nhặt giùm nhau
chút muộn phiền rơi vãi
Suốt chặng dài trần thân qua cheo leo vách núi
Một nẻo đi - Một chốn về
Rất quen mà nghe chừng rất lạ
Từng phiến đá bên đường
vẫn ngàn năm phơi mình sương gió
Vẫn hứng nhận buồn vương bốn mùa chìm nổi
Mây trắng tầng cao - bay cao

Đêm cuối mùa buốt giá
Nước mắt ngược dòng
Môi cười hạn hẹp chiều đông
Ta tìm nhau giữa tàn khuya trăng già u tịch
Em và anh, cuối cuộc người từ cõi u minh
Còn lại gì khi tuổi trời sừng sững
Vá víu thời gian
Khơi dòng chảy mạch ngầm...

Phải chăng là định mệnh
Cuối con đường khói sương mờ ảo
Lạc lối chiêm bao
Cách xa ngàn vạn dặm
Vượt đại dương tìm về Cổ thành Thăng Long xưa, Hồ con rùa, chùa Một Cột , Hà Nội cổ ba mươi sáu phố phường, v.v…
Em và anh, tay trong tay dạo bước rong chơi khắp chốn quê, thị thành Hà Nội
Đậm tình dạt dào mưa nắng
Thấp thoáng bình minh
Một nửa riêng mình

Ta bên nhau
chung
một nhịp
đời…!! ■

LÊ THỊ CẨM HƯƠNG
Nỗi Niềm

Có những ngày, ngày đi chậm chậm...
đêm lại cũng dài, dằng dặc không qua
có khoảnh khắc hóa thành vô tận
giấc chiêm bao mãi chẳng phai nhòa...

Có những chiều lòng nghe vời vợi
đường mỗi ngày đi, xa bấy xa...
có khoảng cách chỉ bằng tay với
mà sông trôi, đò lạc, lỡ chuyến phà!

Có những người tưởng quen mà lạ
tưởng hiểu thật nhiều hóa mông lung...
chỉ một chữ thương mà buồn suốt kiếp
lỡ một lần quên... nhớ đến khôn cùng!

Có những ngày bỗng dưng thơ thẩn
gió thốc muôn chiều, lá tuôn mưa...
người gom nhặt cả tình xanh rơi rụng
gom hết yêu thương... tìm lại mấy cho vừa?

Có một cuộc đời ai người quên sống?
nhặt lá vàng quên nhớ ngày xanh
quên một chữ yêu nên người nhớ hận
nhớ nhớ quên quên - quên nhớ một biển tình! ∎

TRẦN THANH QUANG
Đoản Khúc Cho H

1
Ta về miếu đổ đền hoang
phủ mờ dấu ái nhuốm vàng cỏ cây
lời yêu xin mãi đong đầy
cho ta còn chút tình này thiên thu

mèo ngoan khuất bóng xa mù
bỏ ta đứng giữa dốc thu một mình!

2
Em mèo nhỏ ngủ ngoan trong chăn gối
ta xa xăm không buộc được đời nhau
xin đừng trách dù một lời trách vội
cây dấu yêu luôn rụng xuống trăm màu.

3
Hình như em bỏ ta đi
ngày ta rời núi thiên di xứ người
đâu rồi ánh mắt nụ cười
theo ta năm tháng ngóng ngời ngợi trông

câu thơ ngọn gió qua sông
cuốn cuồn cuộn cuốn không mong quay về
đầu nguồn chất nặng tái tê
cuối bờ thấm đẫm não nề lời ru

em đi sao chọn đầu thu
ta chừng thảng thốt "... mù u rụng rời!"(*)
qua đò lác đác sao trời (**)
mong ai ủ ấm một đời bình an

chim rừng giờ hót lời khan
giữa rừng thu lạnh mênh mang nhớ người ∎

(*) ca dao; (**) Trị An-Sài Gòn-DC & Boston

NGƯỜI SÔNG HẬU
Trong Mắt Bão Yagi *

Ta thấy gì từ trong đôi mắt bão – Yagi
Ôi cơn bão nhiệt đới không ai mong đợi
Sự thịnh nộ đất trời – Chém ngang như tia chớp
Trên đường đi của nó
Những âm thanh hồng hoang quét ngang qua cõi người
Đất chuồi thành sông – Núi chảy thành dòng
Biển nước mênh mông – điệp trùng hồng thủy
Cuốn phăng tất cả về thời mông muội
Vực thẳm tối tăm
Chìm khuất muôn trùng không nhìn thấy đáy
Rốn bão ở đâu ở đâu
Không ai tìm thấy.
*
Trong mắt bão Yagi
Rừng cây oằn mình trong bão dữ
Bao ngôi nhà chìm trong biển nước – trôi đi trôi đi
Người vùi trong đất bùn –
Không bao giờ còn thấy bóng mặt trời
Và những chiếc cầu đã gãy – bất ngờ
Làng mạc phút chốc tan hoang hiu quạnh
Ta chợt nhận ra
Phận người mỏng hơn chiếc lá.

*
Khi ta bay vào mắt bão
Mưa nghiêng như trút nước
Tiếng gió gào hung ác giáng xuống đầu người
Kéo theo trận lũ quét kinh hoàng chưa từng xảy ra trong lịch sử
Cuốn những ngôi nhà chìm trong biển nước
Thêm một ngôi làng bị xóa tên
Và người ở góc trời nào ngàn dặm
Lại trăn trở những đêm không ngủ
Điều gì đang xảy ra
Nơi quê nhà xa xăm cách trở?
*
Rồi cơn bão cũng sẽ tan đi
Rồi mưa sẽ tạnh

Rồi ngày nắng sẽ lên
Bình yên ngọt ngào như trong cổ tích
Đất không còn chuồi thành lũ bùn lũ quét
Cây lại đâm chồi trong màu xanh hy vọng
Cuộc sống lại tiếp tục hồi sinh
Mất mát đau thương còn đó không thể nào quên
Nhưng trên tất cả
Tình người còn ở lại ∎
22/9/2024

**Yagi: tên gọi cơn bão số 3 đổ bộ vào Việt Nam ngày 7/9/2024*

HOÀNG HOA THƯƠNG
NỤ TÌNH

Về đâu,
nước đã chia phôi
Ta còn ngồi lại trên đồi cỏ hoa

Ngày rơi,
con sáo bay qua
Áo ai che cả giang hà mây bay

Mắt cười,
cuối phố cơn say
Men nồng thu trước thu này còn ngây

Đành thôi ,
nước chảy đồi tây
Nụ tình rớt lại tưới cây ngô đồng

Thơ ơi,
đừng vội sang sông
Để ta với bóng ngồi không cũng buồn

Bạch lộ, (*)
đầm đìa mưa sương
Ướt tình xưa cũ mùi hương mất rồi ∎

(*) Bạch Lộ : Một tiết khí giữa mùa Thu

CAO NGUYÊN
Bài Thơ Vuông

bài thơ vuông
đã gửi em? anh không nhớ!
bài thơ tròn
còn mãi những vòng vo
bài thơ tam giác
rõ vô duyên! em bảo
chữ nhật bài thơ
haiku lỡ dòng tư ∎

XUYÊN TRÀ
Tình Bậu

Mưa chưa ướt đất làm sao thấm?
Tình bậu ơ hờ chẳng tới đâu
Ta như dơi ngủ quay đầu ngược
Chân bám trên cây một nhánh sầu

Về đây có lúc ta dừng lại
Ngồi dưới chân cầu dạ hỗn mang
Phong ba chìm nổi còn chưa hết
Nói chi ẩn nguyệt với hoa tàn

Hình như lời suối chưa lần kể
Về một đời sông lúc cạn dòng
Thuyền neo cuối bãi trơ đầu gió
Đợi nước trên nguồn dẫu đục trong!

Thà như mây trắng kia lờ lững
Còn có khung trời bay bốn phương
Thương ai khuya khoắt ra ngồi đợi
Một bóng ngàn xa giữa bụi đường...∎

NGUYỄN VĂN GIA
MÀU ĐẤT BÙN

Thơ đừng vàng
cũng đừng thau
Chỉ mong thơ ấm
một màu bùn non
Cho sen có chỗ sống còn
Lúa thì con gái
trên đồng lại xanh
Thơ đừng thau
Thơ đừng vàng
Ước gì thơ cứ dịu dàng
như sương
Sáng chiều
san sẻ yêu thương
Trần gian khổ lụy...
thơ không là gì ∎

CÁI TRỌNG TY
MÀU THỜI GIAN

hương xưa lụy mộng ưu phiền
kiều dung vỡ nợ buồn riêng cuộc tình
vẽ trời xanh động u minh
vẽ đời mặc áo hoa trinh nữ buồn

xếp niềm riêng cạn chén cuồng
em quay lưng lạnh tình buôn buốt sầu
ngàn sau dẫu có về đâu
về đâu cũng vội qua cầu áo bay

mà thôi nghiệp dĩ là đây
thế thời thân hạt lưu đày hóa thân
em xưa môi mắt ân cần
sóng tình giao phối mấy tầng lụy mây

bóng em tình phụ hao gầy
sắc chàm cổ độ hồn say khướt... mời
màu thời gian gửi lại đời
rượu đầy chuốc những tơi bời phù vân

chiều bâng khuâng lạnh mây Tần
nghe hơi gió thổi xoay vần đắng cay
Khung hồn ảo ảnh cuồng quay
thời gian vẽ hộ màu này sắc kia ∎

DUNG THỊ VÂN
Không Thể Nào Hết

1-
Bài thơ cuối cùng đẫm lệ viết cho anh
Lời tạ lỗi muôn đời không thể nào nói hết
Con đường Hoàng Tuyền anh đi
Nở đầy hoa Bỉ Ngạn - Hoa đỏ như màu máu tim em
2-
Anh hãy tâm sự cùng hoa
Và đừng trách em đã chẳng yêu anh
Hãy tha lỗi cho em bởi vì em không thể
Đừng hẹn gặp ở kiếp sau
3-
Bởi cái ngàn năm luân hồi
- Sẽ vô cùng bội bạc
Vì một người đợi chờ
Còn một người thì quên hết
4-
Hoa Bỉ Ngạn sẽ cùng anh thu dòng ký ức
Anh cứ mặc khóc cười kể chuyện tình yêu
Bao nhớ thương anh gởi hết vào hoa
Hoa đỏ rực sẽ ghi tình anh gởi gắm
5-
Cầu Nại Hà bắc ngang bờ Vong Xuyên anh chậm bước
Chén canh Mạnh Bà anh uống sẽ quên em
Ta chẳng có nhau - Mà anh đi em còn đau đến lặng
Em chẳng yêu anh mà quằn quại vết thương lòng
6-
Đây bài thơ cuối vĩnh biệt anh
Những đóa hoa trong mơ em đã rải xuống mồ
Kỷ niệm tình yêu anh một đời trinh bạch
Giọt lệ sau cùng em đọng mãi đến muôn thu ∎

KIỀU HUỆ
Tháng Mười Chờ Em

Tháng mười thu chín rũ trên cây
Lạnh lùng theo cuốn gió heo may
Lá vàng bay ùa vào ngõ vắng
Vạt nắng nghiêng theo góc phố gầy

Tháng mười lơ lửng vài đám mây
Hương thu dịu nhẹ vẫn thoảng đây
Em đi bỏ quên miền quá khứ
Còn lại khung trời mây trắng bay

Tháng mười đêm dài mưa rây rây
Nằm nghe cỏ mọc buồn lắt lay
Hạt mưa đọng lại trên khóe mắt
Lòng buồn nghẹn ngào bao đắng cay

Tháng mười trăng vàng vỡ nơi này
Trống trải đêm mơ một vòng tay
Thời gian, thôi nhé đừng qua vội
Anh đợi người về trong đêm nay...! ■

NGÀN THƯƠNG
KHÚC ĐÀN ĐÔNG

Rồi sẽ tới
những ngày mưa gió lạnh
Tôi tìm ai
trong từng phím tơ chùng
Cung đàn cũ
vẫn gõ vào thành quách
Gọi người về thăm lại thuở vàng son

Mặt hồ xưa
một thời Vua soi bóng
Chỉ còn mây về tắm
rũ ưu phiền
Đâu cung tần
cùng xiêm y rực rỡ
Rêu thời gian
phủ mấy lớp dày lên

Cảnh hưng phế
dứt day lòng lữ khách
Lòng bâng khuâng
hoài niệm nhánh hồn xưa
Ngỡ như có
một mùa Xuân hiển hách
Đang rộn ràng
trong tiếng đệm đàn mưa ■

NGUYÊN CẨN
Khúc Kinh Cầu Của Mẹ

Mẹ thả ước mơ thời con gái
Trôi xuôi Vàm Cỏ Đông qua Long Hậu vào vùng "xôi đậu"
Ngày mẹ lấy chồng – Chiến tranh che mờ hạnh phúc
Lại tảo tần như điệp khúc ngàn năm
Và mẹ chìm trong gian nan,
Thằng hai lớn lên làm du kích
Vào bưng có tối chợt về nhà, "Má có gì ăn không má?"
Thằng ba bị động viên phải làm lính cộng hòa
Sáng nào cũng hỏi, "Má nấu gì trưa con về ăn nhen má!"
Rồi chiến tranh cuốn đi tất cả
Thằng hai không về – nghe nói hy sinh trong một trận càn
Du kích bắt thằng ba xử tử
Mẹ mất cả hai thằng – như mẹ chưa hề sinh đẻ
Ôi phải chi một đứa lên rừng, đứa kia xuống biển
Còn bây giờ tụi nó về đâu – những linh hồn cô quạnh?
Đêm nay mẹ thắp chung cây nhang Ngày Liệt Sĩ
Lý tưởng, hận thù, vinh quang, chân lý
Như bóng nắng chiều sắp tắt – căn nhà hiu hắt
Mẹ chỉ biết nhìn di ảnh hai con
Thịt da nào cũng từ mẹ mà ra
Một nén nhang chung cho tụi bây, hai đứa
Về chưa con, nghe gió thổi sau hè ?
Về chưa con, kể chuyện mẹ nghe?
Sao đi mãi khi còn quá trẻ?
Thằng về không, thằng "Tổ quốc ghi công"
Khi nằm xuống cũng hóa thành cây cỏ
Nhìn lên chung một bầu trời vô tận
Và quê hương còn một mẹ già thôi !
Vẫn gửi lòng vào tiếng kinh khuya
Lạnh cả vườn hoang
Chờ con về, dẫu chỉ trong mơ! ∎

NGUYÊN VIỆT
Việt Nam, Khi Nobel Văn Học không cầu mà, có…

Han Kang là một nhà văn Hàn Quốc, nổi tiếng nhất với tiểu thuyết **"Người ăn chay"** (The Vegetarian), tác phẩm đã giành giải thưởng danh giá **Man Booker International Prize** vào năm 2016. Bà sinh ngày 27 tháng 11 năm 1970 tại Gwangju, Hàn Quốc, xuất thân trong một gia đình văn học — cha của bà, Han Seung-won, cũng là một tiểu thuyết gia nổi tiếng. Han Kang học văn học Hàn Quốc tại **Đại học Yonsei** và ban đầu khởi nghiệp với tư cách là một nhà thơ trước khi chuyển sang viết tiểu thuyết. Ngày 10/10/2024, Han Kang trở thành người phụ nữ châu Á đầu tiên giành giải Nobel Văn học. Ảnh: **Han Kang** | © **Roberto Ricciuti**

Tác phẩm đoạt giải Nobel Văn học năm 2024 của Han Kang phản ánh sâu sắc các chấn thương lịch sử và nỗi đau khổ của con người. Văn chương của bà, nổi tiếng với những tác phẩm như *"Người Ăn Chay"* và *"Human Acts"*, tập trung vào những chủ đề về bạo lực, ký ức tập thể và sự mong manh của bản sắc con người. Bối cảnh lịch sử đen tối như vụ thảm sát Gwangju năm 1980 đã hình thành nền tảng cho những câu chuyện về sự sống và chết, sự đau đớn và sự phục hồi tinh thần.

Han Kang sử dụng những ngôn từ đầy tính thơ ca để khắc họa hình ảnh một xã hội bị đè nén và những cá nhân bị xé nát bởi bạo lực. Đặc biệt, tác phẩm của bà không chỉ nhắm vào sự tổn thương của riêng một quốc gia mà còn mở rộng ra toàn bộ nhân loại, đề cập đến sự vô thường của cuộc sống, khái niệm đã được nhấn mạnh trong Phật giáo. Những nhân vật của bà thường xuyên đối diện với sự khắc nghiệt của kiếp người, nhưng qua đó lại tìm được cơ hội để thức tỉnh tinh thần và tìm kiếm sự tái sinh về mặt ý thức.

Mối quan hệ giữa tác phẩm của Han Kang và văn học Hàn Quốc cũng rất đáng chú ý. Văn học Hàn Quốc, từ lâu đã chịu ảnh hưởng từ các biến cố lịch sử như sự chiếm đóng của Nhật Bản và cuộc chia cắt bán đảo Triều Tiên, phản ánh nỗi đau tập thể và đấu tranh cho bản sắc dân tộc. Nhiều tác phẩm văn học Hàn Quốc khai thác chủ đề về chấn thương lịch sử, ý thức cá nhân và tập thể, cũng như cuộc tìm kiếm bản sắc trong bối cảnh xung đột chính trị.

Nhìn từ lăng kính Phật giáo, những chủ đề này có thể liên hệ đến khái niệm khổ đau (dukkha) và vô thường, hai yếu tố cơ bản của cuộc sống mà Đức Phật đã giảng dạy. Tác phẩm của Han Kang làm nổi bật tính vô ngã của con người trước sự thay đổi liên tục và đau thương, nhưng cũng chứa đựng tiềm năng để thoát khỏi vòng luân hồi và tìm kiếm giác ngộ.

Nhìn từ góc độ văn chương của Han Kang, có thể thấy sự tương đồng sâu sắc giữa bối cảnh xã hội Hàn Quốc mà bà miêu tả và xã hội Việt Nam, nơi những ký ức lịch sử tập thể dai dẳng và nặng nề cũng đè nén tâm lý con người. Cả hai quốc gia đều trải qua những biến cố lớn như chiến tranh, áp bức chính trị, và xung đột xã hội. Trong cả hai nền văn chương, ký ức về những vết thương chưa lành trở thành một phần của bản sắc tập thể, khiến cho cá nhân không chỉ đối diện với nỗi đau riêng tư mà còn phải gánh vác nỗi đau của cả một dân tộc.

Ở Việt Nam, ký ức chiến tranh và những cuộc đàn áp chính trị kéo dài nhiều thế hệ đã để lại những dấu ấn nặng nề trong văn hóa và tinh thần dân tộc. Điều này giống như những gì Han Kang nêu bật trong tác phẩm của bà: sự đấu tranh không ngừng giữa việc quên đi và nhớ lại, giữa sự mong muốn hàn gắn và nỗi đau không thể thoát khỏi.

Sự tương đồng này không chỉ phản ánh bản chất đau thương của ký ức tập thể mà còn khơi gợi sự tỉnh thức về những bài học về vô thường và khổ đau từ lăng kính Phật giáo. Cả hai xã hội đều đối diện với thách thức về việc làm sao để vượt qua sự đè nén và tìm kiếm con đường giải thoát tinh thần, điều mà cả Han Kang lẫn những nhà văn Việt Nam cố gắng khám phá qua ngôn từ của mình.

Việt Nam, dù chưa có tác giả đoạt giải Nobel Văn học, nhưng nền văn học có thể đã vượt xa giới hạn của các giải thưởng với những giá trị đặc thù của nó. Nhiều tác phẩm văn học Việt Nam không chỉ là những ký ức, mà còn là hiện thực sống động, nơi những đau thương, chia ly và đấu tranh vẫn đang tiếp diễn. Do đó, câu hỏi không phải là Việt Nam cần giải Nobel Văn học để khẳng định giá trị, mà là làm thế nào để văn học Việt Nam được công nhận một cách xứng đáng trên trường quốc tế.

Việt Nam có thể kỳ vọng gì ở một giải thưởng như Nobel? Đó là sự công nhận đối với những đóng góp lớn lao của văn học trong việc khắc họa một dân tộc từng trải qua những biến cố khủng khiếp của lịch sử, với hy vọng truyền tải thông điệp nhân văn, sự kiên cường và lòng khát vọng hòa bình. Văn học Việt Nam, thông qua sự thể hiện của những tác phẩm mang tính biểu tượng và phản ánh các chấn thương tập thể, đã sẵn sàng để đứng trên bục vinh quang đó, không chỉ vì giá trị nghệ thuật mà còn vì sức mạnh của tâm hồn dân tộc.

Thực tại và ký ức trong văn học Việt Nam hiện tại là một hành trình không ngừng nghỉ trong việc tìm kiếm và gìn giữ bản sắc giữa dòng chảy không ngừng của lịch sử và toàn cầu hóa. Nobel Văn học có thể là sự công nhận cần thiết để truyền bá những giá trị này ra ngoài thế giới, nhưng không phải là mục tiêu cuối cùng của văn học Việt Nam, nơi mà những giá trị tinh thần và văn hóa đã vượt xa mọi giải thưởng.

Trong thực tại, văn học Việt Nam không chỉ đơn thuần là một sự phản ánh quá khứ mà còn là lời tự sự về hiện tại và tương lai. Đó là một hành trình tự vấn, tìm kiếm ý nghĩa giữa những xung đột nội tại và sự thay đổi không ngừng của xã hội. Bản thân văn chương là sự đối thoại giữa con người và thời gian, giữa những gì đã qua và những gì vẫn đang tiếp diễn. Chúng ta không thể tách rời khỏi hiện thực, bởi hiện thực ấy là nguồn cảm hứng và động lực cho mọi sáng tạo. Văn học, với vai trò là tiếng nói sâu thẳm của một dân tộc, không chỉ ghi lại những trải nghiệm lịch sử mà còn đặt ra câu hỏi về bản chất của sự tồn tại, về ý nghĩa của con người trong bối cảnh đầy biến động.

Nhìn từ một góc độ triết học, văn học Việt Nam trong bối cảnh hiện đại không dừng lại ở việc tái hiện những cuộc chiến tranh hay nỗi đau khổ của quá khứ. Thay vào đó, nó xoáy sâu vào sự phản tư về bản sắc, về cách mà con người định nghĩa chính mình trong mối quan hệ với xã hội và thời đại. Văn học trở thành một phương tiện mạnh mẽ để giải mã những khía cạnh phức tạp của con người và những mối liên hệ chằng chịt giữa cá nhân với tập thể, giữa ký ức và sự sống hiện tại. Duy, điều nghịch lý ở đây là, trong khi những quốc gia khác có thể nhìn vào ký ức như một cách để rút ra bài học và tiến bước, ở Việt Nam, ký ức đôi khi chính là hiện thực—một hiện thực dai dẳng và không ngừng tái sinh trong những biến cố mới.

Vậy, Việt Nam có mong chờ điều gì từ một giải thưởng như Nobel Văn học? Có lẽ, đó không phải là sự tôn vinh hay sự công nhận từ thế giới bên ngoài, mà là một hình thức khẳng định giá trị nội tại— một giá trị đến từ sức mạnh của tâm hồn và ý chí dân tộc. Nobel có thể là một phần thưởng danh giá, nhưng đối với văn học Việt Nam, những giá trị cốt lõi mà nó mang lại không thể đo đếm bằng một giải thưởng, mà nằm ở khả năng soi sáng sự thật, khơi dậy lòng trắc ẩn và đặt ra những câu hỏi triết lý về bản chất con người và sự tồn tại.

Văn học Việt Nam hôm nay, với sự nhạy cảm và thấu hiểu về cả ký ức và hiện thực, đã trở thành một tấm gương phản chiếu sâu sắc không chỉ về lịch sử mà còn về tương lai, mở ra những chân trời mới trong việc khám phá và khẳng định bản sắc. Đó chính là sức mạnh của văn chương: tạo ra sự sống cho những câu hỏi triết lý bất tận, và trong quá trình ấy, thổi bùng ngọn lửa của sự sáng tạo và nhận thức trong mỗi cá nhân.

Bấy giờ, Nobel không cầu mà có—đây mới chính là một biểu tượng của sức mạnh văn chương Việt Nam. Giải Nobel, với uy danh của nó, không phải là mục tiêu mà văn học hướng đến, bởi tự thân văn học Việt Nam vốn đã mang trong mình những giá trị vượt lên trên mọi sự công nhận. Khi một nền văn học đạt đến đỉnh cao của sự tự vấn, sự chiêm nghiệm về bản sắc, về con người và lịch sử, thì Nobel đến hay không cũng chỉ là hệ quả tất yếu, không cần cầu mà tự nhiên đến. Bởi, văn chương khi đã chạm đến cốt lõi của sự thật và lòng nhân ái, sẽ tự tìm thấy sự tôn vinh của nhân loại.

Nguyên Việt
Yuma, 10 tháng 10, 2024

NGÔ SỸ HÂN
Chị Du Kích

1.

Ông Phước kể mẹ sắp nhỏ bị nóng lạnh kéo dài cả tuần hay mười ngày rồi tới nhức đầu, mất ngủ, muốn ói, tay chưn bủn rủn, chảy máu cam... có khi nóng sốt như cái lò than; vậy mà kéo dài trước sau chừng mươi bữa nửa tháng rồi đi luôn. Sau này nghe nói lại thì người ta cho là bà Phước bị thương hàn là thứ bịnh mà hồi đó không có thuốc chữa hoặc mình ở quê không biết cách chạy. Sau đó, rất nhiều phụ nữ sẵn sàng nâng khăn sửa túi nhưng ông không hứa hẹn với một người nào, vì "Tao thương má bây nên không nỡ đi bước nữa."

Ông Phước là con trai một nên ông bà nội cưng như trứng mỏng, mới mười tám tuổi bắt cưới vợ. Mãi năm sáu năm sau vẫn chưa có mụn con nào cho dù đi chùa đi cầu khẩn nhiều nơi. Nội bắt phải thôi vợ đi để cưới người khác và năm sau thì đẻ hai đứa một lượt đặt đại tên là con Hai và thằng Ba. Trong chuyện này ai cũng nghĩ hai vợ chồng ông bà Phước không ai có lỗi mà chỉ bà nội hoặc cái phong tục tập quán hay truyền thống khắc nghiệt lâu đời của người mình.

Sống nhà quê chỉ mua dầu hôi nước mắm muối hột muối bọt chớ con cá con tép mớ rau ăn không hết. Đâu biết cao lương mỹ vị gì mà tụi nhỏ lớn như thổi. Những lúc lòng buồn thương nhớ vợ, ông Phước tâm sự với mấy đứa nhỏ, "Má bây lấy tao hồi còn con gái mới lớn, thua ba tới bảy tám tuổi." Hồi đó gia đình cũng *nhà ngói, cây mít, sân gạch, máy vú* hai bên hông nhà. Dành dụm được mấy lượng vàng mà thuế má, đảm phụ quốc phòng, nuôi quân riết chẳng còn bao nhiêu nhưng vẫn bị coi là gia đình có của.

Ông Phước làm gà trống nuôi con tới lúc sắp nhỏ khá trọng. Hai đứa nhỏ thay phiên nhau cơm nước trà lá phục vụ ông già trong lúc một mình ông làm ruộng làm vườn. Thuở còn bé không nói làm gì nhưng khi lớn lớn tụi nó có nhiều nhu cầu riêng tư khác. Không chắc tụi nó thương xót cảnh đơn chiếc của ông già. Nhiều khi - nói thiệt tình - nội cái chuyện phục vụ ông già cũng chiếm rất nhiều thời giờ không thể làm cái gì khác. Cái gì khác đó ai cũng biết là nhu cầu của mấy đứa mới lớn.

Không biết ai bày vẽ mà tụi nó dám nói:

"Hay là tía coi bà nào được được đem dìa hủ hỉ cho có bạn."

"Đâu có bà nào được," ông già lắc đầu. "Đàn bà thì người nào cũng như người nào hổng khác nhau mấy!"

"Tội nghiệp tía đơn chiếc quá mà hai đứa con hổng giúp được gì."

"Thôi, bây lo phận bây đi, bây cũng lớn xộn hết rồi đó," ông già cười cười giả bộ đánh trống lảng. "Tao già rồi."

"Già gì mà già. Mới bốn mươi mí mà già gì."

Con Hai thằng Ba kèo nài thêm:

"Tụi con thấy má thằng Đực được đó. Bả ở góa lâu rồi!"

Gia đình ông Phước thân với gia đình thằng Đực, cũng là ấp Phước Hưng - ngoài thuộc xã Long Hòa nhưng chỉ xóm trong xóm ngoài. Nó ở xóm ngoài biển nên tụi nó đi học và mẹ nó đi chợ búa hay đi đâu đều ngang qua nhà hai chị em con Hai. Hồi đó ông Chín Nhơn cha thằng Đực theo Việt Minh cùng với ông già con Hai nhưng cha nó hy sanh trong trận Tây bố nên bây giờ gia đình nó được phong tặng là gia đình liệt sĩ. Mẹ nó đẻ chỉ có một lần mà tới hai đứa đều là bạn từ hồi nhỏ với hai chị em con Hai và thằng Ba.

Thời lũ nó học tiểu học, đàng trong mới manh nha rải truyền đơn chống chánh quyền quốc gia. Mãi mấy năm sau mới thành lập được một nhóm du kích. Nói là du kích xã chớ thực ra chỉ có năm sáu đứa trong xóm. Du kích được trang bị một cây mã tấu, một cái đèn pin, một cái nón sắt bằng tre bọc ni-lông, và một tấm ni-lông cùng màu xanh lá cây đậm để che mưa hay quấn ngủ cho đỡ lạnh. Nhờ gốc gia đình liệt sĩ và lớn con tốt tướng, thằng Đực-anh được làm sếp - lúc này gọi là *xã đội trưởng*.

Hình như sau khi mặt trận được thành lập, du kích được lãnh thêm võ khí tiên tiến. Đội có hai cây súng: một cây gì dài dài, còn cây kia nghe tụi nó kêu là cây tâm-xông. Chỉ học lý thuyết suông trong tờ giấy viết tay thôi chớ chưa đứa nào được bắn thử một viên đạn vì "mỗi viên đạn là một kẻ thù." Thằng Đực-anh được cây súng dài và thằng phó cây tâm-xông, kèm theo mỗi cây được bốn năm viên đạn. Thằng Đực-anh đem súng về nhà lấy dầu hôi chùi sét phần kim loại và đánh bóng cái bá súng. Ngoài ra nó còn biểu con Hai may cái bao đạn giống như cái túi rút đựng bi của con nít.

Không khí trong ấp lúc này sống động hẳn lên, hội họp và văn nghệ văn gừng liên miên. Con trai con gái cặp kè nhau ủng hộ kháng chiến, nói toàn những ngôn từ cách mạng *vô sản, tư bản,* và *mác lê-nin*, toàn chuyện đội đá vá trời. Ham vui thằng Ba cũng muốn đi làm du kích nhưng mấy anh nói, "Mày còn đi học để mai mốt làm cán bộ." Nó chưa biết cán bộ là làm cái gì nhưng nghe lời mấy ảnh nên tiếp tục học đi đi về về giữa trường trung học Cần Giuộc với ấp Phước Hưng ngoài. Chưa bao giờ nó bị an ninh đàng ngoài hỏi thăm sức khỏe.

2.

Ông già Phước gốc cách mạng nên cũng có uy tín trong ấp. Cho dù ông học không nhiều trong bưng hồi kháng chiến nhưng chữ nghĩa cũng khá hơn hầu hết những người trong xóm. Hồi đình chiến một số tập kết ra Bắc để hai năm sau về giải phóng miền Nam. Đa số những người hồi cư đều trở lại hoạt động cho đảng trong, nhưng ông thì không, "Thôi, đóng góp bao nhiêu đó đủ rồi." Ngay cả thích làm dân thường nhưng ông cũng ít khi ở nhà, "Tụi nhỏ tự lo được rồi." Hai chị em thằng Ba theo dõi thì được biết ổng hay ra nhà hai anh em thằng Đực ở xóm biển.

Trong lúc đó thì thằng Đực-anh lại ăn dầm nằm dề ở nhà ông Phước. Ban đầu thằng Ba tưởng chỉ khi cuối tuần nó về nhà thì hai anh em thằng Đực mới vô chơi hóa ra nó kết con Hai theo cái kiểu trai gái chớ không phải như hồi con nít. Khi thằng Đực-anh bắt đầu kêu chị Hai nó bằng *bồ* thì nó hơi nghi nghi rồi và tới lúc biết con Hai cặp với thằng Đực-anh, nó phản đối:

"Bộ hết người rồi sao cặp với thằng con nít bạn tui?"

"Nó lớn xộn rồi chớ con nít gì?"

"Tui hổng chịu kêu nó bằng anh đâu."

"Ai biểu mày kêu bằng anh."

"Vậy chớ kêu bằng gì?"

"Trước nay mày kêu bằng gì thì cứ như vậy đi."

"Vậy tui kêu bằng *thằng* như hồi đó giờ nha."

"Hổng sao đâu," con Hai bằng lòng và tràn đầy hy vọng. "Tương lai nó ngon lắm đó, gia đình liệt sĩ mà."

"Đàng ngoài mà thắng thì cuộc đời nó kể như lúa luôn chớ ngon cái gì."

Hai anh em thằng Đực với hai chị em con ông Phước học cùng lớp. Tới hết lớp nhứt thì chỉ còn mình thằng Ba lên trung học. Ông Phước nói, "Hồi đó tao chỉ học trong bưng chữ nghĩa hổng bao nhiêu nên tao muốn cho mày kiếm chút ít chữ nghĩa đặng mai mốt dạy thầy giáo hay làm thầy thông thầy ký cho gia đình nở mặt nở mày với người ta." Ông lại nói, "Đó là nói theo cái kiểu mày theo quốc gia. Còn nếu theo đàng trong mà có chữ nghĩa cũng sướng hơn người ta."

Ông Phước kể tiếp, "Đi du kích hay bộ đội đàng trong thì ngủ bờ ngủ bụi - có khi ngâm mình dưới nước cả ngày cả đêm - cực lắm lại nguy hiểm nữa. Cán bộ là về công tác chánh trị như tuyên truyền, giáo dục giai cấp, vận động quần chúng. Cán bộ chuyên môn ngủ nhà dân - kẹt lắm mới trốn dưới hầm." Ông ngần ngừ nghĩ chẳng biết có nên kể cho thằng con mới lớn nghe không, "Mày làm cán bộ thì cả đám đàn bà con gái đeo mặc sức mà lựa chọn!"

Từ hồi lên trung học chỉ cuối tuần mới về nên sanh hoạt trong xóm thằng Ba không biết nhiều. Hồi ở trường Cần Đước chưa hết đệ nhứt cấp cũng có nhiều thằng ly khai vô bưng nhưng thằng Ba vẫn tiếp tục lên Cần Giuộc. Rồi chẳng bao lâu con Hai tình nguyện đi du kích theo thằng Đực-anh. Nó làm thơ ký hay trợ lý gì đó cho thằng Đực-anh nên hai đứa lúc nào cũng xà nẹo với nhau. Không biết hành quân công đồn đả viện thế nào mà chẳng bao lâu nó dính bầu.

Mấy anh cán bộ biểu nó phá thì mới tiếp tục đi du kích được chớ mai mốt cái bụng thè lè làm sao mà chạy.

Ông già Phước nói thẳng thừng:

"Có sức chơi có sức chịu!"

"Hễ để thì phải ra dân," con Ba nói. "Mấy ảnh nói vậy."

"Thà về nhà làm dân thường chớ phá gì." Ông Phước lại hỏi, "Mày khoái làm du kích hay mày mê thằng Đực-anh?"

Con Hai ú ớ không trả lời được.

Ông nhìn lên bàn thờ có cái hình Phật Thích Ca thỉnh về từ hồi làm đám cưới với "má con Hai". Trước nay theo lệ từ ông bà nội, ông theo đạo thờ cúng ông bà nên trước nhà có dựng một cái bàn thiên ông đốt nhang hằng đêm. Ông chưa quy y với nhà sư nào hết nhưng tự cảm thấy mình là Phật tử như bao nhiêu người khác. Ông tin có luật nhơn quả nhưng bác bỏ cái vụ cầu trời khẩn Phật để được toại nguyện cái gì mình mong muốn.

"Tội chết. Có gì để tao nuôi cho. Lâu quá rồi tao không có con nít."

Ông già mong có con nít thì kết quả nhãn tiền: Bà Chín Nhơn cũng có bầu sanh ra thằng Khanh là biến cố trọng đại thời cách mạng. Hai bàn tay không che được mặt trời. Và con Hai nghe lời ông già Phước không phá thai để đẻ một thằng con cách mạng là thằng Mạnh. Đặt tên nó là Mạnh ý ông Phước muốn nó mạnh khỏe ngon lành nhưng nó lại èo uột khó nuôi lối xóm ai cũng nói nó xấu hái nên biểu ông nấu chè xôi đặt tên lại. Cuối cùng nó mang cái tên mới là thằng Cu. Cũng may mà nó là con trai!

Theo dòng đời trôi, hai đứa con nít lớn lên là bạn bè, tính theo vai vế không biết gọi nhau như thế nào. Thằng Khanh là anh em một mẹ khác cha với hai thằng Đực và một cha khác mẹ với hai chị em thằng Ba. Nhưng rắc rối ở chỗ thằng con của con Hai. Thằng Cu xưng hô ông Phước là ông ngoại và kêu bà Chín Nhơn là bà nội. Thằng Khanh vừa là chú vừa là cậu của thằng Cu vì nó vừa là em của hai thằng Đực vừa là em một cha khác mẹ của con Hai. Cuối cùng hai thằng này là *mày tao* với nhau.

3.

Ông Phước đang ngồi ngay cái bàn hình chữ U mặt cẩm thạch vấn điếu thuốc rê ngẫm nghĩ chuyện đời. Bấy giờ nhà có thêm một thành viên nhí nữa ông cũng đỡ buồn. Thằng Cu mới biết đi lững chững nên lẩn quẩn theo ông ngoại, chưa biết nói nhưng cười hoài, chợt nó la lên. Thằng Ba lù lù bước vô. Ông ngạc nhiên:

"Ủa, sao tuần này mày dìa sớm vậy?"

"Bữa nay nghỉ học."

"Sao nghỉ?" ông già ngạc nhiên.

"Tất cả thầy cô nghỉ dạy mấy ngày," thằng Ba lo lắng. "Chiếc xe đò Kim Lợi bị giựt mìn."

"Có sao hôn?"

"Có người chết nhưng thầy cô chỉ bị thương."

Thằng Ba nhìn ông Phước với vẻ mặt buồn buồn:

"Có người bị thương nặng hổng biết có qua khỏi hôn."

Ông Phước quan sát khuôn mặt thằng Ba càng nhớ "má con Hai". Bà Phước con gái quê mà da mặt trắng hồng. Bà không đẹp như hoa khôi hoa hậu nhưng cái miệng có duyên giống của con Hai và tướng tá cao ráo giống của thằng Ba. Ông chậm rãi nói:

"Hồi đó má mày cũng bị giựt mìn!"

"Ủa, sao tía nói má bị thương hàn?" Thằng Ba ngạc nhiên nhìn lên cái hình bà Phước trên bàn thờ, trẻ xấp xỉ như chị Hai nó.

"Ờ, thì tao nói vậy chớ làm sao nói khác được!" ông Phước tiếp. "Bây giờ chắc mày biết rồi".

"Vậy sao tía để chị Hai đi du kích?"

"Trong không khí sục sôi theo phong trào tía đâu thế làm gì khác hơn được, con."

Ông Phước nhìn ra thửa ruộng trước nhà trơ gốc rạ nơi có cái mả của bà vợ. Tính tới bây giờ bà *đi* cũng đã mười mấy năm rồi. Ông nghĩ chiếc xe đò Kim Lợi là của ba má con Thuận học lớp tụi nhỏ ở nhà chớ đâu phải xe nhà binh, nó cũng không có chở lính quốc gia. Mỗi khi trời dịu nắng và gió hiu hiu se lạnh nhắc ông sắp Tết. Sắp Tết là ông lại buồn nhớ vợ vì tới đám giỗ "má con Hai".

Ông hỏi:

"Trường cho bây nghỉ Tết mấy ngày?"

"Năm nay tới hết mùng Năm."

"Tuần rồi tụi nó ăn cướp nhà Ba Giác."

"Ba Giác nào?"

"Đây có một Ba Giác thôi chớ Ba Giác nào? Con của chú Tư Trương."

Trầm ngâm một lát ông Phước tiếp:

"Cái đáng nói không phải vụ cướp, mà là…"

Thằng Ba nhìn ông Phước chờ ông nói tiếp:

"… bắt được hai thằng mà xử tử một thằng!"

"Phải cái xác chỗ miếng ruộng hình tam giác đầu lộ đất hôn? Hồi nãy con thấy mà chưa kịp hỏi tía. Có miếng giấy viết tay nữa," thằng Ba chợt nhớ ra.

"Thằng kia là anh ruột của thằng Tám cán bộ. Nó nháy mắt cho thằng đó trốn."

Chỉ có mình ông Phước biết nó là thằng Bảy Xạo từ Sài Gòn về.

Ông tiếp thêm:

"Lúc này nghe rục rịch tụi nó tính bắt thanh niên vô bưng. Mày khôn hồn thì đừng dìa nữa để tao tính."

Ông già nói, "Thằng Đực-anh tử trận trong đêm tấn công đồn Rạch Kiến," một lát ông tiếp. "Chừng một chục thằng du kích có mấy cây súng với mấy trái bê-ta mà đòi đánh bót Rạch Kiến bởi bị xí gạt có tiểu đoàn cơ động tỉnh yểm trợ. Tụi nó nghĩ đánh hổng cần thắng chỉ cần gây tiếng vang thôi."

Lính đem xác để ở chợ thông báo ai là thân nhơn lãnh về chôn. Cán bộ vận động đàn bà con nít - không một người thanh niên đàn ông nào dám - đi biểu tình đòi xác. Cán bộ với du kích đưa đoàn biểu tình khỏi nhà Tám Ái qua cầu ông Bộ rồi trở lại chờ tin thắng lợi.

Ông Trung úy Thế nói với ông Quận trưởng:

"Đại úy để tui lo vụ này cho."

"Ờ, Trung úy đối phó giùm đi."

Ông Đại đội trưởng nói tiếp:

"Nghĩa quân đa số quen họ khó làm việc. Còn tui có kinh nghiệm *đối xử* với những người biểu tình hồi trước ở Ngã Ba Mũi Tàu Cần Giuộc."

Lính Đại đội 2 Tiểu đoàn 2 Trung đoàn 46 gom bà con lại ngay khoảnh đất trống vừa qua khỏi cầu Ông Tánh. Chị Tư Trưởng Ban Nữ công lên tiếng yêu cầu lính không được giết hại dân lành. Ông Đại đội trưởng nói anh du kích này tấn công đồn bị tử thương chớ đâu phải lính quốc gia bắn bừa bãi giết dân. Ông yêu cầu ai là thân nhơn thì lãnh xác về chôn, không cần khai tên tuổi, và lính không làm khó dễ gì.

Nhưng bà Chín Nhơn không dám nhận. Hồi ở nhà con Hai khóc đòi ra nhận nhưng ông Phước khuyên không nên. Bấy giờ con Hai cũng rét nên làm thinh.

Tới trưa ông Đại đội trưởng biểu lính khiêng nước tới phân phát cho bà con. Tới chiều thấy có vẻ bà con chịu không nổi cái nắng nóng, ông Trung úy Thế hỏi:

"Bà con có muốn yêu sách gì nữa hôn?

Không có ai trả lời.

Ông Đại đội trưởng nói:

"Thôi bà con về đi. Đừng nghe lời Việt cộng xúi đi biểu tình nữa."

4.

Thằng Ba hết muốn làm cán bộ cách mạng mà đi theo quốc gia. Lúc đó thi Trung học Đệ Nhứt Cấp phải xuống Tân An, còn Tú Tài phải xuống tận Mỹ Tho. Mới vừa đậu, nó tình nguyện đi Thủ Đức, mãn khóa về đóng ở phi trường Biên Hòa.

Mặc dầu chưa có vợ con nhưng gia đình lớn nó bây giờ gồm ông Phước, bà mẹ thằng Đực tức bà Chín Nhơn, chị Hai, và thằng Cu.

Thằng Cu hồi đẻ ra tới giờ chưa ai đi khai sanh cho nó. Chuẩn úy Ba nộp đơn xin làm thế vì khai sanh đổi tên cho nó thành thằng Cư để mai một nó đi học chớ kêu thằng Cu hoài kỳ quá!

Chuẩn úy Ba cũng đang kiếm một thằng bạn sĩ quan độc thân để gả chị Hai du kích của nó.

Ngô Sỹ Hân

LETAMANH
Chờ Một Sân Ga!

Nhà Văn Huy Phương trong ngày ra mắt "Giọt Nắng Xiên" của Lê Anh Dũng và Mỹ Hiệp

Suốt hơn một năm chống dịch Covid-19, hầu như toàn thể mọi người nói chung, giới Văn Nghệ - Truyền Thông Việt hải ngoại nói riêng, không có cơ hội gặp mặt nhau trong bất cứ lý do gì, nếu có, thì chỉ nhìn nhau trên các cơ quan truyền thông Việt Ngữ, hay nhớ nhau qua những bài viết trên báo chí và có thể tán gẫu trên zoom...! Mãi sau này, sau khi có Vaccine chích ngừa, lai rai những tụ hội cà phê, những thăm viếng ở nơi "đặc biệt" để chào nhau lần cuối!

    Chính vì thế mà nếu có ai đó trong bạn bè, thân nhân vướng phải dương tính Corona, đang nằm bệnh viện hay tự săn sóc ở nhà, cũng chẳng có ai dám đến thăm hay nhìn mặt nhau lần cuối! Cả thế giới thê thảm thảm thê, tin tức hàng ngày toàn những chuyện buồn. Thậm chí việc hôn nhân cũng phải âm thầm tổ chức và chẳng bạn bè nào được mời, nhưng nếu có mời thì cũng chẳng dám tham dự!

    Tự nhiên mọi người tự động trốn trong nhà an toàn nhất, khóa cửa then cài, nội bất xuất ngoại bất nhập, kể cả đám cháu con cũng không dám thăm viếng! Sau hơn một năm "xây ổ trong hang", bây giờ run run cởi bỏ chiếc khẩu trang, nhưng khi ra đường thì lại phải mang... hình như mang khẩu trang đã thành thói quen, phản xạ có điều kiện qua một năm tập dợt!

Lần đầu tiên tôi đi thăm Huynh Trưởng Huy Phương đang bệnh già. Đây là chuyến "thoát ly" đặc biệt sau hơn một năm tự giam mình. Trong suốt thời gian Huynh Trưởng bị bệnh, nằm nhà thương dài dài trong bao nhiêu ngày có đại dịch, tuy không phải bị con virus mắc dịch hành hạ, nhưng là một bệnh ngặt nghèo phát sinh theo tuổi tác.

Hình bên trái: Ngồi bên Anh trong phòng khách với nhiều tượng và hình ảnh Phật.
Hình bên phải: lưu dấu thân tình

Huynh Trưởng là một cây bút chuyên viết về những chuyện đời, chuyện ta, chuyện người... Một Sĩ Quan CTCT tù dài hạn ở miền Bắc VN. Qua định cư xứ Mỹ, Anh viết về chuyện Việt Nam, chuyện Hoa Kỳ, thâm tâm luôn hướng về quê mẹ! Là Công Dân Hoa Kỳ gốc Việt, Anh vẫn nghĩ mình đang sống ở "quê người"! Toàn thể những tác phẩm của Anh được mọi người trân trọng.

Nhớ lần cùng nhau tổ chức "Kỷ Niệm 25 Năm H.O", nhớ những lần gặp nhau ở các "Đại Nhạc Hội Cám Ơn Anh", cái dáng đẹp lão với mái tóc trắng bồng bềnh quen thuộc, giọng nói chậm rãi với cái miệng có duyên làm cho mọi người quý mến. Tôi có dịp được ngồi với anh trên SBTN trong chương trình "Huynh Đệ Chi Binh" về các đề tài Họp Mặt Liên Khóa SVSQ Thủ Đức, Chương trình H.O...! Anh phụ trách rất nhiều chương trình trên các làn sóng TV, Radio, viết trên báo Người Việt. Tôi cũng được anh ưu ái viết tặng tác phẩm đầu tay đến cuối cùng và cũng hân hạnh viết những dòng cảm nghĩ của tôi về những tác phẩm đặc biệt anh gởi tặng trên các báo Việt Ngữ Quận Cam!

Bìa trước và sau "Tuyển Tập Huy Phương"

Kỷ niệm sâu sắc nhất giữa Anh và vợ chồng tôi: Anh là Diễn Giả chính trong ngày Ra Mắt Tập Truyện Ngắn "Giọt Nắng Xiên" của vợ chồng tôi vào tháng 7 năm 2008. Hôm đó Anh đã ưu ái phân tích tập truyện ngắn do vợ chồng tôi đứng tên chung rất dí dỏm và sâu sắc làm quan khách, bạn bè có mặt cười thoải mái! Tôi cũng thường mời Anh phát biểu trong các cuộc họp mặt của Gia Đình Lại Giang hàng năm, họp mặt Liên Khóa Thủ Đức, Đặc San Hội Ái Hữu Tây Sơn Bình Định...

Tôi gọi điện thoại xin đến thăm, mặc dù bị bệnh liên quan đến cổ, Anh bắt máy: "Chú mày đến lúc 11:00 sáng nay đi, đã chích ngừa Covid chưa?" - Tôi trả lời: Dạ em chích hai mũi xong rồi, cám ơn Anh, em đến nhe! Lúc nói trên phôn là 9:40 sáng ngày thứ Ba -18/5/2021!

Chị nhà mỉm cười khi mở của đón tôi, dáng chị tự nhiên như không có việc gì. Tôi khâm phục thái độ chấp nhận thực tại chịu đựng của chị! Chị bảo không cần cởi giày, mời ngồi và nói chờ Anh một chút! Tôi đứng giữa phòng khách đầy những tượng Phật đủ các cỡ, sắp đặt trên kệ, trên các ngăn, trên tường là hình ảnh Phật... Đang tần ngần ngạc nhiên cách trang trí về Phật rất tao nhã và nghệ thuật thì anh từ trong phòng chống gậy bước thong thả ra giơ tay cho tôi bắt!

Dáng anh ốm o, tóc bồng bềnh trắng xóa nhưng tinh thần thanh thản tỉnh táo. Tôi ngồi xuống bên anh. Anh nói đang mệt cần nằm nghỉ, nhưng tôi đến phải tiếp trong vòng năm phút! Tôi ôm anh và thật là cảm động khi ta ôm người thân biết thời gian đếm từng ngày! Anh nói với tôi vài điều, nhưng tôi nghe không được rõ. Có thể vì tai tôi cũng có vấn đề. Tôi muốn nói với anh nhiều điều và cám ơn anh những việc, mà trong đời tôi và anh có những kỷ niệm khó quên. Nhưng nhìn anh đang mệt, tôi đứng dậy xin phép về. Anh hỏi tôi có sách của anh chưa? Tôi trả lời em có rồi, nhưng bạn em bên Utah đến chơi thấy thích nên em tặng. Anh bảo chị vào lấy sách mang bút cùng con dấu, sau đó viết tặng vợ chồng tôi! Hóa ra sách tôi cho thằng bạn là cuốn "Ga Cuối Đường Tàu"! Anh tặng tôi cuốn sách "Tuyển Tập Huy Phương" in ấn quá đẹp, bìa sách đặc biệt với con thuyền không người lái đang neo giữa dòng! Bìa sau là những liên quan đến Tác Giả!

Con thuyền cô đơn
Hai mái chèo cô đơn
Dây neo níu đợi
Sóng nước phẳng lì
Thuyền bóng đồng quy!

Chưa có một người nào biết trước mình sẽ ra sao như nhà văn Huy Phương! Trong văn chương, anh đã tiên đoán được từng sân ga, từng trạm đến. Anh đã đo lường được sân ga nào anh sẽ thanh thản mang hành trang đời bước xuống. Anh viết trước những gì mà một con người bình thường không dám viết về những ý nghĩ cuối đời như thế nào! Nhà Văn, Nhà Bỉnh Bút Huy Phương tiên tri cho chính mình, lo cả hậu sự cho chính mình từ trong văn chương đến chuyện ngoài đời khi mỉm cười tiếp bạn bè thân hữu đến thăm với nụ cười thanh thản.

Tôi ra về với lòng mang biết bao nhiêu câu muốn nói với anh nhưng không kịp vì anh đang mệt. Tôi xin cám ơn Chị nhà đã có nụ cười tiếp tôi và nói về anh với bao nhiêu điều lo toan của một người vợ đảm đang bình tĩnh và chịu đựng!

Nét thanh thản an nhiên tự tại của Anh ngồi giữa những pho tượng Phật trong phòng khách là câu trả lời mọi người về việc chuẩn bị cho mình một ga cuối bước xuống bình an không còn vướng bận gì! Nếu nói không quá lời thì tôi nghĩ rằng Anh đã "Ngộ"!

Những người đã trên con số 70-80, đang ngồi trên con tàu suốt của cuộc đời; từng sân ga, từng trạm đến, cuối cùng rồi từng người cũng phải mang hành trang bước xuống!

Letamanh

VÕ PHÚ
Hiến Máu Nhận Tình

Đan Uyên đưa bằng lái xe cho cô nhân viên trước cổng hành lang để kiểm tra thông tin qua hệ thống computer. Cô nhân viên hỏi lại tên, tuổi, địa chỉ của nàng rồi viết tên lên mảnh giấy nhỏ, trao cho nàng. Đan Uyên nhận lấy mảnh giấy, dán lên trước ngực. Cô nhân viên nói:

- Cám ơn cô, Đan Uyên, đã đến để hiến máu, nhưng có thể cô sẽ chờ khá lâu vì cô không hẹn trước. Những nhân viên y tế sẽ cố gắng làm theo thứ tự và tôi hy vọng rằng cô sẽ không đợi quá lâu.

Ngừng một chút, cô nhân viên tiếp:

- Giờ... Cô đi thẳng, đến căn phòng đầu tiên bên phải, đợi ở đó nhân viên y tế sẽ gọi khi đến lượt, cô nhé. Một lần nữa, xin cám ơn cô đã đến để hiến máu.

Đan Uyên đi theo sự chỉ dẫn của cô nhân viên đến phòng đợi. Căn phòng này dường như là một lớp học hay phòng họp. Nó nhìn có vẻ đơn giản và nghiêm túc. Trên tường, một chiếc bảng trắng lớn treo ngay ngắn, sẵn sàng cho những ghi chép hay bài giảng. Các dãy ghế bàn nhỏ xinh, được sắp xếp thành hàng thẳng tắp, tạo cảm giác gọn gàng và chuyên nghiệp. Không gian yên tĩnh, với ánh sáng dịu nhẹ từ cửa sổ và ánh đèn trên trần nhà, khiến nơi này trở thành môi trường lý tưởng cho học tập hoặc thảo luận. Mọi thứ đều được bố trí cẩn thận, gợi lên cảm giác trật tự và tập trung. Đan Uyên nhìn thấy một người phụ nữ da trắng đang ăn lương khô và chờ đợi. Nàng chào người phụ nữ. Người phụ nữ ngước đầu lên nhìn Đan Uyên rồi vội cúi xuống chăm chú nhìn vào điện thoại.

Đan Uyên tìm đến một chiếc ghế ngồi cạnh cửa sổ, ngồi xuống. Nàng mở chai nước suối ra uống từng ngụm nhỏ và lấy điện thoại ra đọc email. Đây là lần đầu Đan Uyên đi hiến máu cho hội Hồng Thập Tự. Từ nhỏ cho đến tận bây giờ nàng rất sợ đổ máu và kim tiêm chích vào cơ thể mình, nhưng khi đọc được tin tức nơi nàng làm việc về ngân hàng máu đang thiếu máu dự trữ và cần những người có sức khỏe tốt để hiến máu nhân đạo, nàng đã tìm đến để hiến máu cho hội Hồng Thập Tự.

Không lâu sau, một anh nhân viên y tế vào gọi tên người phụ nữ.
- Jennifer. Jennifer Wilson...

Người phụ nữ đi rồi, trong phòng chỉ còn một mình nàng. Đan Uyên đưa mắt nhìn lại căn phòng. Căn phòng sạch sẽ, yên tĩnh. Phía bên trái của căn phòng, đối diện cửa sổ, có treo một bức tranh sơn dầu vẽ cảnh rừng thu với thác nước rất thơ mộng. Nàng lấy điện thoại ra, đi đến bên cạnh bức tranh, làm dáng và chụp vài tấm hình. Đang xem lại những tấm ảnh nàng vừa chụp để gửi khoe với bạn bè về việc nàng đã "can đảm" đi hiến máu hôm nay, thì một người đàn ông đến.

Đan Uyên ngước mặt lên nhìn người mới đến. Anh ta trẻ, khoảng ngoài ba mươi, khuôn mặt sáng sủa trong chiếc áo sơ mi kẻ sọc nhìn rất gọn gàng, tươm tất. Người đàn ông gật đầu chào nàng và tự giới thiệu:
- My name is Danh (Tôi tên Danh).

Anh ta nhìn bảng tên trên ngực nàng đọc:
- Đan Uyên? Are you Vietnamese? (Bạn là người Việt à)?

Nàng trả lời người thanh niên bằng tiếng Việt.
- Dạ. Em là người Việt. Còn anh? Anh làm việc ở đây?

Danh trả lời nàng:
- Ừa, tôi làm việc ở đây. Em làm khu nào?

Đan Uyên lấy thẻ nhân viên của nàng, đưa lên cho người đàn ông xem.
- Ồ, dược sĩ. Tôi cũng làm việc ở đây. Tôi làm ở khoa Cấp Cứu.

Danh đi đến cái ghế cạnh Đan Uyên, ngồi xuống. Anh mở lời.

- Đan Uyên sống ở Virginia này?

- Dạ không. Em ở tiểu bang Florida, mới về đây làm việc gần được hai năm.

Danh tròn mắt ngạc nhiên:

- Thú vị!

Ngừng một chập, Danh nói tiếp:

- Thường thì người Việt hay chọn những nơi nắng ấm như California hay Florida để sống và làm việc. Nhưng... Đan Uyên thì ngược lại. Vả lại, dược sĩ như em thì tiểu bang nào cũng cần và làm được. Vì đâu mà em lại chọn trường đại học này?

Đan Uyên cười, rồi trả lời:

- Em sanh ra ở Florida, chán khí hậu ấm và nóng nơi này nên thích tìm nơi nào có đủ bốn mùa rõ rệt để thử. Và, Virginia là nơi em thích nhất. Hơn nữa, em thích làm việc ở trường học bệnh viện hơn là ở quầy dược phẩm. Công việc ở trường đại học và bệnh viện thì chậm chứ không gấp gáp như ở các quầy bán thuốc.

- Ồ... Wow... Em sanh ở bên này mà tiếng Việt em giỏi quá.

- Dạ cám ơn anh. Em ở chung với ba má và ông bà ngoại. Ở nhà nói tiếng Việt nhiều, nên quen. Ông bà ngoại và má em qua Florida năm 1993, họ vẫn còn Việt Nam lắm. Còn anh Danh?

- Tôi hả? Tôi sanh ở Việt Nam. Năm tôi 16 tuổi được gia đình bảo lãnh qua đây. Cũng hơn 20 năm rồi.

Hai người đang nói chuyện thì người nhân viên y tế khi nãy đến gọi tên Danh và anh đã rời khỏi phòng đợi.

Danh đi rồi, còn lại một mình Đan Uyên, nàng lấy điện thoại ra đăng những tấm hình mới chụp được lên mạng xã hội Facebook với những dòng chú thích: "Lần đầu đi hiến máu, hơi sợ một chút. Hy vọng là không xỉu."

Đan Uyên vào đọc các dòng trạng thái của bạn bè và mỉm cười vu vơ. Nàng đang chăm chú trả lời bạn bè thì người phụ nữ khác bước vào.

Người phụ nữ gật đầu chào Đan Uyên. Cô hỏi nàng:

- Cô đợi ở đây có lâu không?

- Chắc khoảng hơn nửa tiếng.

- Ồ... Lâu vậy à? Cô có hẹn trước không sao mà lâu vậy?

- Dạ không, tôi không có hẹn trước.
- Tôi cũng vậy. Hy vọng là chúng ta không đợi lâu.

Hai người nhìn nhau cười. Đan Uyên, trả lời:
- Vâng. Hy vọng vậy.

Hai người đang trò chuyện thì anh nhân viên y tế khi nãy bước vào gọi tên nàng. Nàng chào tạm biệt người phụ nữ rồi đi theo anh nhân viên y tế.

Bên trong căn phòng hiến máu khá rộng, gần gấp ba lần phòng chờ bên kia. Căn phòng được chia ra nhiều khu vực khác nhau. Anh nhân viên y tế chỉ vào chiếc ghế rồi nói:
- Mời cô ngồi xuống.

Anh hỏi lại những thông tin cá nhân của Đan Uyên, ghi vào máy computer, đo nhiệt độ, huyết áp, hỏi một số câu hỏi trong vòng sáu tháng về những sinh hoạt và du lịch của nàng. Sau khi hỏi xong, anh ta chích vào ngón tay, nặn lấy máu để kiểm tra huyết sắc tố trong máu. Khi mọi thủ tục hoàn tất, một nhân viên y tế khác hướng dẫn nàng đến chiếc ghế giường nằm để chuẩn bị lấy máu.

Cũng như nàng, bên kia căn phòng là những người thiện nguyện viên đang hiến máu, trong đó có Danh, người mà nàng mới vừa gặp. Trong lúc chờ đợi dòng máu chảy vào túi chứa máu, Đan Uyên nhớ lại những mẩu chuyện về ngân hàng máu đã cứu vô số người cần máu. Ví như câu chuyện của một người phụ nữ tên Phương đã hiến máu vài tháng một lần trong hơn mười năm. Lý do cô hiến máu bởi vì trong một lần em trai của cô bị tai nạn xe hơi, bệnh viện cần máu và nhờ những người hiến máu mà em trai của cô được cứu. Theo như cô Phương cho biết hiến máu cũng là một cách để đền đáp. Nhiều năm trôi qua, cô Phương vẫn giữ lời hứa hiến máu mỗi bốn tháng một lần, rất kiên định. Không những vậy, cô ấy đã tổ chức các đợt khuyến khích đồng nghiệp truyền máu tại nơi làm việc của mình. Lúc đầu một số người tỏ ra do dự, nhưng câu chuyện của cô kể về người em trai cô được cứu sống nhờ những người hiến máu đã lay động đến mọi người. Nhờ đó đã gây được tiếng vang. Dần dần, ngày càng có nhiều người tham gia cùng cô. Một ngày nọ, sau một lần hiến máu thành công, cô Phương nhận được một lá thư. Ngân hàng máu thông báo với cô rằng việc hiến máu của cô đã giúp cứu được một mạng sống. Một bé gái vừa trải qua ca phẫu thuật tim đã nhận được máu của cô trong ca phẫu thuật. Lời nhắn của bố mẹ cô bé ấy rất đơn giản: "Cảm ơn vì đã cho con gái chúng tôi cơ hội thứ hai". Trong khoảnh khắc đó, cô Phương hiểu được trọn vẹn vòng tròn cuộc sống, lòng nhân ái và sự hào phóng mà việc hiến máu tạo ra. Hành động của cô Phương không chỉ tôn vinh người đã cứu em mình mà giờ đây còn khiến một gia đình khác cảm động sâu sắc. Hiến máu thường là những món quà thầm lặng, vô danh nhưng đối với những người nhận được, chúng lại là cứu cánh....

Đan Uyên đang miên man suy nghĩ đến câu chuyện hiến máu của cô Phương và thầm hy vọng máu của mình sẽ giúp được những người cần thiết. Trong lúc lan man suy nghĩ thì anh nhân viên y tế trở lại để hoàn tất công việc hiến máu. Anh ta nói với nàng:

- Cô đã xong. Chúng tôi một lần nữa cám ơn cô đã đến hiến máu cho hội Hồng Thập Tự. Trên đường ra về, chúng tôi xin tặng cô chiếc áo làm kỷ niệm.

- Vâng, cám ơn các bạn. Xin hẹn lại lần sau.

Rời khỏi phòng hiến máu, Đan Uyên nhìn đồng hồ cũng quá giờ ăn trưa. Nàng bước vội xuống căng-tin bệnh viện tìm mua thức ăn. Mùi bánh sandwich tươi, bánh ngọt, soup, khoai tây chiên và cà phê tràn ngập không khí. Bên trong mát lạnh với máy điều hòa mặc dù giờ là cuối mùa hè. Nàng ghé quầy rau củ, mua một hộp rau, một ly soup đậu và quả táo. Tính tiền xong, nàng đi quanh tìm chỗ ngồi. Giờ trưa căng-tin bệnh viện đông nghẹt. Đan Uyên nhìn khắp phòng và phát hiện ra chiếc ghế còn trống cuối cùng, trong góc nhỏ cạnh cầu thang đi bộ. Đan Uyên đi tới gần và nhận ra Danh. Đan Uyên chào:

- Chào anh Danh... Anh có ngại khi em ngồi ở đây?

Danh vui vẻ mỉm cười, trả lời nàng.

- Em cứ tự nhiên. Cafeteria hôm nay đông khách quá.

- Dạ. Cảm ơn anh. Không ngờ nơi này lại đông đúc đến vậy?

Hai người ngồi im lặng ăn thức ăn trưa của mình. Danh ăn xong phần bánh sandwich của mình rồi hớp một ngụm cà phê, anh hỏi:

- Em có thường đi hiến máu không?

Nàng cười tươi rồi trả lời:

- Dạ đây là lần đầu của em. Lúc đầu em sợ lắm, tưởng đâu xỉu, nhưng rồi mọi chuyện cũng qua. Còn anh?

- Một năm vài ba lần.

- Ồ... Em phục anh quá. Anh ở tiểu bang này hay chỉ làm việc ở đây thôi?

- Từ lúc tôi đến Mỹ này là ở tiểu bang này. Chỉ có hai năm nội trú là ở UNC thôi. Tôi thích thành phố Richmond này.

- Dạ. Em cũng vậy. Anh ở thành phố này lâu chắc là biết nhiều chỗ đi chơi lắm nhỉ?

- Cũng không nhiều lắm vì bận rộn việc học và gia đình nên cũng ít đi...

- Em ăn xong rồi, cũng sắp tới giờ làm. Thôi em đi đây. Em cám ơn anh Danh. Rất vui khi gặp anh. Hy vọng gặp lại...

- Vâng, chào em.

Rời khỏi căng tin, Đan Uyên đi vội vào phòng dược. Công việc hôm nay bận rộn hơn thường ngày nên nàng quên bẵng đi cuộc gặp gỡ tình cờ với Danh cho đến mấy tháng sau.

Kể từ hôm Đan Uyên đi hiến máu cho hội Hồng Thập Tự cũng hơn hai tháng, thời gian đủ để nàng hiến máu thêm lần nữa. Lần này, rút kinh nghiệm, nàng đã ghi danh trước trên trang mạng lưới của hội Hồng Thập Tự. Nàng chọn vào giờ ăn trưa, thời điểm mà nàng nghĩ sẽ ít người tham gia hơn, giúp quá trình hiến máu diễn ra thuận lợi.

Chắc là do duyên số, nên Đan Uyên lại gặp Danh ở nơi hiến máu. Lần này, họ có cơ hội trò chuyện lâu hơn, không còn lướt qua nhau như lần trước. Hai người cảm thấy sự đồng điệu trong câu chuyện và dần trở nên thân thiết hơn. Cảm giác vui mừng và bất ngờ lan tỏa trong lòng nàng. Hai người trò chuyện từ những câu hỏi đơn giản về việc hiến máu đến những sở thích và ước mơ của mỗi người. Danh thật sự dễ gần và hài hước, khiến không khí trở nên thoải mái hơn rất nhiều.

Sau khi cùng nhau hiến máu, họ đã trao đổi số điện thoại và hẹn nhau đi uống cà phê sau khi hoàn tất. Sự kết nối giữa họ ngày càng mạnh mẽ qua từng cuộc trò chuyện và những lần hẹn hò. Những buổi gặp gỡ trở thành dịp để cả hai cùng tìm hiểu về nhau, chia sẻ những câu chuyện vui buồn trong cuộc sống.

Thời gian trôi qua, và cả Đan Uyên và Danh dần nhận ra rằng họ đã trở thành người yêu của nhau. Tình cảm giữa họ không chỉ được xây dựng trên sự quan tâm và thấu hiểu mà còn cả những kỷ niệm đẹp từ những lần hiến máu. Đan Uyên chợt mỉm cười và thầm nghĩ: "Đúng là có cho mới có nhận. Cho máu nhận được tình yêu."

Một hành động nhỏ bé nhưng lại mang đến những điều kỳ diệu trong cuộc sống, khiến nàng cảm thấy ấm áp và hạnh phúc hơn bao giờ hết.

Tình yêu của họ không chỉ là kết quả của những cuộc gặp gỡ, mà còn là một hành trình cùng nhau sẻ chia và trải nghiệm.

Võ Phú

Tranh Khánh Trường

NGUYỄN KIẾN THIẾT
VÀI NÉT VỀ HÒ MIỀN NAM

Tôi là người dạo kiểng lê viên
Tới đây gặp gái thuyền quyên nên rủ hò.

*Tổng quan:

Hò là *"điệu hát bình dân đồng quê, đặt lối lục bát biến thể, có khi một câu có năm sáu vế, hò lên một mình hay đối đáp giữa đông người ở nhà xay, nhà cối, ở sân đạp lúa, ở ruộng đồng, sông rạch cho vui tai, quên mệt; giọng thì mỗi địa phương mỗi khác, mỗi hoàn cảnh mỗi khác"* [1]. Mặc dầu câu hò, câu hát không phải là liều thuốc bổ trị dứt cơn mệt nhọc hoặc thâu ngắn công việc lại, nhưng khi cất tiếng hò có lẽ người ta sẽ cảm thấy cơn nhọc nhằn dường như tan biến, sức chịu đựng có phần dẻo dai hơn, sự hăng hái hoạt động mãnh liệt hơn nhờ tánh chất hào hứng của câu hò, điệu hát. Trong bài này, chúng tôi muốn giới thiệu "Vài Nét Về Hò Miền Nam" để hầu bạn đọc. Tiếng "miền Nam" trong bài này được hiểu là "miền Nam Lục tỉnh" hay "Nam Kỳ" gồm ba tỉnh miền Đông (Biên Hòa – Gia Định – Định Tường) và ba tỉnh miền Tây (Vĩnh Long – An Giang – Hà Tiên) được phân chia dưới thời nhà Nguyễn. Địa danh "Nam Kỳ Lục Tỉnh" xuất hiện từ năm 1832 thời vua Minh Mạng cho tới khi toàn cõi Nam Kỳ rơi vào tay thực dân Pháp. Đương thời, người Pháp gọi Nam Kỳ Lục tỉnh bằng cái tên Basse-Cochinchine (tức vùng Cochinchine "hạ"). Chánh quyền Pháp bỏ tên Lục tỉnh nhưng còn giữ lại hai chữ Nam Kỳ, gọi là Cochinchine, phân biệt với Bắc Kỳ (Tonkin) và Trung Kỳ (Annam). Người Anh, Mỹ cũng gọi Nam Kỳ là Cochinchina. Nam Kỳ còn được gọi "Nam Bộ" từ năm

1945 nhưng ít phổ biến ở vùng Quốc Gia. Đến năm 1946, Pháp thành lập chánh phủ Cộng hòa tự trị Nam Kỳ, còn gọi "Nam Kỳ Quốc". *Nam Kỳ/Nam Bộ* còn được gọi là *Nam Phần* hay *Nam Việt* từ 1948 tới 1975 thời Quốc gia Việt Nam và Việt Nam Cộng Hòa. Từ sau Cách mạng Tháng Tám năm 1945 cho đến nay, chánh quyền Việt Nam Dân Chủ Cộng Hòa vẫn tiếp tục sử dụng và thống nhứt cách gọi *Nam Bộ*. Các tác phẩm của Lê Thị Minh: *Hò Miền Nam* (Phạm Văn Tươi – 1958), của Sơn Nam như: *Nói Về Miền Nam* (Lá Bối – 1967), *Lịch Sử Khẩn Hoang Miền Nam* (Đông Phố -1973), của Nguyễn Văn Hầu qua loạt bài *Hò Miền Nam* (*Bách Khoa* các số 135 và 136, năm 1962), v.v... đã sử dụng tiếng "Miền Nam" được ngầm hiểu là "Nam Kỳ" hay "Nam Kỳ Lục Tỉnh" theo ý nghĩa đã dẫn giải trên.

    Miền Nam Lục tỉnh là vùng "Đất phước" với ruộng đồng cò bay thẳng cánh, sông nước hữu tình nên ta thấy nơi tâm hồn họ một cái gì dễ dãi, một cái gì sung mãn, phóng túng. Nguyễn Văn Xuân đã nhận xét thật chí lý: *"Cái lợi lớn nhứt của miền Nam là được thu nhận một nền giáo dục Khổng Mạnh như miền Trung song ít khắt khe hơn mà đồng thời nhờ sinh hoạt xa triều đình lại ở vào khu vực cây ngọt trái lành, vườn rộng đồng xanh thênh thang nên tình cảm cũng nẩy nở hơn nhiều lắm"* [2]. Một khi tình cảm cởi mở, họ có thể gởi gắm qua câu hò, điệu hát thứ tình cảm dồi dào phóng khoáng như tâm hồn họ. Người dân Lục tỉnh tánh tình vốn thiệt thà, chất phác, ngay thẳng, cùng căn bản *Nói* và *Trình diễn* của văn học miền Nam nên họ đã bày tỏ lòng mình một cách chân thành, bộc trực, thiết tha và cảm động qua tiếng hát, câu hò. Nhìn chung, hò ở nước ta thường được phân loại theo *đặc điểm tự nhiên của địa lý*; đó là *hò trên sông nước* và *hò trên cạn*. Nếu miền Trung có Hò Huế với những loại hò như: hò xay lúa, hò nện, hò bài thai, hò đánh bài chòi, hò nghé ngọ, hò đẩy nốt, hò ô, hò ru con, hò giã gạo, hò mái nhì [3] thì ở miền Nam, các loại hò rất là phong phú tùy từng vùng, từng nơi, tùy theo công việc làm và hoàn cảnh của người hò. Chẳng hạn như: **hò địa phương** (hò Tân An, hò Gò Công, hò Mỹ Tho, hò Vĩnh Long, hò Cần Thơ, hò Bến Tre, hò Sa Đéc, hò Đồng Tháp, v.v...), **hò đối đáp** (hò văn, hò truyện, hò mép), **hò cấy lúa, hò chèo ghe, hò xay lúa, hò lờ**... Theo Phạm Duy, Hò miền Nam thường có vẻ thanh nhàn và mang tính chất hội ngộ, vui chơi, và cũng như Trần Văn

Khê, ông cho rằng *giai điệu hầu hết đều nằm trong ngũ cung hơi Nam giọng oán.*

***Làm thế nào phân biệt được những câu hò địa phương Lục tỉnh?**

Hơn 50 năm trước, người viết đã giới thiệu về Hò miền Nam trong quyển *Tánh Cách Đặc Thù Của Ca Dao Miền Nam* (1972), nhưng còn dưới dạng khái quát. Trong một buổi thuyết giảng về Ca dao miền Nam tại Lớp Quê Hương Mến Yêu (Montréal – 1994) cũng như tại Trung Tâm Văn Hóa Giáo Dục Hồng Đức (Montréal – 2001), có người đã đặt câu hỏi: *"Làm thế nào phân biệt được những câu hò địa phương Lục tỉnh?".* Chúng tôi đã trả lời đại khái là *"Giới thiệu về Hò miền Nam dưới cái nhìn của người nghiên cứu văn học hơn là khai thác chuyên sâu về âm nhạc"* và hứa sẽ tiếp tục nghiên cứu để trả lời thỏa đáng khi có dịp. Từ đó, câu hỏi trên mãi ám ảnh trong tôi từ năm này sang tháng khác... May mắn làm sao, trong một buổi nói chuyện của GS Trần Văn Khê về *Dân ca miền Nam* tại Montréal năm 2001, tôi đã đặt câu hỏi dẫn trên với nhà âm nhạc học lừng danh này. Một tuần lễ sau, Giáo sư đã giải đáp tường tận. Để rộng đường dư luận, nhằm cung cấp tư liệu hiếm quý về Hò miền Nam, và bởi lẽ câu trả lời của GS Trần Văn Khê quá dài nên chúng tôi chỉ xin trích lược một số chi tiết như sau:

"Trong một bài hò luôn luôn có những câu như **câu kể** và **câu xô**. Câu kể do người hò gọi là hò mái, hò cái. Câu xô là hò con. Câu kể và câu xô tức cái với con, cũng như âm với dương. **Câu xô mỗi nơi mỗi khác.**

Câu xô trong hò Đồng Tháp: **Hòa hơi**... không có chỗ nào có.

Câu xô trong hò Bến Tre: Ờ ớ ơ ơ, ớ ơ...

Ngoài ra, câu xô ở Bến Tre còn có **điệu hò lý**. Hết một câu thì tất cả câu xô:

Hò xự xang hò xang xê cống

Cống xê xang (là) xang xế hò

Hò xự xang.

Câu xô trong hò Cần Thơ giọng không lên cao tức **hò liu**.

Câu xô khác nhau làm cho người ta biết được câu hò đó ở tỉnh nào. Đại khái cấu trúc của nó cũng lọt vô tiếng hát ru của bà mẹ. Rồi rốt cuộc hò Đồng Tháp, hò Bến Tre tới chừng đi ra câu kể thì nó cũng gần giống như điệu hát ru. Có điều khác hơn: Hát ru thì **hò xang** mà câu hò thì **hò xư**.

Thành ra câu hò vùng này vùng kia khác nhau vì hai lý do:
- *Thứ nhứt*: tại câu xô (nhiều nhứt)
- *Thứ hai*: Phong cách hát mỗi vùng mỗi khác.

Hò Đồng Tháp nó lên cao xuống thấp xự xề xang xê ho.

Tất cả những cái đó là những cái cá biệt trong mỗi một chỗ nhưng chung quy những câu hò đối đáp trên sông, trên cạn gì cũng căn cứ trên tiếng hát ru của bà mẹ.

Cái cấu trúc: Hò xự xang xê cống
(Xự lên cao thành xư; xang thì già mà rung; cống thì non).

Hệ thống đó gọi là hệ thống điệu Nam hơi Oán" (ngưng trích). Về hò Đồng Tháp, có người đã nhận định: *"Đây là một âm điệu đặc biệt được hò ở tốc độ chậm, buông lơi, nhịp điệu lúc nhặt, lúc khoan, lúc trầm, lúc bổng, có lúc thì thật thấp, có lúc thì thật cao chót vót. Nó có sức lôi cuốn, hấp dẫn mọi người một cách kỳ lạ"* (Nguồn: *Nhớ Điệu Hò Đồng Tháp* https://dotchuoinon.com/2015/01/16/dan-ca-dan-nhac-vn-ho-mien-nam/). Đặc biệt hò Cần Thơ – cái nôi của văn hóa Hậu Giang – nhiều nhà nghiên cứu văn hóa, âm nhạc đã nhận định sắc sảo. Nguyễn Văn Hầu cho rằng điệu hò Cần Thơ có *"cái giọng ử ư cong quớt như đưa hơi thở về đỉnh non cao"*. Theo Phạm Duy, *"hò Cần Thơ câu dài và có tính chất nghệ thuật cao hơn, giai điệu nằm trong ngũ cung hơi Nam giọng oán"*. Còn Trần Văn Khê đã nhận xét: *"Câu xô trong hò Cần Thơ giọng không lên cao, tức **hò liu*** và thuộc *"hệ thống điệu Nam hơi oán"*.

Hò đối đáp:

Ngoài loại **hò đơn lẻ** do chàng trai hoặc cô gái tức hứng trước cảnh đồng ruộng bao la, sông nước hữu tình mà cất tiếng rao hò để giãi bày tâm sự, còn có **hò đối đáp**. Hò đối đáp là loại hò được xướng lên do một đôi nam nữ hoặc hai phe nam nữ đối đáp nhau trong những buổi sinh hoạt chung như cấy hái, xay giã, bơi chèo hoặc trong một *hò trường*, trong một *phiên hò hội* để thi tài cao thấp. Hò đối đáp có *tính tập thể* và *tính thi đua*. Như đã phân tích, trong một bài hò đối đáp luôn có những câu như **câu kể** và **câu xô,** giống như âm với dương. Hò đối đáp bắt đầu bằng hai tiếng "Hò ơ..", "Hòa hơ..." và thường tiếp theo bằng hai câu:

   Tiếng đồn anh hay chữ
    Em hỏi thử đôi lời...

và cứ thế mà tiếp tục cho đến hết.

  Nhà văn Toan Ánh đã viết về hai tiếng "*Hò ơ*" đó như sau: "*Đêm khuya thanh vắng cũng như ban ngày giữa đồng ruộng, chúng ta còn được nghe những tiếng hò ơ... bắt đầu một câu hò. Hai tiếng hò ơ có thể kéo dài như vô tận trước khi bước vào câu hò chính thức. Những tiếng hò ơ tiêu biểu của hò miền Nam cũng là những tiếng để nói lên cái tinh thần đoàn kết bất diệt của dân Việt Nam*" [4]. Chẳng hạn như:

 -Nữ: Hò ơ... Tiếng đồn anh hay chữ
    Em hỏi thử đôi lời
    Tây giăng dây thép giữa trời làm chi?

 -Nam*:* Hò ơ... Nghe lời hỏi tức, anh đáp phứt cho rồi
    Tây giăng dây thép giữa trời
    Cho anh có dịp trao lời với em!

Đôi khi hò đối đáp không bắt đầu bằng "công thức" "*Tiếng đồn anh hay chữ; Em hỏi thử đôi lời*" mà trái lại được đôi trai gái xướng lên với một hình thức khác.

   Hò ơ...Tới đây chẳng hát thì hò
    Chẳng phải con cò mà ngóng cổ nghe

Có những tay "hò chiếng" khi bị đối thủ chọc tức đã vội vàng vỗ ngực đáp trả:

   Câu hò tôi đựng một nia
    Chị em nào thích tôi chia cho hò...

Cũng có nghệ nhân bị lâm vào *thế bí* bèn ca bài *tam thập lục kế* để rút lui trong danh dự:

   Câu hò tôi đựng một khạp da bò
    Tôi quên đậy nắp nó bò hết trơn!

Giống như hát huê tình, mỗi cuộc **hò đối đáp** ở Nam Kỳ thường chia làm ba chặng/ba giai đoạn:

. *Chặng đầu*: **Hò chào mời** (bắt đầu chào hỏi, mời mọc, hò dạo). Nói khác đi, đó là *cuộc hò được gầy đầu* (Nguyễn Văn Hầu), là *khúc nhạc dạo đầu của hò*.

. *Chặng giữa*: **Hò đối đáp** (đáp câu đố, nêu câu đố mới, kết bạn, xe duyên). Đây là phần trọng tâm của một *cuộc hò*. Cuộc tranh tài cao thấp của các nghệ nhân được đánh giá ở chặng này. Như chúng tôi đã có dịp đề cập, nếu hát huê tình đối đáp có hát chữ, hát tích, hát đố thì trong hò đối đáp – theo Sơn Nam - có **hò văn, hò truyện, hò mép** (còn gọi **hò môi**). Trong quyển *Tánh Cách Đặc Thù Của Ca Dao Miền Nam*, chúng tôi đã phân tích về ba loại hò này, từ trang 127 đến 135. Khi *cuộc hò* đã đến lúc hào hứng, hễ bên trai "*buộc vào*" thì bên gái "*mở ra*", bên trai "*bẻ vô*" thì bên gái "*xổ ra*", bên này "*bỏ*" vận hò thì bên kia "*bắt*" lấy, giọng hò bên này bị "*đứt*" thì bên kia tìm cách "*nối*" lại. Đặc biệt, chàng vận dụng **hò văn, hò truyện, hò mép** thì nàng tìm cách hò đối lại; chàng dùng những **câu hò đố** hóc búa, lắt léo thì nàng kiếm **câu hò đáp** lại một cách cân xứng, tài tình! (5). Và cuộc hò cứ thế mà tiếp diễn (nếu không bị *đứt*), có khi thâu đêm suốt sáng. Khi gặp người *đồng điệu* và hơn nữa, *đồng tình, cuộc hò* càng tăng thêm phần hào hứng, sôi nổi. Bấy giờ các nghệ nhân hò đã trở thành "bình dân thi sĩ" và đa số thính giả đa tài, "biết xét đoán *âm giai*, biết phê bình *vần điệu*" và "biết sự *buông bắt, ứng đối cao thấp dở hay*" (*Bách Khoa* số 136, tr. 15).

.*Chặng cuối*: **Hò giã biệt** (tiễn đưa, xe kết, hứa hẹn) để khép lại một cuộc hò. Khác với cuộc hát quan họ, các "liền anh", "liền chị" chỉ xem nhau như "bạn hát" và thường là *không được phép* cưới hỏi nhau. Còn chung cuộc của Hò miền Nam thường dẫn tới tình yêu đôi lứa "*Trời xui hội ngộ hai đứa mình kết duyên*".

Nhìn chung, *Tiết điệu* và *Âm vận* trong Hò miền Nam biến đổi khá nhiều, song theo Nguyễn Văn Hầu, có thể hiểu gom được trong hai điệu chính: *hò huê tình* tức tiếng hát chậm mà hơi dài ra, và *hò lăn* tức tiếng hát mau mà hơi ngắn lại. Tuy nhiên, dầu là *hò huê tình* hay *hò lăn*, dầu có hằng chục điệu hát hò dị biệt của mỗi địa phương, *người mộ hò* bao giờ cũng phải biết sành cung đoạn, âm giai thì mới được hạng đàn anh đàn chị trong giới nhận cho là *khách đồng thuyền.* (*Bách Khoa* số 136, tr. 15). Gần đây có dịp sưu tầm trên mạng, chúng tôi thấy có nhiều "nhà văn hóa" đề cập đến Hò văn, Hò truyện, Hò mép, Hò huê tình, Hò lăn, v.v.., nhưng không đá động tới "xuất xứ", mặc nhiên tự xem mình là "tác giả". Điều này gây khó khăn cho những người nghiên cứu về sau?!

Hò đối đáp là một thể loại dân ca, nhưng tại sao trong những câu do chính người bình dân hát lại có những từ Hán-Việt, cách ngôn Khổng Mạnh và điển tích Trung Hoa? Như chúng ta đã biết, Nam Kỳ là vùng đất mới, nhưng mọi lãnh vực đều "khởi sự/khởi xướng" ở miền Nam: Từ chữ quốc ngữ, văn học chữ quốc ngữ, báo chí, tiểu thuyết rồi thơ, thơ mới, dịch thuật (đặc biệt sách Tàu, truyện Tàu) đến văn nghệ kháng chiến, tự truyện, thoại kịch... nhứt nhứt đều *bắt đầu* tại Lục Tỉnh. Nói khác đi Nam Kỳ đã đóng vai trò *tiền phong* của văn nghệ miền Nam. Khi phân tích Hò miền Nam, chúng tôi muốn nhấn mạnh vai trò **chữ quốc ngữ** và phong trào dịch **sách Tàu, truyện Tàu** (ra chữ quốc ngữ) vào đầu thế kỷ XX đã ảnh hưởng rất lớn đến hò hát. Để tiện việc tham khảo, mời bạn đọc xem bài biên khảo văn học của Nguyễn Kiến Thiết tôi tựa đề "*Vài Nét Về Câu Hát Huê Tình Ở Nam Kỳ*" đăng trên tạp chí *Ngôn Ngữ* số 31, 1/5/2024 (tr. 267-275).

Trong phần dưới đây, chúng tôi thử điểm qua hò văn, hò truyện và hò mép trong *chặng giữa* một cuộc hò đối đáp ở Nam Kỳ Lục Tỉnh.

- **Hò Văn:** (còn gọi **hò chữ**) dùng thành ngữ nước ta hoặc cách ngôn của Khổng-Mạnh (thường lấy trong sách *Tam Tự Kinh, Minh Tâm Bửu Giám* hoặc *Minh Đạo Gia Huấn*) để gợi hứng gieo vần. Chẳng hạn như:

Hò ơ... Tay cầm quyển sách Minh Tâm anh đọc
 Thiện ác đáo đầu chung hữu báo
 Cao phi viễn tẩu dã nan tàng
 Từ khi anh xa cách con bạn vàng
  Cơm ăn chẳng đặng như con chim phượng hoàng bị tên.

- **Hò Truyện**: (còn gọi **hò sách**) dùng điển tích của sách vở Trung Hoa hoặc các truyện thơ Việt Nam vừa để gợi hứng gieo vần hay nêu câu hỏi. Những bộ **truyện Tàu** như: *Tam Quốc, Tây Du, Phong Thần, Thủy Hử, Tiền Đường, Hậu Tống, Tây Hớn, Nhạc Phi,* v.v... được lồng vào trong các câu hò điệu hát cùng với phong trào dịch truyện Tàu sang quốc ngữ nở rộ ở Nam Kỳ vào đầu thế kỷ XX. Trong những chuyến đi "điền dã" sưu tầm, nghiên cứu Ca dao miền Nam, chúng tôi có thể khẳng định: Hò đối đáp, một bộ phận của Ca dao miền Nam rất "**sính**" dùng điển tích. Phạm Văn Đang, một nhà giáo gốc miền Bắc cũng đã nhìn nhận: *"Có điều đáng chú ý là ca dao miền Nam lại **sính** dùng thành ngữ điển tích **hơn** cả ca dao miền Bắc"* (6).

*Hò thời **hò truyện, hò thơ***

Ai mà hò bậy mẻ ơ lên đầu!

Tuy nhiên với cố tật "dốt hay nói chữ" của người bình dân Nam Kỳ, nên khi "hấp thụ" sách, truyện Tàu là họ đem ra ứng dụng, "thi thố" ngay. Một vài thí dụ:

Truyện Tam Quốc:

Hò ơ... Đó anh thạo văn thơ

Đây em chờ thử sức

Ông không Giựt sao kêu Giựt Đứt (Dực Đức – tức Trương Phi)

Ông rất Minh sao gọi Khổng Minh

Truyện xưa Tam Quốc lưu truyền

Đố anh đối đặng bạn hiền ngợi khen.

Tổng hợp nhiều Truyện Tàu:

Hò ơ... Anh ví vậy còn sai

Em thấy hoài thiệt quá

Hễ khi hút đã như Hành Giả loạn thiên

Gặp buổi hết tiền như Lưu Huyền chạy giặc

Em có nói một hai lời làm mặt Trương Phi

Huơi Hỏa tiêm thương dường Na Tra xuất trận

Nằm chình chòng như Tôn Tẫn xem thơ

Mắt lim dim như ông Khổng nghiệm binh cơ

Phà hơi khói như Kinh Kha oán khí

Vui thú yên hà toại chí phong lưu.

Sau hết là các truyện tích lấy từ các truyện thơ Việt Nam.

Truyện Kiều

Hò ơ... Thân em mỏng mảnh

Huê cảnh lạ lùng

Thuyền mong sánh anh hùng

*Lòng em lại e như **Túy Kiều** nọ bạn cùng Thúc Sanh.*

(Túy Kiều: Đáng lẽ phải viết Thúy Kiều. Người bình dân Lục tỉnh ưa đọc trại ra như vậy. Bằng chứng là có truyện thơ xuất bản nhan đề *Túy Kiều Phú* (Chợ Lớn, Thuận Hòa xuất bản, 1967, số thứ tự 33 trong tổng số 94 truyện thơ ấn hành cùng năm).

Truyện Lục Vân Tiên
Hò ơ... Nhơn Nghĩa Lễ Trí Tín
Thị vị ngũ thường
Nầy Nguyệt Nga em bậu ôi
*Đây anh gìn lòng chung thủy sánh **bường** anh Vân Tiên.*

- **Hò mép**: (còn gọi **hò môi** hoặc **hò môi hò mép**). Loại hò này lời lẽ nôm na quê kệch, không dùng chữ Hán, cũng không sử dụng cách ngôn, điển tích. Hò mép ít phổ biến sâu rộng trong đại chúng. Hình thức hò mép quá cao, ít người làm. chỉ dành riêng cho những người có chân tài, những *thầy dạy hò*. Nhà văn chuyên trị miệt vườn Sơn Nam đã nhận xét chí lý: *"Trước ánh sáng của nghệ thuật, loại hò mép nôm na (không điển tích, không chữ Hán) vẫn là hình thức cao nhứt, khó thành công nhứt, dành riêng cho những người có chân tài, những người trầm tĩnh"* [7].

Trong khi hò mép, nhiều người có chân tài, có trí nhớ dai, phản ứng nhạy đã "môi" những câu hò có sẵn với hình thức của lối hát bắt vần. Lối hát bắt vần này chẳng qua chỉ là lối *hát vè* trẻ con thường hát khi chơi đùa (*Vè Tập Tầm Vông*). Người bình dân miền Nam đã áp dụng lối hát vè có cả biểu diễn nghệ thuật bắt vần và "môi" những câu hò có sẵn vừa làm tăng phần lý thú vừa gây được sự chú ý của người nghe: *"Môi tức là kéo dài thêm câu hát, cộng thêm nhiều đoạn lóng vô thưởng vô phạt hoặc có dụng ý"* [8]. Chẳng hạn như:

Hò ơ... Em thấy anh tương tư bịnh chắc
Em rước ông thầy thuốc bắc
Em sắc hai chục chén; còn lại bốn phân
Bỏ thêm một lát gừng sống; một đống gừng lùi
Một nùi chuối hột; một hộp đơn quy
Một ki trái táo; năm sáu chục trái cà na
Thần sa một lượng; khoai sượng một chục
Măng cụt một trăm; rau răm một đám
Cám một bao; con gái rao rao mười hai đứa
Sứa lửa vài trăm

> *Huỳnh liên, huỳnh bá, huỳnh cầm*
> *Uống vô ba thang mà anh không mạnh thì em đào hầm chôn luôn!*

Cũng như Câu hát huê tình, Hò miền Nam đã nhắc đến *địa danh* hoặc *tên các triều đại* trong lịch sử Trung Hoa để nói về tình yêu đôi lứa cũng như sự xa cách, chia lìa trong tình yêu hay kết hợp với các địa danh có tính ước lệ khác. Tên *nhân vật* và các *sự kiện lớn* trong lịch sử Trung Hoa hay các *thành ngữ* có tính ước lệ cũng có mặt rất nhiều trong câu hò, điệu hát dân gian Lục tỉnh.

Hò miền Nam còn thể hiện "dấu ấn" của văn hóa vật chất của Pháp với những tiến bộ của văn minh công nghiệp như *xe lửa, tàu Tây, nhà lầu, nhà máy, kinh xáng, chữ Quốc ngữ, tân trào, Lang-sa*... Một vài thí dụ (tất cả các câu hò miền Nam thường bắt đầu bằng hai tiếng "Hò ơ..."):

> *Chừng nào **xe lửa** Mỹ bung vành*
> ***Tàu Tây** kia liệt máy anh mới đành bỏ em!*

*Xe lửa Mỹ: xe lửa Mỹ Tho (thuộc tuyến Sài Gòn - Mỹ Tho) được Pháp xây dựng vào năm 1881. Không phải xe lửa Hoa Kỳ. Wikipédia gọi là "đường sắt".

Hoặc: ***Kinh xáng** mới đào, **tàu Tây** mới chạy*

Thương thì thương đại, đừng nghi đừng ngại, bớ điệu chung tình

Con nhạn bay cao khó bắn còn con cá ở dưới ao quỳnh khó câu.

Và: *Làm thơ **Quốc ngữ**, đề chữ **tân trào***

*Thứ tư **tàu** lại gởi vào thăm em.*

Ngoài ra các vật dụng cần thiết trong sinh hoạt hằng ngày như *đồng bạc con cò, vàng vòng, chuỗi đeo tay, tiền tháng bạc ngày* cùng những sinh hoạt giải trí và tệ nạn xã hội buổi giao thời như: *dọn bàn, bành tô, áo thun, ô-rờ-hoa, khăn mu-xoa*... cũng được xuất hiện trong câu hò Lục tỉnh. Xin tạm dẫn vài thí dụ:

> *Chớ tham **đồng bạc con cò***
> *Bỏ dân bỏ nước theo phò **Lang-sa**.*

hoặc: *Anh sắm trước một con heo bỏ cũi, vài lượng **chuỗi đeo tay***

Xin cho sum hiệp mặt mày

Dẫu cho **tiền tháng bạc ngày** cũng lo.
và: Đèn **nhà lầu** hết dầu đèn tắt
Lửa **nhà máy** hết cháy còn than
Chị em ơi, lấy chồng lựa chỗ cho sang
Lấy chi **thằng điếm dọn bàn** Tây ăn!
vân vân...

Sau cùng, nét đặc thù về ngôn ngữ trong Hò miền Nam đã phản ảnh phần nào quá trình ra đời và phổ biến chữ quốc ngữ thời kỳ đầu ở Nam Kỳ như: chánh tả tiếng Việt (**vô số** lỗi chánh tả và **rất nhiều** dẫn chứng cách ngôn Khổng-Mạnh sai); một số từ Việt cổ: **mựa, mảng**, khá nhiều chữ kiêng húy, nhiều từ địa phương đọc trại và phương ngữ: **bường**, kết **ngãi**, **ngỡi** xưa, **trước** mai, căn **duơn**, vô **nghì**, phú **quới**, **quờn quới**...

*Kết:

Hò miền Nam – một bộ phận của ca dao Lục tỉnh – là thơ, là nhạc, nhưng cũng là tình. Nó thể hiện rõ nét bản *trường/tình ca bất tận* của người bình dân lao động, nhiều nhứt là tình yêu đôi lứa giữa "trai hai huyện, gái miệt vườn", giữa "trai thương hồ, gái bán vàm". Ngoài ra, hò miền Nam đã phản ảnh trung thực bức tranh xã hội Nam Kỳ buổi giao thời Pháp-Việt. **Nội dung** "văn dĩ tải đạo" được thể hiện trong câu hò, tiếng hát. Đó là đạo quân thần, lòng ái quốc (quân xử thần tử), đạo hiếu (ơn cha nghĩa mẹ), trọng nghĩa khinh tài (kiến nguy vô dõng, tiền tài như phấn thổ/nhơn nghĩa tợ thiên kim), làm lành lánh dữ (tích thiện phùng thiện/tích ác phùng ác). Đó là tất cả cái "điệu nghệ" (đạo nghĩa) của người dân Lục tỉnh. Thỉnh thoảng phê phán "thói hư tật xấu" (cờ bạc, tửu sắc, á phiện, lầu xanh), thói mê tín dị đoan (tam hạp, tứ hành xung) và "hôn nhân dị chủng" (Tây-Tàu-Khách-Thanh-Chệt-Chà //An Nam, Việt). Nhưng phê phán là để xây dựng: vạch ra cái xấu, cái dở để gián tiếp đề cao cái tốt, cái hay nhằm giáo dục khuyên răn người đời. Về **Nghệ thuật**, Hò miền Nam thiên về "diễn xướng" nên các "bình dân thi sĩ" phải "câu giờ" để "bẻ lại" câu hò lắt léo, hóc búa, phải sử dụng *tiếng đệm, tiếng láy* cũng như vận dụng nghệ thuật '*bỏ/bắt*', '*đứt/nối*' cũng như kiến thức và khả năng của mình để thi tài cao thấp – đặc biệt *hò môi hò mép,* trong các *hội hò.* Do vậy hò miền Nam sử dụng gần như *nguyên xi* lời ăn tiếng nói của dân gian Lục tỉnh: lời lẽ bình dị, mộc mạc, không trau chuốt nên dễ đi sâu vào lòng người. Trong một bài nghiên cứu về Ca dao miền Nam, chúng tôi đã nhận định: *Hò hát đi trước ca dao; và* **ca dao lục bát thành hình sau hò hát***.* Chúng ta sẽ không ngạc nhiên vì Hò miền Nam sử dụng hầu hết *lục-bát-cắt-vụn* bởi tiếng đệm, tiếng láy hơn là những câu *tròn trịa mềm mại* thể sáu tám. Từ hơn một thập kỷ nay đã xuất hiện *trường phái thơ tân hình thức.* Phải chăng các thi sĩ thuộc trường phái này đã trở về nguồn trong *nghệ-thuật-cắt-vụn-thơ lục bát,* trong cách *ngắt nhịp* như một *"trò chơi chữ nghĩa tùy hứng"* (Du Tử Lê). Bàn về cách *ngắt nhịp* này, chúng tôi đã viết: *"Cách ngắt nhịp thơ sáu tám (...) nhằm cắt đứt mạch thơ để diễn tả hoặc nhấn mạnh đến nhiều dạng cung bực khác nhau của tình cảm. Hình như cách ngắt nhịp bỏ lửng, mạch thơ bị đứt thường diễn tả tâm trạng uất nghẹn, tức tưởi, con đường thơ trở nên khúc khuỷu, gập ghình"* [9]. Chúng tôi tin rằng *Hò miền Nam* là một văn liệu quý hiếm cho các nhà nghiên cứu văn hóa dân gian, cho các nhà ngôn ngữ học, xã hội học và văn học sử.

Nguyễn Kiến Thiết
Montréal, IX.2024

Chú Thích:
(1) Lê Văn Đức: *Tự Điển Việt Nam.* Sài Gòn. Khai Trí xb. 1970, tr. 613.
(2) Nguyễn Văn Xuân: *Khi Những Lưu Dân Trở Lại.* Sài Gòn, Thời Mới xb. 1969, tr. 51.
(3) Xem Lê Văn Chưởng: *Hò Huế.* Luận án Cao học Văn chương Việt Nam. ĐH Văn Khoa Sài Gòn, 1971, tr. 97-129.
(4) Toan Ánh: *Cầm Ca Việt Nam.* Sài Gòn, Lá Bối xb. 1969, tr. 195-196.
(5) Xem Nguyễn Kiến Thiết: *Tánh Cách Đặc Thù Của Ca Dao Miền Nam.* Luận án Cao học Văn chương. ĐH Văn Khoa Sài Gòn, 1972, tr. 107-111.
(6) Phạm Văn Đang: *Nghệ Thuật Xây Dựng Từ Hoa Trong Ca Dao Việt Nam.* Luận án Cao học Văn chương. ĐH Văn Khoa Sài Gòn, 1965, tr. 149-150.
(7) Sơn Nam: *Nói Về Miền Nam.* Sài Gòn, Lá Bối xb. 1967, tr. 58-59.
(8) Sơn Nam: *Nói Về Miền Nam.* sách đã dẫn, tr. 61.
(9) *Kỷ Niệm Về Hoàng Xuân Sơn. Văn Học Mới* số 33 tháng 10/2024, tr. 191-192.

ĐẶNG KIM CÔN
Trang Nhật Ký Chưa Viết

Điều Triều thấy an ủi và cảm động là cái tình chú Bảo cho anh, vẫn đầy đặn như ngày nào, từ cái thuở Triều và con gái chú, Thi, còn xúng xính trong cái mối tình học trò trên trời dưới biển của họ. Thuở ấy, chú Bảo còn là chủ một thương thuyền viễn dương, lênh đênh trên biển, nhiều tháng mới vào bến hoặc về đến nhà, mà lạ lùng là lần nào chú về thì cũng tìm đến thăm Triều, trong khi anh thì sợ chú lắm la lấm lét. Không có lần đến thăm nào chú nhắc đến Thi, mà Triều lại vô tâm không hiểu lý do những lần thăm viếng ấy, chú chỉ hỏi thăm chuyện học hành, dự tính tương lai, rồi nói chuyện với ba má Triều như một người quen của gia đình đi ngang tiện thể ghé thăm. Triều không bao giờ quên, hai lần thi và Đệ Nhất Cấp và Tú tài 1 chú Bảo đã muốn Triều theo thuyền với ông trong mấy tháng hè, để tách rời cái xã hội ngột ngạt đạn bom và ăn chơi xô bồ lo chuyện tâm học thi. Một phần sợ sệt không dám ngày đêm bên cạnh cha của người yêu, một phần cũng không muốn thiếu Thi cũng như đám bạn đua đòi cà phê, bi da của chàng, Triều đã từ chối. Nhớ lại, Triều vô cùng hối tiếc và xúc động, có còn tấm lòng nào đối với anh nhiệt thành hơn thế không? Và nếu Triều có được mấy tháng dùi mài đèn sách ấy thì biết đâu cuộc đời hôm nay của anh đã khác.

Căn nhà hai tầng, thênh thang hôm nay chỉ còn có thím Bảo và hai đứa cháu ngoại. Chiếc lồng sắt lớn bốn ngăn, chứa mấy chục con chim yến, vừa là niềm vui, vừa là kinh tế nhỏ của chú Bảo, vẫn quen thuộc như mọi bữa còn chú ở nhà. Chúng thanh thản, nhàn nhã, bằng lòng với số phận tù tội, ăn, ngủ, làm tình, sinh con đẻ cái, như thể không còn khả năng để tìm mồi, không còn muốn nhớ đến đôi cánh có thể bay ở bên ngoài cái lồng sắt. Có phải Triều cũng vậy không? Hơn bốn năm bị tù đày trong "trại cải tạo", và hơn mười năm ra khỏi "lồng sắt" ấy, anh vẫn chưa tìm thấy cái khoảng trời mênh mông, vẫn chưa đập quen đôi cánh để nhấc đôi chân lên khỏi những ánh mắt giám thị thù hằn của "xã hội" mới, với những bủa vây ngày đêm nhục nhã, để kịp nhặt những hạt thực phẩm ít ỏi hiếm hoi phía trước. Người ta thuần phục những con thú, con chim để chúng chỉ còn biết ăn uống, an phận phục vụ cho lợi ích của họ, và Triều thấy mình có khác gì...

Thím Bảo cũng hiểu, vì sao mấy hôm này Triều siêng đến. Thím không hiểu được điều gì mà hai đứa tưởng như bất khả phân ly ngày ấy lại đã có thể xa nhau. Thím biết ba của con gái thím thích cậu này, nhưng thím thì khác, thím muốn thấy con đường phía trước của hai đứa nó thênh thang màu sắc hơn, nên nhiều khi thím lấy làm khó chịu ra mặt, bằng những cái nhìn gần như đổ lửa vào chàng trai ngày nào cũng quấn quít bên con gái thím kia.

Cho đến khi, cái hình ảnh quen thuộc ấy đã vỡ ra làm hai nửa, nhìn bóng dáng con gái lặng lẽ đi về nhiều năm trời, thím mới ân hận tự nhủ, tại sao ngày ấy mình không dịu dàng được một lời! Và mình có phải là một trong những nguyên nhân? Quẹo sai một ngã rẽ, mỗi con đường dẫn người ta đi về một số phận khác nhau, nếu ngày ấy chúng nó không chia tay, hôm nay có phải một thằng là ngụy quân hết bị cải tạo trong trại tập trung, lại bị quản chế giám sát ngoài xã hội, và một con thì bì bõm bão giông nơi bến đục, "nuốt vào thì đắng, nhả ra bạn cười".

Cho nên thím cũng thấy chút nào nhẹ lòng khi Thi và Triều còn được gặp lại nhau sau mấy chục năm dâu biển. Không đợi Triều hỏi, thím chỉ hai đứa nhỏ, con của Thi:
- Hôm nay thím phải ở nhà trông hai đứa cháu ngoại đây, con Thi nó đi mua ít thuốc cho ba, thì họ...
Thím nghẹn lời khi nhắc tới chồng con, lại nhớ tới việc chú Bảo đang bịnh đau, già yếu, mà họ cũng không buông tha. Triều cũng xúc động mạnh khi nghe thím dùng tiếng ba với anh, "ba", mà không phải là ba

nó, ba Thi gì hết. Triều băn khoăn nhìn thím, bất giác thấy thương cảm vô cùng. Cũng hai đứa cháu đó, cũng chỗ ngồi đó, hôm Thi mới về đây, chị đã, lần đầu tiên, trước mặt Triều, không giữ ý tứ, không e dè, khóc như mưa bấc, những dòng nước mắt kéo cả một dĩ vãng về... Triều lính quýnh nhìn Thi khóc, đôi tay một thời hoang đàng lính tráng, đã xốn xang không biết phải làm gì. Nước mắt ơi, anh lại mắc nợ người! Có phải xưa giờ, em cũng đã từng khóc cho chúng mình như vậy? Nhìn thím Bảo bây giờ, Triều thấy, sao Thi giống thím đến vậy.

Có vẻ như giọng hót của lũ chim yến hôm nay không réo rắt như mọi hôm, cả bầy như cùng rít lên, nhao nhao lên như có gì đó không ổn. Chợt nhớ ra, Triều nói với thím Bảo:

- Chắc chúng đói đấy thím. Chú để thực phẩm đâu con bỏ cho chúng ăn.

- Ba nói con đem lồng chim về nuôi đi.

Triều ái ngại:

- Hay là để con bán giùm thím?

- Không sao. Có khi mai mốt ổng về còn thấy, sẽ vui hơn.

Triều lo lắng:

- Có hy vọng chú sẽ về sớm không thím? Thím nghĩ là chú có tội gì không? Họ nói chú phải tội gì?

- Con Thi nó vượt biên bị bắt, trại trong đó đưa nó ra ngoài lao động, nó trốn luôn về đây. Thì trước sau gì nó cũng phải bị bắt lại, nó nói thà ở tù ở đây còn có người thân. Còn ba thì lệnh đọc là can tội "Chứa người bất hợp pháp, nhen nhóm tổ chức phản động".

- Thì lẽ ra họ bắt cái người bất hợp pháp kia trước chứ?

- Ai biết ý họ sao. Chắc họ cũng biết bắt một nữ tù trốn trại thì được cái gì.

- Mà chú có nhen nhóm gì không? Hay có gì khác hơn chuyện Thi? Điệu này chắc nó muốn kiếm tiền rồi.

Thím Bảo thở dài:

- Có gì hay không thì cũng cái lưỡi không xương của họ. Ngòi bút lật sấp lật ngửa mấy hồi, quan trọng là đồng bạc đặt sấp hay ngửa chỗ nào. Trâu cột ghét trâu ăn, xóm này là hang ổ, chỉ có nhà chú thím là không, nên đằng nào cũng phải nạp mạng thôi. Ý thím nói không phải là lần đầu, mà cũng không phải tại con Thi nó về đây.

Triều bồn chồn:

- Còn Thi thì sao?

- Giờ thì chưa biết, nhưng sợ là phải bị trả về trại trong kia. Chắc thím phải dẫn hai đứa nhỏ của nó đi khai tạm trú kẻo không lại bị kiếm chuyện.

Triều dò dẫm:

- Sao không đưa cháu về trong ấy?

- Còn ai đâu. Ba cháu nếu thương con thì đã về đây tìm.

oOo

Chú Bảo chưa được phép tiếp xúc với người ngoài nên chắc chắn là chú chưa hay biết gì. Tất nhiên là chú không được cho về trong ngày đưa tang Thi ra nghĩa trang. Triều là người đầu tiên được thím cho hay, và chính Triều đã lái xe chở thím lên công an làm thủ tục nhận xác.

Thật quá đơn giản, trên đường Thi mua thuốc từ phố về, chị bị bắt, phố nhỏ nên chuyện bắt người còng tay dẫn đi giữa đường là một sự kiện không nhỏ, không lâu sau, thím Bảo đã được nhiều người quen báo cho biết, có đau đớn bàng hoàng thì cũng phải hiểu là chuyện ắt đến phải đến, chỉ là sớm hơn một chút, chứ họ đã "mời" cha Thi để hỏi về Thi, thì số phận chị coi như cá đã nằm trên thớt.

Ở xứ này, những cái chết kiểu Thi không phải là hiếm, nhất là những người đàn bà có chút nhan sắc, mấy năm nay nhiều người đẹp ưa treo cổ chết trong tù quá. Ừ, người đẹp mà ở tù thì phí của trời biết bao. Nếu không phải là người thân của mình thì ai chết cũng có gì là lớn chuyện? Nó không sôi nổi bằng chiều nay xổ số ra con gì, hay xôn xao như mua vé xem bóng đá. Người ta dễ dàng không thắc mắc về một cái tin đầu voi đuôi chuột, cố gắng mấy cũng không tìm ra được một giải đáp hợp lý. Nếu ai thắc mắc, ở đâu có dây sẵn để cột cổ, làm sao không hỏng chân lên đất mà tắt thở được, thì người đó tự xé áo xé quần rồi bích hổ du tường leo lên hai mét cao của bức tường biệt phòng kín mít, buộc dây vào song cửa, rồi tròng đầu mình vào. Vậy mà báo chí, pháp y, viện kiểm sát cũng tin được (Thân nhân thì phải tin rồi! Tin thế đỡ ô uế tủi nhục cho em hơn). Đúng là một hệ thống. Vẫn hợp lý hơn là có những nữ tù đã vượt tường cao ra ngoài, băng qua mười mấy mét kẽm gai chằng chịt, trốn đâu không trốn lại lang thang trên đường sắt cho tàu lửa cán chết! Treo cổ là treo cổ. Chấm hết. Chết kiểu nào thì cũng không thể sống lại được và con kiến thì cứ con kiến, củ khoai thì cứ củ khoai, mắc mớ gì tới ai, mở miệng mắc quai, không khéo chuốc họa vào thân.

Anh đang nói với ai đây, em yêu? Trang nhật ký mới nhất được viết bằng những giọt mực trong veo lăn trên má hôm nay. Họ hàng không đông lắm, bà con chòm xóm ngó trước ngó sau, lặng lẽ nhìn nhau rồi cũng dựng được một mái che. Cái tục lệ khốn nạn của xứ này là, hễ ai không may chết ngoài đường (hay đâu đó không phải là ở nhà mình), thì thi thể sẽ không được đem vào nhà. Cho nên cái mái che đơn sơ kia chỉ được phép lấm lét khép nép ngoài bìa rào, phía ngoài cổng nhà. Tất nhiên là ai cũng hiểu là mọi việc phải thật nhanh, kịp tránh ủy ban xuống giải tán, vì mái che, nếu cần thiết, sẽ bị coi là lấn chiếm lòng đường. Thím Bảo nằm bẹp không dậy nổi, chiếc bàn thờ cô đơn thiếu người đứng vái tạ cho những người đến viếng thăm phúng điếu. Lệ kỳ cục, tại sao không thể nhờ một ai đó, như Triều chẳng hạn, đứng thay gia đình làm cái công việc đáp lễ này? Triều không mong phải đứng vào cái vị trí đau thương ấy, nhưng chắc là Thi mong. Chiếc quan tài được đặt trên hai khúc chuối cây, dài hơn mét ở hai đầu, nằm chơ vơ dưới tàn một cây phượng, với hiu hắt mấy ngọn đèn cầy, cứ phải châm lửa lại hoài vì không chịu nổi gió, với hai đứa con thơ dại của Thi mặc đồ tang, mỏi mệt nằm phủ phục hai bên mà mắt vẫn ráo hoảnh. Cuộc chết sống đối với chúng chỉ như một trò chơi, có áo tang, có kèn trống, có đèn hoa, nhang khói và tất nhiên chúng không hiểu, có lẩn khuất đâu đó một vài đôi mắt cú vọ, đang dò xét từng động tĩnh ở đây.
Cũng có nhiều người quen biết Triều, và Thi, không biết có ai thắc mắc tại sao Triều lại có mặt nơi đây, cũng như nước mắt ở đâu mà dễ quá như thế hay không.

Riêng Triều, anh đã có câu trả lời của Thi, tại sao em đã về đây, và trang nhật ký mới nhất định viết của Thi hôm ấy, là bắt đầu hay kết thúc.

Đặng Kim Côn

NGUYỄN ĐỨC NAM
ĐOẢN KHÚC CỦA NAM

1. GIỌNG HÁT NĂM XƯA

Tôi đã không nhận ra nàng, người nghệ-sĩ có giọng ca ấm êm, mượt mà ấy. Trên bục cao, trong y-phục hoàn toàn màu đen, nàng nổi bật trong cái ánh sáng chói chang của một giảng-đường thuộc trung-tâm Luật-khoa, Đại-học George Mason. (Có rất nhiều nghệ-sĩ đã sợ hãi thứ ánh sáng sỗ sàng, trơ trẽn đó vì nó là một thứ ánh sáng của những lớp học, của những giờ nghe giảng dạy, của những bài nói chuyện dài, dai và dở của những người cứ cho rằng phải nói nhiều mới là giỏi, là hay.)

Tôi chợt thoáng nhớ tiếng hát ấy, tiếng hát có lẽ ẩn trong tiềm-thức hay ở trong một giấc mơ nào đó. Khuôn mặt nàng có nét quen thuộc của những tháng ngày bềnh bồng, hồn nhiên, tươi vui, rực rỡ của Đà-Lạt, của một thành-phố mà tôi đã biết yêu, và nguyện sẽ nhớ suốt đời.

Đà-Lạt vào những năm tháng ấy có Khánh-Ly hát ở Night Club, có Hoàng Anh-Tuấn làm Giám-Đốc Đài Phát Thanh, có Trần Đại làm Giáo sư tại Đại Học Đalat, có Nguyễn Thanh Trang dạy văn-hóa tại trường Võ Bị Quốc Gia, có Vi-Khuê làm Hiệu Trưởng một trường Trung-Học tư, có Trần Vấn Lệ và Hà Mai Phương dạy học cùng với tôi tại trường Trung học Quang Trung của Hiệu-Trưởng Nguyễn Văn Thành, tự Thành-Bắp-Xú, có Hoàng Nguyên của "Ai Lên Xứ Hoa Đào", có Ngô Tằng Giao hành nghề "thầy cãi", lái xe traction số NT, lượn lên lượn xuống khu Hòa Bình, có Phạm Thanh-Thư làm Nghị – viên của Hội Đồng Thành Phố.

Tôi là một sĩ-quan cấp úy, rất nghèo nên phải đi dạy học thêm để có tiền cà-phê-cà-pháo. Hiệu-Trưởng Nguyễn văn Thành đã từng đọc văn tôi trên các báo, trước khi tôi nhập ngũ, nên đã mời tôi làm Giáo-sư Việt Văn cho lớp Đệ Nhị. Học sinh lớp Đệ Nhị thường thường là 16, 17 tuổi. Có những cô nữ sinh đang tuổi dậy thì, đẹp thật ngây thơ nhưng cũng thật quyến rũ làm ông thầy trẻ nhiều lúc phải ngơ ngẩn. Tôi được quân-đội cấp cho một phòng nhỏ trong một biệt thự trên đường Pasteur nhưng đã bị địch quân bắn sập trong những ngày đầu Xuân Mậu Thân 1968 nên phải ở nhờ lầu dưới của ông Trưởng Khu Công Chánh Nguyễn Xuân Mộng.

Vào những ngày cuối năm, nàng và em gái thường đi xe hơi đến nhà ông Trưởng Khu Công Chánh, gửi cho tôi một ít mứt, ít hạt dưa và mấy cái bánh chưng. Thường thường bà Trưởng khu đợi tôi về, đón tôi tại nhà để xe, đưa cho tôi những món quà Tết ấy với nụ cười và ánh mắt rất tinh nghịch:

-" Trung úy tốt số quá, được hai tiểu-thư con ông Trưởng Ty Ngân Khố đến tặng quà thế này thì còn gì bằng!"

Vâng, tôi biết là tôi tốt số lắm vì thực sự, tôi được hai chị em nàng coi tôi như một người anh. Tôi biết nàng đã có một phi công, mỗi lần lên Đà-Lạt đều trồng cây si trước Ty Ngân Khố.
Tôi biết em nàng đang làm cho một người bạn văn-nghệ của tôi mê mệt. Đã mấy lần tôi đã phải xin phép cha mẹ nàng, đưa em nàng đi chơi, sau đó đưa em nàng đến nhà Thủy Tạ để bạn tôi được gặp. Tôi biết tôi chỉ là một người anh, một người bạn. Có lẽ nhờ vậy mà tình đó bền mãi, đẹp mãi?

Hồi ấy, nàng thích hát, nàng thường hát cho những buổi văn-nghệ Bùi Thị Xuân. Tôi không ngờ hôm nay nàng lại có tiếng hát tuyệt vời ấy. Tiếng hát ấy làm tôi bồi hồi xao xuyến, làm tôi nhớ đến những ngày vui, những khung trời kỷ-niệm có Huyền-Châu, Huyền-Anh, có Ngọc-Châu, có Hòa, có Dung, có Hiền, có Đào, có Yvonne, có Nicole, có Quang-Thụy, có các bạn học trẻ tuổi ở Chính-Trị Kinh-Doanh, có Phạm Ngọc Cung với tiếng clarinette nhức tim và tiếng dương cầm dồn dập trong những đêm họp mặt tưởng như không bao giờ tàn.

Trên bục cao, Tạ Mạnh Chuyền mới giới thiệu tên nàng. Nàng - giờ đây là ca sĩ Hồng Châu – đang trình bày bản nhạc *Sérénade de Schubert*, một bản nhạc đã làm hồn tôi ngây ngất từ thuở xa xưa, từ thuở còn học Văn Khoa, tối tối theo Lê Nguyên Hải đến Tự Do, nghe Lệ Thu hát bài ca ấy để về nhà ngây ngất suốt đêm thâu.

"Chiều buồn nhẹ xuống đời, người tình tìm đến người, thấy run run trong ngày phai...

Chiều nay lỡ ghé môi trên mi sầu, ru người qua chốn thương đau..."

2. SUỐI TÓC

Cách đây khoảng không lâu, vào một buổi trưa, tại nhà Nhạc sĩ Nguyễn Túc, tôi đã gặp Nhạc sĩ Văn Phụng. Hình như hôm ấy là ngày thứ năm, ngày mà ba vị Nhạc sĩ đàn anh Nguyễn Túc, Nhật Bằng và Văn Phụng tụ họp để hàn huyên, để ăn phở (do Nhạc sĩ Nguyễn Túc nấu), để đàn hát vui chơi. Tôi đang cần một bản nhạc vui để hợp ca trong một chương-trình văn-nghệ tất niên nên đã đến đây để chép vì Nhạc sĩ Nguyễn Túc có cả một thư viện âm-nhạc, có lẽ không thiếu một bản nào. Đó là "Xuân Miền Nam" của Văn Phụng. Nhân tiện có Nhạc sĩ Văn Phụng ở đó, Nhạc sĩ Nguyễn Túc nháy mắt bảo tôi nhờ Nhạc sĩ Văn Phụng viết hòa âm thêm cho giọng thứ ba. Nhạc sĩ Nguyễn Túc làm một màn "quảng cáo" cho tôi:

- Ngoài tài hát hỏng, Nam còn viết nhạc nữa đấy.

Nhạc sĩ Văn Phụng đùa:

- Vâng vừa làm Quản-lý Khách-sạn, vừa viết văn, lại còn hát, còn làm nhạc cạnh tranh với bọn tôi thì bọn tôi đói mất rồi!

Vừa nói chuyện vui, Nhạc sĩ Văn Phụng vừa cầm bút viết hòa-âm cho giọng hát thứ ba, chỉ một thoáng là xong, nhẹ nhàng như chơi.

Lần thứ hai tôi được gặp Nhạc sĩ Văn Phụng ở nhà Huỳnh Thái-Bình. Do lời yêu cầu của hầu hết quan khách, Nhạc sĩ Văn Phụng đã ngồi bên dương cầm và dạo lên những tiếng đàn thánh thót. Cũng do lời yêu cầu của một số bạn hữu, tôi đã phải trình bày một bài hát. Hồi nhỏ đi học, tôi rất ít khi thuộc bài, do đó không biết hát bản gì. May quá, có Nhạc sĩ Văn Phụng ở đây, tôi nhớ ngay đến bài "Tiếng Dương Cầm" của ông và hỏi đùa:

- Anh có nhớ bài "Tiếng Dương Cầm" không ạ?

Nhạc sĩ Văn Phụng giả vờ:

- Bản nhạc đó của "thằng bỏ mẹ" nào vậy? Chắc là moa không nhớ đâu nhưng cứ đánh thử, có sai thì các cậu đừng cười nhé!

Chưa nói xong, Nhạc sĩ Văn Phụng đã lướt mười ngón tay trên phím ngà. Tôi đã say sưa hát. Bạn bè bảo rằng hôm ấy tôi "xuất thần", chưa bao giờ tôi hát hay như thế. Có người còn bảo là tôi liều quá, dám hát bài của Văn Phụng mà lại do Văn Phụng đệm đàn, hát sai thì Nhạc sĩ biết ngay, không có cách gì mà dối trá được. Khi tôi hát xong, Nhạc sĩ Văn Phụng hỏi tôi bao nhiêu tuổi rồi. Sau khi biết tuổi của tôi, ông gật gù:

- Hơn năm "choạc" mà còn hát được bài này mà không phải đổi "tông" là còn phong độ lắm.

Tôi nhớ mãi lời nói ấy để mỗi lần thất vọng một chuyện gì đều tự an ủi mình: "đã hơn 50 mà còn làm được như vậy là tốt rồi." Đã lâu tôi không gặp lại Nhạc sĩ Văn Phụng nhưng được biết là ông bị bệnh nặng. Mỗi lần gặp lại Nhạc sĩ Nguyễn Túc hoặc Nhạc sĩ Nhật Bằng tôi đều được biết tình trạng sức khỏe của ông. Nhưng, tối hôm qua, nhà báo Phạm Trần gọi điện thoại báo tin buồn: Nhạc sĩ Văn Phụng đã mất! Lễ phát tang được cử hành ngày hôm sau, tại nhà quàn Domaine.

Ngày 19 tháng 12 năm 1999, vào khoảng 3 giờ chiều, tôi đến nhà quàn Domaine. Trời hôm nay màu xám, thời tiết se lạnh. Ca sĩ Châu Hà đứng đó, bên những tấm bảng lớn dán hình Văn Phụng trong những sinh-hoạt nghệ thuật từ hồi còn trẻ cho đến những ngày gần đây. Bạn bè ôm lấy chị, khóc cùng chị. Tôi theo Phạm-Trần, Lê Thiệp, Ngọc Dũng, Trần Kính vào phòng trong. Nhạc sĩ Văn Phụng nằm kia, khuôn mặt thản nhiên như người đang ngủ trưa.

Rồi lễ phát tang bắt đầu bằng lời giới thiệu của nhà thơ Hoàng Song Liêm. Mục sư Lê Ngọc Cẩn nói về sự sống và sự trở về với Chúa. Nhạc sĩ lão thành Nguyễn Túc ngậm ngùi thương nhớ bạn. Ca sĩ Anh Ngọc bùi ngùi từ biệt người bạn 50 năm. Ông bảo rằng Văn Phụng đi tìm gặp Mai Thảo. Ông nói đúng. Những người như Văn Phụng, Nguyên Sa, Mai Thảo, Lê Đình Điểu... là những người không bao giờ chết. Họ đi tìm nhau, để sinh-hoạt văn-nghệ ở một nơi an-bình nào đó, dưới sự che chở của Chúa, của Phật, của Thượng Đế để khỏi phải lo sinh kế, khỏi phải đương đầu với những hèn mọn của con người.

Nhà văn Hà Bỉnh Trung, đại-diện cho những anh chị em nghệ-sĩ Thủ-Đô đã chia buồn cùng gia-đình Nhạc sĩ Văn Phụng bằng những câu thơ:

"*Anh đi, để lại cho đời*
Nhạc tình não nuột, gieo lời buồn đau
*Anh đi **Suối Tóc** phai màu*
Còn chăng là phút mây sầu cuối thu..."

Những giọt nước mắt đã rơi nhiều khi con gái út của người Nhạc sĩ đã nói về ông:

-"Bạn bè của Bố đã gọi Bố là Composer, Band Leader, là Thiên-Tài... nhưng đối với chúng con, Bố luôn luôn là một người Bố hoàn toàn. Bố luôn luôn thương yêu chúng con, tha thứ cho chúng con những khi chúng con có lỗi. Bố thương tất cả những đứa con và thương anh em chúng con như nhau..."

Sau khi bà quả phụ Văn Phụng, tức Ca sĩ Châu Hà cảm-tạ thân hữu, từ một nơi xa xôi nào đó tiếng đàn dương cầm quý phái của Văn Phụng và tiếng hát thiết tha của Châu Hà vang lên:

"*Tìm cho thấy liễu xanh xanh lả lơi. Hay đi tìm dòng **suối tóc** trên vai.*

*Xin em biết nhé cho tình hai chúng ta. Trong ý thơ, cung đàn và **suối tóc** mơ ..*"

Những giọt nước mắt tiếp tục rơi theo tiếng đàn, tiếng hát. Đó là những giọt nước mắt cho tình bạn, cho tình người. Đó là những giọt lệ tiếc thương một cuộc tình đẹp nhưng có lẽ cũng là nước mắt cho chúng ta vì từ nay chúng ta sẽ không còn được nghe những sáng tác mới tuyệt vời của một thiên-tài tên Văn Phụng nữa.

Nguyễn Đức Nam

VÕ THỊ NHƯ MAI
ĐỌC BẢN THẢO: "*CƠN SAY TÀN MỚI THẤM KHUYA*"
CỦA NGUYỄN HÀN CHUNG (2021)

Nhà thơ Nguyễn Hàn Chung

Tôi được biết Nguyễn Hàn Chung qua hai tập thơ dày dặn **"Lục bát tản thần"** và **"Mót chữ trong kinh"**. Cả hai tập đều thú vị và công phu từ hình thức đến nội dung, phải nói là đọc "rất đã" do tài sắp xếp các con chữ, do tính hài hước, dí dỏm, châm biếm, do những điều tưởng chừng như vô lý và khác với những suy nghĩ tạm gọi là giá trị đạo đức và thuần phong mỹ tục thông thường. Đôi khi tôi đọc thơ ông mà thấy ngượng, thấy cứ sao sao ấy, gấp lại, để qua một bên, nhưng rồi lại mang ra đọc tiếp và cười khúc khích, có cảm giác như mình đang đọc lén, đọc vụng trộm vì nếu ai bắt gặp sẽ đỏ mặt tía tai. Thỉnh thoảng tôi chép gửi cho hội bạn gái vài bài, lâu lâu có nàng nhắc, sao lâu rồi không gửi thơ "eng nớ". Nguyễn Hàn Chung làm thơ chăm chỉ, hết bài này đến bài khác, gần như là hàng ngày. Vì làm hàng ngày nên không phải bài nào cũng hay, là tôi nghĩ thế. Chứ thật ra, mỗi tác giả khi viết ra bài nào và công bố thì họ đều tâm đắc. Một số tác giả khi tập trung các bài viết lại thì không muốn bỏ ra bài nào vì tiếc, nhưng hay dở thế nào thì cũng tùy cảm nhận của người đọc. Tập thơ này, **"Cơn say tàn mới thấm khuya"**, là tổng hợp các bài chủ yếu theo thể tự do nhiều thể loại nên tập thơ cũng phong phú hơn và thông điệp được chuyển tải cũng theo hình thức đa dạng hơn và khá thú vị. Thơ ông chứa đựng nhiều vẻ đẹp trong các thể loại của văn chương, được chọn lọc kỹ càng từ ngôn ngữ hình tượng, câu từ, cụm từ và thông điệp tác giả muốn chuyển tải tạo hiệu ứng đặc biệt đầy màu sắc và ấn tượng cho người đọc. Ngôn ngữ hình tượng thơ có thể là phép điệp âm, lối nói bóng gió, cường điệu, mỉa mai, châm biếm, ẩn dụ, tượng thanh, lạ hóa, nghịch dị, nhân cách hóa, chơi chữ, so sánh, phép cải dung, và biểu tượng, như một vườn hoa rực rỡ có được do bàn tay cày xới chữ nghĩa của người thơ, người làm vườn giàu kinh nghiệm tích lũy qua thời gian và văn phong trữ tình đã nằm trong máu thịt. Ngôn ngữ trong thơ ông còn được dùng để mã hóa những gì muốn thể hiện qua biểu tượng giọng nói, chữ viết hoặc cử chỉ được quy ước, thích hợp trong khả năng cho phép của tiếng Việt để giao tiếp dễ dàng với độc giả. Thơ ông đặc biệt vô cùng trữ tình, kịch tính hiển lộ qua hành động, tình tiết và cách xây dựng nhân vật, một sáng tạo sở hữu và không sử dụng ngôn ngữ theo cách mà con người bình thường làm. Nguyễn Hàn Chung sử dụng từ ngữ tạo ra ảo giác và trí tưởng tượng ngôn ngữ thơ ông thể hiện mạnh mẽ và tạo phản ứng tung phóng bắt nguồn từ những hồi tưởng trong tĩnh lặng, rồi từ sự tĩnh lặng đó được thay thế bằng xúc cảm, bằng chiêm nghiệm và tác động trực tiếp đến người đọc, không làm cho bạn bật cười thì chí ít cũng gây lao xao, không làm cho bạn đồng tình thì chí ít cũng làm cho bạn thẹn thùng mắc cỡ, mắc cỡ mà thích thú. Ông vận dụng ngôn ngữ linh hoạt cho một mục đích đặc biệt đi ra ngoài thực tế tẻ nhạt thường ngày thông qua trí tưởng tượng, suy nghĩ trong thơ không bị che giấu và chúng ta nắm bắt ý của tác giả thông qua những gì mà tác giả khơi gợi một cách thú vị và lý trí đôi khi chẳng đóng vai trò quan trọng nào.

Mỗi một bài thơ của ông một số thuần túy là những ý nghĩ vụn, viết cho ông nhưng có thể tác động, thuyết phục người đọc tìm thấy diện mạo của chính mình. Chủ đề, cảm xúc, giọng điệu, mục đích và ý định đi kèm với cấu trúc hoặc phương pháp nhấn mạnh sự thay đổi, hình ảnh, ngôn ngữ tượng hình, nhịp điệu và vần điệu. Để hiểu được thơ Nguyễn Hàn Chung, chúng ta cần để ý đến các tiêu đề khá gây chú ý, các từ chủ đạo, cách chơi chữ, ý nghĩa bao hàm đa thanh phức điệu. Một số từ ngữ, cấu trúc, cụm từ có vẻ không rõ ràng nhưng thật ra là theo thủ pháp mơ hồ bởi khả năng sử dụng nhuần nhuyễn ngôn ngữ hình tượng. Để nhấn mạnh ý nghĩa mà không làm giảm tính thẩm mỹ của bài thơ, ông dùng nhiều biện pháp tu từ, tôi hình dung ông là người sở hữu kỹ năng xã hội đặc biệt, nổi trội trong các cuộc trò chuyện không tính trong đám đông nhưng là các cuộc trò chuyện một - một và để lại ấn tượng với người đối diện sâu đậm, do trí tưởng tượng rộng lớn, nhạy cảm với mọi người xung quanh, do cá tính độc lập, suy nghĩ sâu sắc và sáng tạo trong guồng tư duy khác biệt.

1. **Nguyễn Hàn Chung, người tự vẽ chân dung mình bằng thơ**:

- *Tôi tự vẽ chân dung tôi bằng thơ/ Cái mà trong nhau thai mẹ cha cho tôi đã có/ Tôi vẽ chân dung tôi không tô màu nào ngoài đen trắng* (Tôi vẽ đời tôi)

-*Tôi chịu nét buồn đôi mắt ấy/ tôi kết lời thơ cô gái kia/ tôi muốn bạn cùng tôi chia sớt/ đau thương đổ vỡ với chia lìa* (Tuyên ngôn thơ thẩn)

-*Tôi về chấm hết lưu linh/ tôi ẵm nhơn tình trên cỏ bờ đê/ Tôi đi tôi ở tôi về/ tôi thẹn lời thề tôi bỏ tôi đi!* (Tôi đi tôi ở tôi về)

- *… các nàng tình cũ xúm lại được với nhau/ viết cho tôi lá thư mừng sanh nhựt/ Cái người không chúc viễn liên bằng thư, thơ hay là hoa hoét/ chỉ cặm cụi nấu một bữa ăn chờ tôi khen ngon* (Thư mừng sanh nhựt tôi)

- *Ghét, anh không có biết/ rủ rê như người ta/ cắm đầu trong phòng sách/ thả ngôn tình yêu ma* (Ghét anh)

- Tôi đã đi qua những bầu ngực căng/ những nụ hôn đậm màu sản giật/ những phút hoan ca tràn đêm không dứt/ điều tệ hại nhất là quên bẵng mùi ngực lép/ nhưng lại vẽ vời thương nhớ nhất trong thơ (Mùi ngực lép)

- Bọn văn đòi thế gian/ đông như là kiến cỏ/ bọn làm thơ điên điên/ nhốt chưa đầy một giỏ (Tự bạch)

- Khi nào tôi thôi viết/ là huy hoàng tương lai/ phụ nữ không ghét nữa/ còn làm thơ cho ai? (Ước ghét)

2. **Nguyễn Hàn Chung, người chuyên vẽ chân dung quý bà, quý ông bằng thơ:**

- Nói nghe, tôi không phải là một nhà thơ vẽ vời lãng mạn/ tôi chỉ là một anh thợ vẽ xoàng xĩnh/ chuyên vẽ chân dung quý bà. (Trong đám đông)

- Ngôn tình hơn cả phấn son/ dịu dàng em nhé cho tròn cuộc yêu! (Hơn cả phấn son)

- Chuyện đàn ông đã có vợ/ còn muốn kiếm thêm nhân tình/ chuyện cũ có từ muôn thuở/ chỉ dứt khi tàn tinh binh (Hắn)

- Nhuộm tóc đi cua gái/ gái cũng biết mình già/ vậy cưa sừng làm nghé/ có ích gì mấy cha (Nhuộm tóc)

- Từ nay các anh khen đểu/ Em thề sẽ chẳng thèm nghe/ Ra đường gặp anh không ngó/ Và tảng lờ bỏ số de (Đàn ông đểu lắm)

- Đàn ông hãy cứ cù lần/ con no đủ vợ ít tần tảo hơn/ đàn ông cần có đôi tay/ đỡ người té ngã buộc giày thiếu nhi (Nói với đàn ông)

- Giống như anh/ cần đàn bà để bổ sung những tố chất khiếm khuyết/ mà thượng đế bỏ quên/ khi tạo dựng một người đàn ông hoàn hảo (Góc cạnh)

Đàn bà cũ lấy chồng rồi sẽ mới/ Sẽ thẹn thùng như cô gái thanh tân/ Đàn ông cũ nàng không còn nhớ tới/ Chỉ trừ khi ngồi với bóng một mình (Đàn bà cũ)

3. Nguyễn Hàn Chung, người chuyên vẽ chân dung chàng thơ, nàng thơ bằng thơ :

- Tôi nói về thơ và phi thơ/ nàng nói về yêu và không yêu/ chúng tôi thi nhau nói không ai thèm nghe ai nói gì thỉnh thoảng xả hơi ôm hôn nhau phơn phớt chứ không hề hôn sâu (Thơ ca và tình yêu)

- Mai mốt rồi bạn đi biệt/ không còn một bản nào đâu/ Biết đâu ngoài vòng ân ái/ có người nhớ bạn rất lâu. (Thi sĩ)

- Không có em/ trên đời thi sĩ quá cô đơn/ thơ sẽ chết vì cuộc tình hư cấu/ tôi từng bịa ra những cuộc tình/ không có thịt da em nên chỉ toàn xương xẩu (Nàng thơ)

- Thi sĩ tài hoa hiếm hoi/ như một nhân vật trong truyền thuyết/ như một nhân vật võ hiệp kỳ tình của văn chương hư ảo (Chữ & tình trùng)

4. Nguyễn Hàn Chung, người yêu thơ vô cùng tận:

Nguyễn Hàn Chung phải đắm mình lắm trước thơ ca, trước nàng thơ, trước nhân vật trữ tình, trước vẻ đẹp, trước bản ngã cái tôi, lấy chính bản thân mình ra để giễu cợt, để yêu và được yêu, để bi, để hài, để đắm say. ông không đi vào lối mòn của những bài thơ đềm đẹp yêu quê hương, tình nghĩa gia đình, hoa lá cảnh mà ngày nào bạn cũng đọc đầy rẫy trên mạng, thơ ông chan chứa nỗi niềm, trăn trở về thân phận con người và những vụn vặt của đời thường và nhất là có những dòng thơ đẹp, những từ ngữ đắc địa và sự hài hước trải đều rất duyên. Thơ ông ngắn gọn vừa đủ, tạo xúc cảm kỳ diệu, có sự dí dỏm và châm biếm sâu lắng tác động vào những vỉa tầng ẩn kín nhất trong trái tim con người.

5. Nguyễn Hàn Chung, những vần thơ sâu lắng, bi hài và diễm tình:

- Chàng mót những triều hoa vỡ/ tụng một thời kinh nhớ nàng (Tụng ba câu)

- Em còn đâu đó phía tang thương/ cầm tay anh lạc giữa chiều sương/ mỗi lần uống rượu hay ca hát/ anh liếc trông theo tận cuối đường (Ra tư trời vẫn lạnh)

- *Ru mày mày ngủ như nhiên/ thõng tay rũ sạch ưu phiền, ngủ đi!* (Ru mày mày ngủ say đi)

- *Xa vắng ạ, ta không về được nữa/ Bước thiên di lệch mất khúc mưa rồi/ Sao anh vẫn ngồi bên sông lần lữa/ Anh đợi mình hay đợi gió mồ côi* (Xa vắng ạ!)

- *Ta biết ta còn mê gái đẹp/ Viết câu chua chát tự răn mình/ Ta dắt em vào khung cửa khép/ Sum vầy một phút sướng điêu linh* (Sướng điêu linh)

- *Đừng nhắc đừng quên đừng nhớ nữa/ nếp nhăn góa bụa khá lâu rồi/ lòng không còn rúi như con cúi/ thánh thần tiên phật có hơn đâu* (Chi bằng ôm riết trận mưa ngâu)

- *Anh không nhớ em anh nhớ Sài Gòn! nhớ những chiếc xe rẽ bất ngờ làm em chới với/ ngã trọn nuột nà vào tay anh* (Anh nhớ Sài Gòn anh không nhớ em)

- *Anh cám ơn em mưu sát/ cho anh nếm mùi yêu đương/ và tiếc cho bao người khác/ mưu sát tình yêu trên giường* (Mưu sát)

- *Yêu anh nhưng không ai đợi/ người vu quy kẻ lấy chồng/ chỉ còn người tình thứ bảy/ thứ sáu rồi nhớ anh không?* (Với người tình thứ bảy)

Thay lời kết, bằng vài dòng tôi viết vu vơ, nhưng lại rất thích hợp cho những gì tôi cảm nhận qua tập thơ **"Cơn say tàn mới thấm khuya"** của thi sĩ Nguyễn Hàn Chung, như một lời tâm tình tôi muốn gửi đến tập thơ này: Chiều lặng gió lũ chuồn chuồn chao nghiêng cánh mỏng, giữa sa mạc du dương tôi nghe lòng đồng vọng, cuồn cuộn cuộc hành trình buông thõng phía nội tâm. Đâu đó ngoài kia ngờm ngợp buốt hư danh, lim dim mắt ẩn chìm chiều biển động, gầy guộc quá chuỗi hư vô dậy sóng. Gấp trang cuối thẫn thờ, vòm trời không phải lúc nào cũng xanh ngắt mộng mơ, dải yếm bỏ giăng mây, trùng dương quên khúc ru tình nhớ, để rồi thấy lòng bao dung và mắt thôi ràn rụa. Lặng đáy hồ thả một mùa trăng!

Võ Thị Như Mai

NGUYỄN HÀN CHUNG
Bởi Vì Ta Biết Nhau

Em nói không nhớ tôi
Viết đầy trang giấy trắng
Chữ tên của một người
Lúc ấy em rối bời
Nhớ đến tôi tha thiết!
Vì sao tôi dám quyết?

Bởi vì -Tôi biết em.
Bởi vì - Em biết tôi.

Em nói không nhớ tôi
Thích gã này rất giàu
Mê gã kia rất đẹp
Thiệt ra em vẽ bùa
Thiệt ra em múa phép
Thiệt ra em thời tiết.

Bởi vì - Em biết tôi.
Bởi vì -Tôi biết em.

Em nói không nhớ tôi
Đọc thơ em tôi biết
Hiện diện trong thơ tình
Không có ai ngoài tôi
Vẫn bên em quấn quít
Vì sao tôi minh triết?

Bởi vì -Tôi biết em.
Bởi vì - Em biết tôi.

Em nói không nhớ tôi
Tai tôi chừ đã điếc
Nhìn đôi môi thánh khiết
Vẫn nghe rất rõ rành
Lời trên môi tha thiết.
Vì sao tôi thôi điếc?

Bởi vì - Em biết tôi.
Bởi vì -Tôi biết em.

Dù em có ly hôn
Dù em đi lấy chồng
Tôi cũng không màng biết
Tôi cũng không cần thiết
Miễn là tôi yêu người
Một tình yêu bất diệt.

Bởi vì - Tôi biết em.
Bởi vì - Em biết tôi ∎

TRỊNH CHU
Cánh Gió Đạ M'rông

những mắt gió Đạ M'rông
sáng rỡ
như ngàn cánh khát
vỡ ngang trời Đam Rông

em - cô gái M'nông
ngực hình núi cong vọng
chạm mùa lúa đồi thơm trổ
một rằm trăng

ta trốn vào đâu giữa Đam Rông thơ thới tuổi 20
mê dụ khúc ru
tươi rói màu yêu trong vắt
thủ thỉ lời chiêng thuở dân bon ơn Yàng mở hội
em hát đấy ư
rụng giọt linh hương
nở nắng phía miền rừng ∎

TRẦN VĂN NGHĨA
Tản Mạn Chiều Cuối Năm

Gõ ly mà hát khúc tình
Rượu chưa cạn biết rằng mình chưa say
Chiều nay chiều nay chiều nay
Bỗng dưng chạnh nhớ màu mây quê nhà

Nhớ gần rồi lại nhớ xa
Nhớ bên kia chở mưa qua bên này
Nhớ con đường với hàng cây
Có thời mười tám run tay tỏ tình

Liêu xiêu bóng lênh đênh hình
Tóc đời bạc thếch phù vinh xứ người
Gỡ tờ lịch cuối năm rơi
Ngẩn ngơ thêm tuổi à ơi tuổi già!

Hoàng hôn ngồi lại cùng ta
Chia nhau chút nắng la cà góc sân ■

LẠI VĂN PHONG
Còn Nợ Mùa Thu

Mùi hương cốm giấu trong bàn tay nhỏ
Hoa sữa thơm tan trong gió tháng mười
Heo may về nhớ chuyện thuở đôi mươi
Thầm tiếc buổi ta cùng người ly biệt

Uống cho cạn chia tay buồn da diết
Bởi mai này chẳng biết có gặp nhau
Mãi khắc ghi những giây phút ban đầu
Khi ánh mắt nhìn nhau còn bỡ ngỡ

Để từ đó dường như ta mắc nợ
Nợ công viên cùng ghế đá buổi chiều
Nợ con đường nhuộm sắc lá vàng yêu
Mùa thu cũ ta nợ điều chưa nói

Níu cơn gió ngang trời bâng khuâng hỏi
Bao lâu rồi còn ai đợi thu sang
Có còn ai mê mải góp lá vàng
Có đủ ấm lúc thu tàn đông tới ∎

NGUYỄN VĂN ĐIỀU

Ngồi Lại

Như thân chim bay giữa trời giông bão
Tôi bao phen sấp ngửa cuốn theo đời
Lúc thấm mệt giữa trùng trùng bụi đỏ
Chẳng còn gì sau một thuở rong chơi

Cái đúng sai dễ chừng là sai đúng
Như phận người đâu thể biết về đâu
Ta bận rộn giữa đường trần gió lộng
Mà thế nhân cuộc sống vốn muôn màu

Nên cứ thế xuôi dòng quen chân bước
Cho lòng xưa vẫn thắm mãi theo ngày
Lúc thích chí vỗ đàn ta ngồi hát
Mặc trên đầu mây trắng thản nhiên bay

Bởi cuộc sống còn bao điều không hiểu
Thì bận lòng chi một giấc mơ hoa
Em bên ta có một thời hạnh ngộ
Hãy cầm tay vui sống cõi người ta ■

HUỲNH MINH TÂM
DỦ DẺ

Dưới khe, một chùm dủ dẻ vàng
Tôi muốn hái tặng nàng
Tinh khiết cây núi
Mùi thơm không chê được
Dường như một thời tôi rất yêu
Và tôi đã đánh mất

Lâu lâu, trong giấc ngủ của tôi
Những quả dủ dẻ vàng bay lượn
Tôi đùa nàng, mời nắm được
Nàng đùa tôi, mời cắn đôi môi
Một thời tôi đã yêu
Và tôi đã đánh mất

Tôi hái tặng nàng chùm dủ dẻ vàng
Tôi nắm đôi tay nàng rất lâu
Dưới khe, trong thung lũng
Mọi thứ dường mê hoặc

Tiếng gà núi thẳm sâu
Tiếng gà vang trong mộng
Tiếng gà bên chiếc gối ■

LÂM BĂNG PHƯƠNG
Chạm Tay Vào Miền Nhớ

Cúc đơm vàng lối nhỏ
Thu len ngõ bước sang
Hạ thẩn thờ lang thang
Mang theo mùa Phượng cũ.

Cửa thời gian khép mở
Có đợi ai chờ ai
Nhìn chiếc lá nhạt phai
Trút cành bay theo gió.

Kỷ niệm gởi vào thơ
Dệt tình thi nhung nhớ
Thu thầm thì nói nhỏ
Thương có người dại khờ.

Em thẹn thùng mắc cỡ
Bởi ai nhớ mình đâu?
Tự ôm nỗi thương sầu
Cho tim đau vò võ.

Chạm tay vào miền nhớ
Lại nhầm cánh phù du
Đưa hồn thu qua ngõ
Tình khúc biệt xa mù.

Chạm tay vào miền thương
Ảo vọng cõi vô thường
Thơ từng dòng rơi rụng
Tím một trời nhớ nhung ∎

BEN OH
Mùa Đông Không Có Em

Ta bơ vơ một chiều thứ bảy
Trên con đường lạc chiếc lá rơi
Gió thổi về cành cây xơ xác
Nỗi buồn nào man mác trong tôi

Ta biết em vương một nỗi sầu
Phải làm chi chiếc gối đêm thâu
Đêm vẫn dài trăng không còn nữa
Bờ môi em một nỗi niềm đau

Ta biết nhau qua thời cổ độ
Bến đò xưa giờ đã phôi phai
Đông đã về mưa từng hạt nhỏ
Lá kiếp nào nay đã chia ly

Vắng em rồi hóa thành cỏ dại
Mây cũng buồn qua lối em đi
Tình hẹn ước trong hồn quá đỗi
Đông đã về chỉ còn có mình tôi ■

HUỲNH LIỄU NGẠN
Vườn Quê

vườn em tháng tám ra non
tía tô giấp cá vẫn còn xanh thêm
hương bay ở phía sau thềm
làm cây cà tím thòm thèm ngó theo

tay em múc nước rửa bèo
đường gân vừa nổi ngoằn ngoèo lại co
con chim vẫn hót líu lo
không bay mà đậu xo ro trên cành

em cười theo ánh trăng thanh
thuở xưa núp dưới mái tranh đợi tình
ai dè mưa đổ thình lình
ướt luôn chiếc áo xúng xinh ngực trần

thuở xưa ấy thuở xưa ngân
em làm gỏi cuốn để phần anh qua
thế mà xa thật là xa
anh nơi xứ lạ đến tra chưa về

vườn em hoa cỏ phủ phê
quấn quanh chỉ thấy màu quê chúng mình
ra vườn em đứng lặng thinh
con chim ngừng hót như rình rập ai

bầu trời thấp xuống lưng vai
làm tóc em rối bên tai thật gầy
mười năm một thoáng mây bay
không còn nữa sợi mưa rây cuối vườn

em ra ngồi ngó vách tường
thấy ai vẽ nỗi chán chường lên trên
hay là anh giả vờ quên
mũi tên với trái tim bên ngực hồng ■
26.8.2024

NP PHAN
Ngày về

ngày về lớp lớp tàn phai
chỉ còn lại một dấu hài trong mơ
giọt nào rụng xuống hiên mưa
chút ơn cay đắng cũng vừa quạnh hiu

vai gầy thấm đẫm hoang liêu
quỳnh hoa một đóa ít nhiều đa mang
giật mình, ngỡ cơn mưa tan
là trăm năm đã ngỡ ngàng khói sương

thì thôi hí cuộc vô thường
dấu chân miên viễn, nỗi buồn kiêu sa
hỡi ôi, con dế hiên nhà
bỗng nhiên cất giọng la đà gọi ai ∎

TRƯƠNG XUÂN MẪN
Giao Ước

Tôi có lần xin Trời giao ước
Khi oan khiên thai nghén thành hình
Người ban cho chút ánh bình minh
Tôi sẽ tự tìm đường cứu cánh

Những hạt đau rải xuống hồn khô hạn
Nên nẩy mầm bao tiếng thở than
Đã bao lần trên đường đời vấp ngã
Cũng có lần mần mò được lối ra

Vết thương lòng vẫn âm ỉ râm ran
Bám theo tôi như giông bão mưa ngàn
Dẫu tim óc có mây mù che khuất
Tôi cố vẫy vùng bươn khỏi nguy nan

Đã có lần tôi xin Trời giao ước:
Đừng sấm sét dọa tôi đang kinh niệm
Nếu tôi điên thì hãy để tôi điên
Chẳng hay ho khi tỉnh với muộn phiền

Bóng ngã xuống đêm dài vô tận
Đừng để tôi què quặt tàn thân
Ân sủng Trời cho dù chưa nhận
Thì tôi chẳng phải kẻ vong ơn

Cuộc lữ hành mù sương lạc lối về
Đừng làm mưa hắt gió xóa tỉnh mê
Tuy ngụp lặng cưu mang thời thất thế
Tôi cố lần tìm lại dấu chân xưa

Cứ giả điếc giả mù qua khủng hoảng
Cứ giả chết đánh lừa canh bạc thua
Nếu thất sủng, người cho tôi con rối
Giựt cà tưng cho qua sự đã rồi

Đã có lần tôi xin Trời giao ước
Khi thất tình đừng chuốc lấy rượu tôi
Trong cơn say cứ lụy người mơ ảo
Còn lại gì, thì cứ để buông trôi

Ôm thất vọng tôi vùng trốn chạy
Người thua cuộc biết ngả về đâu
Trốn về đâu khỏi thế gian này
Cô đơn buốt hồn tôi hiu quạnh

Bản giao ước sao Trời chẳng đoái hoài
Cuộc hành trình rơi rớt chẳng còn ai
Cũng không thấy Người hỡi ơi, ơi hỡi
Tôi một mình cúi cắm lượm sầu rơi ∎

ĐOÀN PHƯƠNG
Giấc Mơ Thôi

Giấc mơ thôi
Nhưng có bao giờ ta thôi mơ về nó
Những ngày xưa
Hàng cây đổ lá
Ngập ngừng quán mưa bay
Tách cà phê thơm đắng của anh và ly kem dâu ngọt ngào của em
Mà thôi
Mình quá yêu nhau!

Giấc mơ thôi
Nhưng có bao giờ ta quên được đâu
Đứng bên kia đời nhau
Em thầm hỏi anh có bao nhiêu buồn vui trắc trở
Anh không chờ và em thì muộn
Tất cả là tại anh
Mà thôi
Sao không ngừng lại hở mùa thu?

Giấc mơ thôi
Nhưng có bao giờ anh nghĩ
Cũng một trời xanh mà dòng sông không trở lại
Ôi những rong rêu khốn khổ
Trách em ư?
Mà thôi
Em không nỡ giận.

Giấc mơ thôi
Nhưng có bao giờ ta không đau vì nó
Gặp lại mùa đông
Xao xác heo may
Nỗi gì như hoa lá tả tơi
Tóc đã phai màu
Mà thôi
Điều vô tận để gió cuốn đi... ∎

TRẦN C. TRÍ
Cõi Trần Gian

Thời tiết xám bao giờ cũng làm tôi thấy ủ ê, mặc dù hôm nay là một ngày vui đối với tôi. Không những xám, chiều hôm nay cũng có vẻ khá lạ lùng, vì xa lộ chiều thứ Bảy mà hầu như không có chiếc xe nào qua lại. Một cảm giác lẫn lộn đang tràn ngập trong tôi, khiến tôi thấy vừa thoải mái vì không bị kẹt xe, vừa bồn chồn vì màu xám của không gian dường như khuếch đại cảnh vắng vẻ của khúc xa lộ quen thuộc, hằng ngày vẫn đông nghìn nghịt xe. Tôi muốn gọi tên cảm giác đó nhưng không thể. Niềm vui của tôi được sắp đến nơi triển lãm tranh của mình đang lợn cợn giữa một điều gì không giải thích được. Như một cơ thể đang bình thường bỗng nghe chớm một vùng đau nhức nhỏ, rất nhỏ, nhưng vẫn đủ để biết là cơ thể đang không vận hành trơn tru như mọi ngày. Nhưng vượt lên trên tất thảy là cảm giác bồng bềnh, nhẹ hẫng mà trước đây tôi chưa bao giờ thấy. Thỉnh thoảng, tôi cảm thấy mình nhẹ đến nỗi giá như các cửa sổ xe không đóng kín thì tôi đã có thể vuột thoát khỏi chiếc xe, bay bổng lên không trung và hòa vào những đám mây xám ngắt trên trời.

  Chiếc xe cũng lướt êm ru, nhẹ tênh như chủ nhân của nó. Hiếm khi nó được tha hồ tung tăng trên khúc xa lộ vắng tanh như bây giờ. Tôi cảm thấy tay lái trơn tru đến nỗi ngỡ rằng xe của tôi là loại tự lái mà hồi giờ tôi vẫn mơ ước mua được một chiếc. Xe lao tới vun vút, vừa nhanh, vừa nhẹ, làm tôi tưởng chừng như mình đang ngồi trên một đoàn *Shinkansen*, loại "tàu lửa đầu đạn" mà tôi có dịp đi hồi du lịch qua Nhật.

Chiếc *Shinkansen* của tôi rẽ vào một lối ra khỏi xa lộ. Vào đến con đường bên trong, tôi ngỡ ngàng thấy thành phố cũng không kém phần vắng vẻ. Sao lại như vậy được. Quang cảnh trông như vừa có một cuộc đảo chánh; à mà không, xứ Mỹ này đâu phải là một nước thứ ba cứ lâu lâu lại có một *coup d'état* được! Cảnh tượng cũng có thể như những ngày trong cuộc đại dịch thế kỷ vừa qua. Cũng có thể là một vì một điều gì to tát, ghê gớm khác mà vì tôi không nghe radio hay xem truyền hình nên không biết chăng.

Nhưng khi xe vào bến bãi đậu xe trước phòng triển lãm thì lại khác. Xe đậu hàng hàng lớp lớp, chiếc nọ sát chiếc kia, khiến phải khó nhọc lắm tôi mới tìm ra một chỗ, chắc là chỗ cuối cùng, khá xa phòng triển lãm. Vừa bước xuống xe, tôi vừa tự hỏi tất cả những chiếc xe đang đậu ở đây có phải là nguyên nhân xa lộ và đường sá trống trơn hay không.

Tôi lững thững bước vào phòng triển lãm. Người ta bảo, khi nhìn vào một bức hình có nhiều người chụp chung, người đầu tiên mình nhìn chính là... mình! Cũng vậy, tôi muốn mau mau tìm đến chỗ có treo hai bức tranh của tôi trước, rồi sau đó muốn làm gì thì làm. Mọi người chung quanh tôi vừa đông đúc, vừa ồn ào, nhưng tôi thấy họ chỉ vui vẻ, bặt thiệp với nhau thôi, dường như chẳng ai buồn nhìn chứ đừng nói đến chào hỏi người mới vừa bước vào là tôi. Tôi vừa gật đầu chào một số gương mặt quen thuộc, vừa quanh quất tìm hai bức tranh của mình. Lần triển lãm trước, hai bức tranh của tôi bị treo ở cái góc cuối cùng trong căn phòng. Lần đó thì ít nhất tôi cũng hiểu tại sao. Bà Michelle, người giám tuyển (bây giờ là "cựu"), đã ma cũ bắt nạt ma mới, cho ngay hai tác phẩm của tôi vào một góc phòng tân phía sau. Đã vậy, trước đó, bà còn hoạnh họe tôi đủ điều, bắt phải cột dây cho hai bức tranh thật đúng kích thước và kiểu cọ do bà đặt ra. Tôi ức quá, hỏi thăm một số họa sĩ trong cuộc triển lãm lần trước thì ai cũng cười xòa, bảo rằng người nào mới tới đều phải chịu những "nghi thức" bất thành văn đó do bà Michelle sáng tác ra để hành hạ những con ma mới như tôi.

Nhưng càng đi quanh phòng triển lãm, từ trước ra sau, từ phải qua trái, từ trong ra ngoài, ngó từ trên xuống dưới, từ dưới lên trên, tôi không thấy hai bức tranh của tôi ở đâu cả. Ngực tôi như có hai bàn tay của ai đè nặng trình trịch lên trên. Lần đầu tiên sau mười mấy năm trời tôi thấy muốn khóc. (Lần cuối cùng tôi muốn khóc là hôm tôi thấy John đi với một người bạn gái trong mall mà sau này tôi mới biết tên là Alysa.) Nhác thấy Robert, người giám tuyển mới, tôi hối hả tiến về phía anh ta, luồn lách qua nhiều người trong gian phòng tuy không nhỏ, vẫn thấy chật hẹp vì có quá nhiều khách xem tranh lẫn hoạ sĩ vẽ tranh. Chưa đến nơi, tôi đã cất tiếng hỏi Robert, giọng nghẹn ngào, đứt quãng:

"Robert! Sao tôi không thấy…"

Tôi chưa nói hết lời thì một cánh tay nào đó đã lôi anh ta đi mất. Tôi gọi với theo, "Robert! Robert!" nhưng tiếng gọi của tôi chìm giữa mớ âm thanh hỗn độn, tiếng người nói cười, tiếng mấy cốc rượu va lẻng kẻng, tiếng violon réo rắt do cô nhạc công đứng ở gần cửa ra vào đang say sưa kéo. Nhiều người hình như đến đây để thưởng thức một ly rượu vang, mấy quả nho tươi, vài cái bánh lạt và dăm miếng phó-mát, dùng kèm với một lát *salami* hay một quả ô-liu chua chua, hơn là ngắm những bức tranh đủ màu sắc, kiểu cọ đang treo trên tường. Trong một cuộc triển lãm gồm hơn cả chục hoạ sĩ như thế này, phải vẽ lạ, vẽ mới, vẽ táo bạo, mới mong nổi bật giữa đa số các bức tranh vẫn như còn lẩn quẩn trong những cái hộp đóng kín, vì tác giả của chúng chưa, hay không thể suy nghĩ và sáng tạo ra ngoài cái hộp. Tôi thổn thức đi vòng quanh gian phòng thêm hai ba lượt nữa, để cuối cùng mới dám chắc chắn rằng quả thật hai bức tranh mình đã mang nộp từ ba tuần trước không được treo trên mảnh tường nào cả. Lẽ nào lại như thế. Khác hẳn với bà Michelle, Robert hết sức cởi mở và dễ chịu. Có lẽ tuổi trẻ của anh ta cũng là một phần nguyên do thì phải. Hôm tôi đem tranh đến, Robert ân cần đỡ lấy chúng, ngắm nghía hồi lâu, rồi bảo:

"Tranh của cô rất khác so với những bức tranh tôi đã từng tuyển. Tôi làm công việc này gần mười năm nay, nhưng đây là lần đầu tôi cảm được sự khác lạ từ tác phẩm của một người mới vẽ như cô.

Đúng vậy, trong nghệ thuật, chúng ta luôn luôn đi tìm sự khác lạ, tránh những gì khuôn sáo, cũ mòn..."

Tôi còn đang mê man nghe lời khen ngợi của Robert thì thình lình anh ngừng nói, nhìn tôi một cách chăm chú:

"Cô có sao không? Cô lái xe đến đây có mệt lắm không? Nhìn cô khá xanh xao đó."

Tôi hơi khó chịu. Hai người mới biết nhau còn khá sơ như vậy, tôi nghĩ Robert không nên hỏi như thế. Quả là tôi đang không khỏe. Từ mấy tháng nay. Những cơn mệt kéo dài từ sáng đến tối. Từ giấc ngủ ra đến lúc tỉnh thức. Những tràng ho rũ rượi, và những *pound* cứ lần lượt tụt xuống trên màn ảnh ghi các con số trên cái cân điện tử ở nhà. Tôi đã đi bác sĩ, đã thử máu, và đang đợi kết quả. Nhưng tôi không muốn nói với Robert về tất cả những điều đó. Ngày trước, ở Việt Nam, khi gặp nhau, người ta chỉ cười hay hỏi những câu vô thưởng vô phạt như, "Anh đi đâu đó?", hay "Ủa, anh làm gì ở đây vậy?" Còn ở Mỹ, chẳng biết từ khi nào, thiên hạ hay chào hỏi nhau bằng câu "Anh có khỏe không?", vốn là cách dịch vụng về của câu "How are you?" Ai hỏi tôi "Cô có khỏe không?", tôi chỉ cười cười gật đầu cho có. Hơi đâu mà trả lời chi tiết đối với một câu hỏi đầu môi chót lưỡi như thế. Hai tuần trước, tôi đang đi chợ trong một siêu thị, thình lình nghe một anh nhân viên trong chợ thấy một người khách quen, buột miệng hỏi: "A, anh! Anh có khỏe không?" Ông khách người híp cả hai mắt, trả lời vỏn vẹn một chữ "Yếu!", rồi lẩn vào mấy dãy kệ hàng hóa trong chợ.

Vì vậy, tôi chỉ đáp qua loa:

"Mệt thật đó anh. Kẹt xe trên xa lộ quá! Xe ở đâu mà nhiều dữ vậy không biết."

Tôi nhìn về phía cánh cửa dẫn tới gian nhà kho nhỏ của phòng triển lãm. Cánh cửa chỉ khép hờ. Tôi đoán là bà Michelle có thể đang ngồi trong đó. Bà đã hết giữ chức giám tuyển của phòng tranh, và cũng đã tuyên bố về hưu, nhưng ban quản trị vẫn để cho bà giữ một chùm chìa khóa có thể mở cửa trước hay cửa sau của phòng triển lãm. Chắc họ chưa nỡ lấy lại. Mấy lần trước, tôi thấy bà đến phòng tranh, và thay vì đi vào lối cửa trước như thường lệ, bà đi vòng ra phía sau, mở khóa để vào thẳng gian nhà kho. Tôi có chào bà vài lần, mà lần nào bà cũng chỉ lí nhí chào lại, mặt cứ cúi gầm xuống. Khác hẳn với lúc trước, bà luôn luôn nhìn thẳng vào mặt tôi, gằn từng chữ trong những lời hướng dẫn của bà, như thể bà sợ tiếng Anh của tôi không đủ để hiểu hết những mệnh lệnh đó.

Vào bên trong, bà Michelle thường ngồi ở đó hàng giờ, không tương tác gì với những sinh hoạt của chúng tôi bên ngoài. Nhiều người hiếu kỳ, khẽ hé cánh cửa thông qua gian nhà kho để xem bà làm gì. Hóa ra bà chỉ ngồi ở cái bàn cũ kỹ trong góc phòng, trơ trơ như một pho tượng, ngó thẳng vào bức tường loang lổ trước mặt, tựa hồ như trên đó đang chiếu một cuốn phim quay lại hàng ngàn bức tranh mà bà đã tuyển lựa trong suốt mấy mươi năm trời. Chắc trong đầu ai cũng có cả trăm cuốn phim như thế. Mỗi cuốn phim chiếu lại một đoạn đời. Mỗi đoạn đời đều có khởi thủy, diễn biến và chung cuộc riêng biệt, y như một cuộc đời, một kiếp sống tách bạch hẳn hòi.

Tuy không còn làm giám tuyển nữa, có thể bà Michelle vẫn biết được số phận của hai bức tranh của tôi như thế nào. Nghĩ vậy, tôi đẩy nhẹ cánh cửa, bước qua gian nhà kho. Quả nhiên, bà Michelle đang ngồi ở cái bàn trong góc phòng, người thẳng đứng, thậm chí bà không buồn ngoảnh ra nhìn khi tôi tiến gần. Ngay lúc đó, ở ngoài kia có tiếng thủy tinh vỡ. Chắc ai đó lỡ tay đánh rơi ly rượu xuống nền nhà. Lúc đó, bà Michelle mới chợt ngoảnh ra hướng cửa, về phía tôi đang đứng. Bà nhìn tôi, hay bà đang nhìn xuyên qua tôi, tôi không biết. Vì cái nhìn của bà lạnh lẽo, không có hồn vía gì cả. Chắc bà chỉ nhìn vì phản xạ. Mà cũng có thể bà nhìn tôi, không một phản ứng. Ngày trước, bà còn chào hỏi, nói chuyện với tôi, chắc cũng chỉ vì xã giao tối thiểu. Bây giờ bà đã về hưu, chắc chẳng cần phải xã giao xã giếc gì với tôi hay với bất cứ ai khác cho mệt xác.

Tôi hơi cụt hứng, nhưng cũng rụt rè lên tiếng (không ngờ bằng hỏi câu hỏi mà tôi rất ghét):

"Chào Michelle. Bà có khỏe không?"

Bà Michelle vẫn ngồi im, không nói không rằng. Thế này thì quá đáng lắm rồi. Khinh người như thế là tột cùng, nếu không muốn nói đó là biểu hiện rõ ràng nhất của sự kỳ thị. Tôi run cả người lên, đang tìm một câu gì đích đáng để nói với Michelle thì thình lình tôi thấy hai hàng nước mắt chảy dài trên má bà. Tôi sững người, chưa biết phải làm gì thì bà đã từ từ đứng lên đi ra khỏi gian nhà kho, đóng sập cánh cửa sau lại. Tôi đứng đó như trời trồng. Phải một lát sau tôi mới như tỉnh hồn lại, thẫn thờ quay ra gian phòng ngoài.

Vừa bước ra, tôi thấy bên trái của tôi là Rachel, cô bạn đồng nghiệp mà tôi khá thân thiết, đang thao thao giảng giải về bức tranh của mình. Tôi cất tiếng chào Rachel. Hình như cô ta có liếc nhanh qua tôi một cái, nhưng không chào tôi lại mà vẫn tiếp tục nói chuyện với người khách. Người này gật gù liên hồi, ra vẻ lãnh hội hết những gì hoạ sĩ nói. Lúc tôi quay lưng đi, chợt ông ta hỏi Rachel, có lẽ không nhận ra tôi vừa mới đứng đó:

"À, còn cô họa sĩ gì mấy lần trước vẫn triển lãm tranh với cô đó, tôi không nhớ tên, không thấy tranh của cô ta kỳ này há?"

Giọng Rachel bỗng cất cao lên khác thường:

"Cô Lin à? Hừm, nói ra thì hơi động chạm, chứ ông không thấy cô ấy vẽ còn non nớt lắm sao?"

Tai tôi như ù đi. Tôi không còn, và không cần, nghe ông khách nói lại câu gì nữa. Tôi đi thẳng về phía cửa trước, như trốn một bóng ma nào đang đuổi sát theo tôi, sát đến nỗi thiếu điều nó muốn nhập cả vào tôi. Nhưng, trời ơi, tôi đang thấy ai vậy kìa? Rõ ràng là tôi không nhìn lầm. John đang đứng quay lưng về phía tôi, tay chỉ trỏ một bức tranh trước mặt. Bên trái của hắn là một cô gái tóc hung, cũng quay lưng nên tôi không biết mặt mũi ra sao. Tuy John không thấy tôi, tôi vẫn thận trọng dừng lại, đứng nép vào một chỗ, đủ gần để tò mò xem cô gái đó là ai. Từ khi biết John (và thầm yêu hắn, người Mỹ gọi là *unrequited love!*), cứ lâu lâu gặp hắn, tôi lại thấy hắn có một cô bồ mới. Sau Alysa, John đi chơi với một cô khác, tên là Melissa. Hai cô này tôi đã từng cùng đi ăn uống cả rồi. Gặp gỡ người yêu của người mình yêu, đối với tôi, là một phương thuốc chữa trị bệnh si tình của mình. Tôi phải gặp cả cặp, phải chứng kiến họ âu yếm nhau, để thấy... đau, và thấy tuyệt vọng, để khỏi còn tơ tưởng lôi thôi gì nữa.

Tôi kiễng chân một chút để nhìn cô gái đứng cạnh John cho rõ hơn. Không phải Melissa, mà là một cô gái da trắng, không phải người Caucasian mà hình như là Hispanic. Và, OMG, cô ta đang có bầu! Nhìn tay John đang nắm chặt tay cô ta, tôi chợt thấy đắng cả cổ họng, tứ chi bải hoải. Tôi như mê đi, tê dại với ý nghĩ chúng đã làm chuyện đó với nhau cả trăm lần để ngày nay mới ra sự thế đó. Vừa lúc ấy, một thanh niên trạc tuổi John đến từ đằng sau, vỗ vai hắn:

"Ê John! Long time no see!"

John giật mình quay lại:

"Patrick! Đồ khỉ! Ông cũng bày đặt nghệ thuật nghệ thiết chiều nay hả?"

Patrick cười cười:

"Nghệ thuật đâu có dành cho riêng ai, phải không?" Hắn quay qua cô gái, nói tiếp, "Chào cô, sao trông cô không giống Melissa?"

John lườm bạn một cái, đỡ lời:

"Đây là Lisa, fiancée của tôi. Ông ăn nói cẩn thận đấy nhé."

...sa, ...sa. ...sa, anh chàng này bị mắc lời nguyền gì mà cứ dính với mấy cô tên *...sa*. Giá tôi tên là... Elsa, chắc may ra John đã ngó ngàng đến tôi. Cùng một lúc, tôi lại nghe đau nhói lên vì chữ *fiancée* mà John dùng để giới thiệu cô gái.

"A, nhân tiện..." Patrick hỏi, "Lâu nay ông có gặp Lin không?"

John nhún vai:

"Không! Ông hỏi nhầm người rồi. Tôi đâu có liên lạc mật thiết gì với cô ta đâu." John vừa nói vừa quay lại nhìn tôi một cách rất đỗi tình cờ. Nhưng hắn không có chút gì ngạc nhiên khi thấy tôi ở đó, cũng như chẳng hề tỏ ra nao núng vì có lẽ tôi đã nghe được câu hắn vừa nói chăng.

Tôi bước nhanh ra khỏi chỗ ba người đang đứng. Cả người tôi rần rần một cơn nóng khủng khiếp. Thế thì những ngày hắn rủ mình đi ăn, đi uống, đi xem xi-nê là gì? Là để trám vào những khoảng trống bất chợt? Là để đùa giỡn với một con người tội nghiệp? *Không có liên lạc mật thiết gì với cô ta*. Hắn gọi mình là "cô ta"! May là hắn chưa gọi mình là "bà ta"!

Tôi lầm lũi đi thẳng ra cửa. Lần này thì nhất định không dừng lại ở một chỗ nào nữa. Rõ ràng là hai bức tranh của tôi đã bị quẳng vào một xó xỉnh nào đó. Nếu ban nãy tôi chịu khó lục lọi trong nhà kho chắc đã có thể thấy chúng nằm đâu đó. Nhưng tôi không có can đảm quay trở lại để tìm tranh. Giả như tôi có tìm được chúng chăng nữa, liệu tôi có mặt mũi nào để vác chúng ra xe mà không bị ai nhìn thấy không?

Bầu trời bên ngoài bây giờ vần vũ mây. Mây dày đặc hơn lúc tôi đến. Không gian quánh đặc, nặng nề, như có một cơn mưa muốn trút xuống mà trút không được. Trời đất ngột ngạt. Dẫu sao, tôi cũng cảm thấy dễ thở hơn là lúc còn ở bên trong. Sau lưng, tôi nghe có những tiếng nói cười lao xao của vài thiếu nữ chắc cũng đang rời buổi triển lãm.

"Lần này tôi thấy có vẻ ít tranh đẹp như mấy lần trước," một cô nói.

"Vậy là bồ chưa kể đến tranh của ông D'Angelo," một cô khác tiếp lời. "Tranh mới của ông ta lúc nào cũng như phủ nhận tranh cũ của mình, như một kẻ muốn xé nát hình hài để thoát thân!"

Giọng của cô thứ ba như chùng xuống:

"Hình như kỳ này tụi mình không thấy tranh của cô Lin Nguyễn há! Tôi thích những bức lập thể của cô ta lắm. Nhất là bộ tranh bốn bức mang tên "Cõi Trần Gian."

Một cô khác trả lời:

"Ủa, bồ không biết gì sao? Cô ấy mất cả năm nay rồi. Tội nghiệp. Cancer."

Trần C. Trí

Tranh Khánh Trường

ELENA PUCILLO TRUONG
Bất Ngờ Ở Thiên Đường

Tôi chưa bao giờ tưởng tượng được mình lại có cảm xúc như vậy, sau hai năm bị kẹt vì Covid-19 ở Milano, khi nhìn thấy hồ Tây trong chuyến thăm Hà Nội vào tháng 7 năm 2022. Đã bao năm, cứ mỗi lần đến thành phố này, tôi đều được chào đón bằng một cơn mưa và bầu trời xám xịt.

Nhưng có lẽ những cơn mưa phùn nhẹ nhẹ rơi trên các sắc lá mùa thu cũng đã góp một phần tạo nên sự quyến rũ của thành phố nghìn năm văn vật.

Thế nhưng lần này, ngoài bầu trời thiên thanh, trong veo và không gợn một chút mây nào, tôi bất ngờ trước mặt nước màu xanh của hồ Tây rộng lớn đang lấp lánh những đỉnh bọt trắng xóa, dập dềnh như sóng biển.

Khi ngồi trên tắc xi và sắp đến quán cà phê nơi chúng tôi hẹn bạn thì bất ngờ có một hình ảnh phản chiếu, có lẽ từ một mảnh kim loại hoặc một chiếc gương chiếu hậu của một chiếc xe hơi nào đó, làm tôi lóa mắt. Tôi lập tức quay mặt nhìn về phía rặng liễu ven hồ để tránh và đột nhiên bị cuốn hút bởi một chuyển động kỳ lạ: Một người đàn ông tóc trắng, mặc chiếc áo dài màu sáng, mái tóc bồng bềnh và có bộ râu dài, đang rút thanh kiếm sáng loáng ra khỏi vỏ để vung lên chiến đấu với bóng tối. Tôi nhìn theo những đường kiếm nhanh nhẹn và uyển chuyển của ông, tai nghe tiếng phần phật của tà áo tung bay cùng tiếng rít của thanh gươm chém vào không khí.

Ảo giác đó chỉ kéo dài chừng vài giây rồi người chiến binh trên mặt hồ cũng đột nhiên biến mất. Thay vào đó, những gì tôi nhìn thấy khi bước xuống tắc xi là người bạn mà chúng tôi hẹn gặp, nhà phê bình văn học Phạm Xuân Nguyên. Không thể nào không nhận ra cái dáng người thon thả với mái tóc và bộ râu bạc trắng của anh. Có lẽ sự mong muốn gặp lại anh sau một thời gian dài đã hình thành trong tâm trí tôi hình ảnh của người chiến binh chống lại bóng tối, vì hai hình ảnh giống nhau đến lạ lùng.

Sau những vòng ôm và chào hỏi nồng nhiệt, chúng tôi cùng với một người bạn khác là đạo diễn điện ảnh Phạm Lộc bước vào quán cà phê An.

Các quán cà phê ở Hà Nội đều có một nét quyến rũ đặc biệt với nội thất bằng gỗ sẫm màu có từ thời thuộc địa, nhiều nơi có các khung cửa thiết kế theo phong cách Liberty, mở ra một góc nhìn về phía hồ tuyệt đẹp.

Ngồi chuyện trò một lúc rồi sau đó Phạm Xuân Nguyên lái xe đưa chúng tôi đi gặp một người bạn khác là Vũ Hoàng Giang, phó giám đốc Công ty văn hóa và truyền thông Nhã Nam ở một quán cà phê gần đó.

Nơi đây cũng là một địa điểm đặc biệt, in trên tường là những bức tranh về Hà Nội thời thuộc Pháp. Ngồi trong quán nhưng tôi có cảm giác như mình đang dạo quanh những con đường chật hẹp ở trung tâm thành phố hay những lối đi nhỏ dọc theo sông Hồng. Dường như tôi còn nhìn thấy những tòa thành, các đền chùa, miếu mạo, cổng thành Jean Dupuis (1828-1912)[1], là tên của nhà thám hiểm và doanh nhân, người từ năm 1860 đã phát triển việc buôn bán trà, lụa và vũ khí trên sông Hồng. Đó là thời đại của những người đi tiên phong, thời kỳ của sự phát triển các liên kết thương mại giữa các thương nhân châu Âu và Đông Dương, của những chuyến đi của các nhà truyền giáo và của những con tàu có hải trình đi đến những đất nước xa xôi.

---

[1] Jean Dupuis (7 tháng 12 năm 1828, Saint-Just-la-Pendue, Pháp – 28 tháng 11 năm 1912, Monaco) là một nhà thám hiểm và thương nhân người Pháp. Sử Nhà Nguyễn gọi là Đồ Phố Nghĩa. Ông là một lái buôn chuyên hàng súng đạn sang Trung Quốc thời Pháp và cũng là người tích cực góp tay vào việc giúp Pháp chinh phục Bắc kỳ nên được Viện Hàn lâm Khoa học Paris trao giải thưởng. Đường này có kho hàng của ông ta. Sau đổi là phố Hàng Chiếu.

Tôi bị mê hoặc bởi bầu không khí này và dường như nó giúp tôi hiểu rõ hơn lý do cuộc hành trình của đời mình. Tôi tiếp thu qua mắt những hình ảnh của một thời đại đã qua mà tôi có thể hiểu được tầm quan trọng của nó về mặt lịch sử và xã hội, hiểu thêm về đời sống trong thực tế với nhiều tình huống mà trước đây tôi chỉ biết qua sách vở. Khi nói về điều đó với các bạn mình ở Châu Âu, tôi biết là họ có chút ghen tị vì họ cũng muốn có được những trải nghiệm giống như tôi. Nhưng số phận thường đưa chúng ta đi trên những con đường mà không một ai biết trước đích đến. Trong cuộc sống cũng đã có nhiều lần, đi trên những con đường xa lạ mà tôi cứ tưởng như mình đã từng đi qua, như thể chúng luôn là chặng đường của đời mình.

oOo

Hơn hai năm dằng dặc bị xa cách ở trời Âu nên chúng tôi rất nôn nao về Việt Nam để gặp lại người thân[2]. Sài Gòn thì khỏi nói, các bạn văn như Nguyên Minh, vợ chồng Nguyên Cẩn- Ngọc Anh, vợ chồng Đặng Châu Long- chị Hạnh, Dung Thị Vân, Kiều Huệ, Hoàng Kim Oanh, Quang Đặng... đã đón tiếp chúng tôi rất nhiệt tình như anh em trong gia đình lâu ngày gặp lại. Nhưng trong bài viết này tôi muốn ghi lại những cuộc gặp ở Hà Nội đã để lại trong tôi rất nhiều cảm xúc.

Qua nhà văn Vũ Ngọc Tiến, chúng tôi quen Giáo sư Dầu khí Mai Thanh Tân trên Facebook và ông cũng là một trong những người đầu tiên đọc và viết cảm nhận về tác phẩm "Trò chuyện với thiên thần" của chồng tôi. Giáo sư Tân nhắn tin khi nào về nhớ ra Hà Nội và báo trước để anh mời một số bạn bè cùng gặp. Tuy là lần đầu[3] nhưng buổi gặp mặt thân tình, sôi nổi về chuyện văn, chuyện đời và tặng nhau những cuốn sách quý... Hôm đó có đông đảo bạn bè của Giáo sư Tân như Vũ Nho, vợ chồng Thẩm Khôi - Bùi Thảo, Nguyễn Huy Thắng, Nguyễn Trí Sơn, Cao Kim Ánh... còn một vài khách mời như cụ

---

[2] https://thanhnien.vn/xuong-tan-son-nhat-on-ao-nao-nhiet-nguoi-vo-y-toi-da-ve-viet-nam-1851475955.htm#

[3] https://www.facebook.com/mttan44/posts/pfbid02uqJo3xDeZCxUPhyqhdFHZfLGzzpDAYxmXg GTjvCKKsFJrAGURTcJqdg8S8jL2kDUI?_cft_[0]=AZWpwF8lFGjL15CRU1nltX50T4YygLN7MDe82 vW9VOvSKj0ZwqRRbrnlfdGaGbI2oDMUCUFzW6_SlGlKThL8Ov_mCjnl2fqrcWH21dFro_ISrRM3sZ mbdYx0ruEwbw5eu7Z9s70sSJoOZ4MrkBQxGWDJoaZyZcFqorWCW_8JhBSdTg&_tn_=%2CO%2C P-R

Nguyễn Khôi, Phan Thúy Hà, Hồng Giang, Phạm Hữu Minh vì có việc đột xuất nên không đến được...

Ở Hà Nội chúng tôi cũng đã gặp rất nhiều bạn cũ. Rất cảm động khi gặp lại chị Hiền, anh Nguyên Văn Nam và anh Đặng khánh Thoại. Họ đều quen chồng tôi hơn 50 năm, thuở "Cùng một lứa bên trời lận đận", khi anh Dân là sinh viên miền Nam du học còn anh Nam và anh Thoại vừa tốt nghiệp đại học và được cử sang Roma rồi sau đó người trước kẻ sau, cả hai anh đều quay lại làm đại sứ Việt Nam tại Italia, chúng tôi luôn là bạn thiết và gắn bó với nhau qua nhiều hoạt động phát huy văn hóa Việt trên đất Ý.

Như mọi lần đến Hà Nội chúng tôi đều gặp nhà thơ tài hoa và hóm hỉnh Nguyễn Bảo Sinh, tiếc là lần này thiếu một lá bài trùng vì nhà văn Nguyễn Huy Thiệp vừa mới mất còn nhà phê bình sân khấu điện ảnh Nguyễn Văn Thành đang yếu nên không đến được. Sau đó chúng tôi còn gặp nhà nghiên cứu Bùi Quang Minh, Sao Mai, nhà văn Hoàng Minh Tường, nhà văn Trần Thanh Cảnh, hai nhà văn nữ tài hoa xinh đẹp là Kiều Bích Hậu, Lê Hồng Nguyên và cầu thủ mê văn Đặng Gia Mẫn với các văn nghệ sĩ khác.

oOo

Tất cả những cuộc gặp đều tay bắt mặt mừng, thân tình và vui vẻ, nhưng tâm trạng đầy cảm xúc mới lạ được khơi dậy trong tôi là cuộc gặp gỡ với nhà văn Paul Nguyễn Hoàng Đức vào một buổi chiều.

Người tài xế tắc xi thả chúng tôi xuống cách nhà bạn hơi xa và phải cố gắng lắm chúng tôi mới có thể định hướng và tìm được con đường nhỏ giữa những con hẻm mà rồi sau một lúc loanh quanh chúng tôi cũng đã tìm ra địa điểm.

Và chỉ cần bước qua ngưỡng cửa nhà anh là đủ để tôi thấy như mình đang bước vào cõi thiên đường!

Đang đi dưới thứ ánh sáng mờ ảo của buổi hoàng hôn, cố gắng lắm mới soi chiếu đến những con phố hẹp ở bên ngoài, chúng tôi liền được chào đón với bầu không khí ấm áp của đèn và nến: toàn bộ căn nhà được chiếu sáng, giữa những cơ man tranh và sách tôi còn thấy và nghe tiếng một cây vĩ cầm cùng với tiếng đệm nền phát ra từ một chiếc dương cầm, một thứ âm nhạc tuyệt diệu ngân lên như ở cõi thiên đường và vòng tay ấm áp mà bạn Paul Đức đang thân thiện chào đón chúng tôi.

Ngoài việc tái khám phá lại điều kỳ diệu mà tôi đã nhận thấy trong những lần gặp trước,[4] thêm một lần nữa tôi dường như đang ở trong một thực tại khác. Hơi ấm tình người và những nụ cười thân thương trên môi nhà báo Nguyễn Thùy Hương, nhà báo Nguyễn thị Trâm... cùng giọng nói ngân vang của đạo diễn điện ảnh Kao Nguyên cùng với sự thân thiện chào đón của gần 20 văn nghệ sĩ lần đầu được gặp, mọi thứ đang sưởi ấm trái tim tôi.

Tôi chào lại mọi người và xúc động nhìn quanh, trên các bàn bày kín căn phòng nhỏ, các món ăn đã được chuẩn bị sẵn cho dịp hội ngộ đặc biệt này và giữa các chén bát còn được đặt xen kẽ những chai rượu vang hảo hạng.

Một sự chào đón trang trọng tuyệt vời mà tôi nghĩ là mình sẽ không thể nào quên![5]

Tôi vô cùng cảm động khi nghĩ đến quỹ thời gian mà các bạn tôi đã bỏ ra để dành cho cuộc gặp và chào đón chúng tôi trở về thành một đêm hoàn hảo, bí ẩn, thú vị và bất ngờ. Trong lời khai mạc Paul Đức nói "Sự kiện lớn thì biến cố phải lớn".

Gần một năm đã trôi qua, mà đến giờ tôi vẫn như còn thấy trước mắt và tai như vẫn còn nghe bài hát "Người Hà Nội" với giọng ca điêu luyện và đầy cảm xúc của chị Trâm,[6] một thời là giọng ca vàng của trường ĐH Sư Phạm Hà Nội. Bạn Paul Đức cũng hát và sau đó Trọng Tuấn cũng cao hứng hát theo. Nhưng căn phòng đang xôn xao, bỗng im bặt khi kỳ nhân Kao Nguyên (Phạm văn Tiện) cầm lấy micro và bước ra giữa phòng. Anh là đạo diễn điện ảnh nhưng có giọng hát rất cao, vang lên bất ngờ như tiếng hát thiên thần trong một cuộc đối

---

[4] https://www.vanchuongviet.org/index.php?comp=tacpham&action=detail&id=27339

[5] https://www.facebook.com/100007414872087/videos/pcb.3143966412527157/334858975396430

[6] https://www.facebook.com/100007414872087/videos/pcb.3143966412527157/1069986973901713

thoại bằng âm thanh vô tận⁷. Nhưng không chỉ có thế, qua những cử chỉ điệu bộ, múa may, những cơ trên mặt chuyển động... đạo diễn Kao nguyên còn chứng tỏ là một diễn viên xuất sắc, là chỉ một mình anh thôi cũng có thể lấp đầy sàn diễn. Cách trình diễn độc đáo của anh hiếm khi thấy trên sân khấu trong và ngoài nước.

Thật không thể tưởng tượng. Ma lực quyến rũ của anh mà tôi chỉ có thể cảm nhận chứ khó diễn tả bằng lời.

Tôi còn vô cùng kinh ngạc và ngưỡng mộ tài năng đặc biệt của Hùng, nghệ sĩ dương cầm còn trẻ nhưng có ngón đàn cực kỳ điêu luyện trong đêm đáng nhớ đó. Bằng những ngón tay nhảy múa trên phím ngà em say sưa tạo ra hàng chuỗi âm thanh lấp đầy không gian ấm cúng. Có thể nói những gì xung quanh tôi là nghệ thuật trong tất cả các biến thể: đó là âm nhạc và ca hát, đó là văn học và hội họa, đó là diễn xuất và vũ đạo.

Chính niềm đam mê với những điều tốt đẹp và đơn giản đã làm cho cuộc sống của chúng ta trở nên tuyệt vời, trong vòng ôm ấm áp của tình thân, nhâm nhi hương vị của ly rượu ngon và một bài ca được hát cùng nhau. Một cuộc gặp mặt hoàn hảo nhờ sự tham gia của tất cả và sự chào đón nồng nhiệt và trang trọng của những người bạn quý. Buổi tối hôm đó dường như không bao giờ muốn kết thúc. Và vì thế, tôi cảm thấy như mình lạc vào thiên đường, không còn biết gì về thời gian và không gian.

Nhưng sấm sét bất ngờ nổ tung ngoài trời phá vỡ bầu không khí mê hoặc và kéo tôi về với thực tại. Chúng tôi phải về sớm vì lần này, sau hơn hai năm xa cách và để nối kết tình thân, chúng tôi không thuê khách sạn mà ở nhà vợ chồng người cháu khá xa Hà Nội. Mưa lớn thế, đi về sẽ khó khăn.

Chúng tôi chào hỏi và xin lỗi mọi người trong tiếc nuối, bắt tay cảm ơn tất cả về buổi tối tuyệt vời. Một người bạn cầm dù đưa chúng tôi ra ngoài phố nhưng vừa bước ra khỏi cửa, chúng tôi như rớt xuống địa ngục!

---

⁷ https://www.facebook.com/100007414872087/videos/pcb.3143966412527157/1440725423095748

Tôi nghĩ Dante Alighieri trong Thần khúc đã mô tả rất rõ cảm giác của tôi lúc đó. Một cơn mưa rất to đổ xuống, dày đặc, ầm ầm và lạnh lẽo, trong khi chúng tôi băng qua những con hẻm nhỏ thiếu ánh sáng, mực nước đen ngòm và hôi thối từ cống rãnh từ các hố ga trào lên, mang theo bùn và lá cây mục. Mặt đất ngập úng đến gần đầu gối. Vì không thể nhìn rõ mọi vật nên chúng tôi vô cùng vất vả để ra đến con đường chính, vừa hứng chịu cơn mưa cùng với những làn nước từ xe ô tô và xe tải hắt sang.

Từ thiên đường, tôi thấy mình rơi ngay vào địa ngục của Dante, trong khổ ca thứ sáu, nơi dành cho những tội nhân cổ họng. Có lẽ chúng tôi vừa phạm tội vì tất cả những điều tốt đẹp đã trải qua: được hưởng những thức ăn ngon, trong niềm vui bên những người bạn tốt, âm nhạc, nghệ thuật, chúng tôi đã tham lam hưởng thụ đến nỗi phải bị trừng phạt ngay lập tức vì niềm vui sướng nhất thời.

Tôi, chồng tôi và người bạn đi cùng gần như tuyệt vọng vì đường phố không có chiếc tắc xi nào. Người bạn giải thích với chúng tôi rằng khi trời mưa lớn như thế ở Hà Nội, các đường phố đều ngập, xe có nguy cơ bị hỏng nên tắc xi cũng ngại đón khách và thường từ chối. Sau gần một giờ dưới cơn mưa tầm tã, cuối cùng chúng tôi cũng tìm được một chiếc ô tô, năn nỉ trả giá cao để tài xế chở chúng tôi về nhà.

Cuối cùng thì chúng tôi cũng đã được ngồi trong xe với hy vọng (và lầm thầm cầu nguyện) rằng có thể đến nơi mà không gặp vấn đề gì.

Trời đã khuya lắm, đường phố không có ánh đèn vì các cửa hàng và bảng hiệu ở ngoại thành đã tắt. Nhưng có lẽ do trời mưa nên bị cắt điện. Vì thế khi xe gần đến nơi mà chúng tôi cũng không nhận ra khu phố mà chúng tôi đang ở. Xe chạy quanh 2 vòng, 3 vòng... mà vẫn không tìm thấy vì trong khu đô thị mới, tòa nhà nào cũng hao hao, rất giống nhau. Đột nhiên bóng dáng của Ngân, vợ cháu Thảo xuất hiện trong chiếc áo mưa, tay cầm dù vừa được chiếu sáng bởi đèn pha dưới cơn mưa xối xả. Thì ra chúng tôi đã đến nơi, nhưng cứ tiếp tục chạy quanh tòa nhà trong gần một giờ mà không hiểu mình đang ở đâu!

Như mọi lần, sau những khoảnh khắc tồi tệ, chúng ta đều thấy mình hạnh phúc vì được bình an và vui vẻ vì có những người thân ở xung quanh. Có lẽ hai cháu Thảo Ngân cũng đã trải qua một đêm lo lắng và tôi luôn mang ơn hai vợ chồng vì tình cảm quý mến đã dành cho mình.

Trong những ngày ở Hà Nội tôi luôn thấy mình may mắn vì được sống với nhiều cảm xúc trong mỗi phút giây bên cạnh bạn bè. Dù trong tiếng cười hay có lúc buồn rầu và lo lắng, nhưng lòng thương mến luôn dâng trào trong trái tim tôi qua những vòng ôm hay lời chào tạm biệt, hy vọng sớm gặp lại nhau.

Suy cho cùng, cuộc phiêu lưu dưới phong ba bão táp hôm đó tuy là một sự kiện bất ngờ và gây lo sợ nhưng đã khiến tôi càng thêm trân trọng buổi tối của mình trên thiên đường hơn nữa.

Không biết khi kết thúc cuộc sống ở trần gian mình sẽ bị đưa xuống hỏa ngục hay vào lò luyện ngục nhưng tôi chắc một điều rằng, nếu được lên thiên đường thì cũng sẽ giống như buổi tối hôm đó: mở cánh cửa và thấy mình được nằm trong vòng tay của những người thân trong một không gian ấm áp, có nền nhạc ngân vang như vọng đến từ cung trời của các thiên thần!

Elena Pucillo Truong

Tranh Khánh Trường

TRƯƠNG VĂN DÂN
NHỮNG SỢI TÓC BẠC

Sáng hôm ấy Trung ra đón Thúy ở bến xe Quy Nhơn. Khi bước xuống xe nàng nhìn anh ngạc nhiên.
- Hôm nay là lần đầu tiên em thấy anh đội mũ.

Trung chỉ cười không đáp, nhưng khi hai người ngồi trong quán nước thì Thúy lặp lại câu nói lúc nãy.
- Ủa trời nóng sao anh không gỡ mũ?
- Em thấy anh thế nào?
- Bình thường thôi. Nóng, gỡ mũ đi anh!

Trung cười, nói thật tình:
- Kệ! Chiều hôm qua anh chưa đi nhuộm. Anh sợ mọi người thấy tóc anh bạc quá.
- Ui chao, sao anh ngốc thế? Ngốc! Ngốc! Ngốc!

Trung sững sờ nhìn Thúy. Giọng nói và nét mặt nàng nghiêm trang, không có chút gì đùa giỡn.

- Người ta nhìn thì mặc người ta, em không quan tâm! Vậy là anh chưa thật sự hiểu em. Có những lúc anh ngây ngô thấy ghét. Cũng may là em rất nhạy cảm với anh, em nhận ra liền những cảm xúc của anh... chứ anh ngốc lắm. Đấy, khi nói đến tóc bạc... anh đã vội giải thích cho em theo kiểu sợ em thấy anh già. Đó cũng là một trong những điều anh chưa hiểu. Anh đã chẳng nói với em rằng vẻ ngoài chỉ thu hút lúc ban đầu thôi sao? Chúng mình vẫn chỉ thích nhau ở vẻ ngoài thôi sao? Riêng em, dù anh có lớn hơn em ba con giáp hay có già hơn

100 tuổi nữa thì em vẫn yêu anh. Em chỉ muốn nhìn xem anh có phải vì nhớ thương em mà bạc tóc không. Nếu vì nhớ em thì một sợi bạc là một sợi tình. Biết chưa? Ngốc!

- Trời, em có nhiều ý lạ và hay lắm. Hơn cả nhà văn nữa!

- Anh đừng có đánh trống lảng! Từ giờ về sau anh đừng nhuộm tóc nữa. Nhuộm nhiều bị ung thư á. Để rứa cho tự nhiên như ba em ngày trước, ba không nhuộm tóc mà có xấu đi mô!

- Không phải xấu đẹp... mà vì tóc bạc không đều. Bên phải bạc nhiều... bên trái thì đen... buồn cười lắm.

- Điều anh nói chỉ đúng có một phần thôi. Nhưng... em thích kiểu bạc không đều, rứa... mới thích. Già đều... thì nói làm chi. Hihi

Nói xong Thúy gỡ mũ của anh xuống và vuốt ve những sợi tóc bạc của anh.

- Anh cứ để tóc vậy nhé! Đừng nhuộm, nhuộm nhiều không tốt anh à.

- Nhưng anh không muốn thấy mình già so với em đâu. Cho nó ngang lứa chút! Chứ thật lòng anh không có ý làm mình trẻ hơn.

- Để màu tóc vậy em càng thương anh nhiều hơn. Anh và em không yêu nhau bởi vẻ ngoài. Mà yêu tâm hồn của nhau. Em yêu chàng dù tóc không còn xanh. Yêu trái tim không tuổi. Yêu đôi mắt ẩn chứa cả một trời trăn trở. Yêu tất cả những gì thuộc về anh.

- Trong đời anh, chưa bao giờ được gặp một người như em cả! Quá hiếm hoi. Duy nhất! Và yêu thương anh bằng một tình yêu sâu thẳm.

- Em hạnh phúc khi nghe anh nói vậy. Trước đây em cũng không tin rằng trên đời lại có một người như anh. May mà mình gặp nhau chứ không thì em không thể nào biết tình yêu đẹp đến vậy, tưởng chỉ có trong tiểu thuyết. Nghĩ lại thì em đã không uổng phí mấy mươi năm chờ đợi.

Em yêu và tin anh nên em ban tặng hết những gì em có. Và em sẽ còn làm nhiều hơn nữa để anh không bao giờ hết yêu thương em, để anh không thể tìm được người thứ hai như em có thể hiến dâng tất cả miễn là được nhìn anh hạnh phúc.

- Mình sẽ ở bên nhau mãi nhé!

- Dạ! Em sẽ không bao giờ muốn rời xa anh. Trong lòng em chưa nửa lần có ý nghĩ sẽ xa anh nếu em còn sống. Hôm nay em còn nói thật với anh điều này nữa nè: Em thèm yêu anh và khao khát được anh yêu nhưng nếu không có anh, không còn anh thì em sẽ giết chết cảm xúc đó. Em quyết rồi. Em sẽ triệt tiêu cảm xúc đó.

- Trời, đừng em! Trung biến sắc và run giọng. Không thể xảy ra chuyện đó. Không!

- Em nói thật lòng! Từ lúc ân ái với anh em thề rằng từ nay sẽ không còn người đàn ông nào có thể chạm đến người em được nữa. Sự dâng hiến cùng anh đã làm cho thân thể em trở nên thiêng liêng thì làm sao em có thể chia sẻ với những kẻ khác được? Trước đây em cũng đã từng sống mà không cần nó. Em chỉ muốn dành cho anh và cho anh mà thôi. Nếu không có anh hay vì lý do gì mà mình không còn bên nhau nữa thì em cũng không cần giao thoa thân xác làm gì...

- Trời ơi em nói làm anh lạnh cả mình. Và yêu thương em mà không biết nói thế nào. Chỉ biết là tình yêu dành cho em choáng ngợp tim anh.

Sau một nụ hôn thật sâu, Trung run run nói:

- Cảm ơn em yêu! Cảm ơn em yêu! Chúng ta yêu nhau và không cần tuổi tác.

- Đúng rồi! Còn khi nào ai hỏi, em sẽ nói: Tuổi của em là của một người đàn bà từng trải mà vẫn cảm thấy mình như một cô gái, có lẽ "chớm già" để có thể lùi lại, nhưng vẫn còn "quá trẻ" để thôi mơ mộng!

Còn anh, với tính cách trẻ trung thì sẽ không bao giờ già được. Anh rất trí thức, dịu dàng, ân cần đối với em và đồng thời cũng hết sức say mê trong cách hưởng thụ cảm giác ái ân. Em nhận biết và rất yêu cái tính cách độc đáo đó trong anh: bên cạnh cái lý trí sáng suốt thông tuệ còn có một cảm xúc nhục cảm tràn trề. Có lẽ chưa mấy ai biết sống như anh, trong khi ân ái có thể bỏ quên hết hiện tại một cách tuyệt đối, dạt dào và say đắm như chạm vào đáy sâu bản thể. Anh mở tung hết mọi ngọn nguồn cảm xúc để tung tăng bơi lội trong đỉnh điểm hoan lạc của cõi người.

Tinh thần của anh trẻ trung như thế nên em tin là anh không thể nào già. Những nếp nhăn trên trán anh không phải là dấu hiệu của tuổi già mà chỉ là bằng chứng của kinh nghiệm, của nụ cười, nước mắt, của cuộc đời từng phấn đấu không ngừng nghỉ. Theo em, đó là một kho kinh nghiệm và những trang sách mở ra cho người đọc, nên từ nay em sẽ đọc nó với lòng khát khao hiểu biết và yêu thương.

- Hôm nay sao em nói hay một cách xuất thần thế? Em làm anh nhớ là có người nói về tuổi già, không biết đã đọc ở đâu. "Xin đừng ai xóa nếp nhăn trên trán tôi, để tôi còn được ngạc nhiên trước vẻ đẹp của cuộc sống, đừng xóa nếp gấp quanh miệng tôi, nó cho tôi thấy mình đã cười hay hôn bao nhiêu lần. Xin cũng đừng ai làm mờ túi mắt tôi vì nó cho tôi biết những lần mình đã khóc. Nó rất đẹp và là của tôi, chỉ có tôi mới có!".

Tuổi tác không quan trọng, vì tất cả những gì đã không xảy ra trong một đời đều có thể xảy ra trong một tích tắc.

Tuy nghĩ vậy nhưng mình cũng phải nhìn vào thực tế. Vì có lúc anh cũng lo sợ là thời gian trôi vùn vụt và **sợ một đời cũng chưa đủ để yêu nhau**!

- Không quan trọng dài ngắn bao nhiêu! Vì mỗi giây phút bên nhau đều có ý nghĩa. Nếu đời này chưa đủ, mình yêu thương sang cả kiếp sau... đời đời... kiếp kiếp.

Từ ngày quen anh em nhìn cuộc đời bằng đôi mắt lạc quan. Nhìn nhận mọi thứ xảy ra xung quanh mình cũng hiền hơn. Không tiêu cực, gay gắt như trước.Tình yêu của anh thay đổi em từ trong sâu thẳm.

- Khi hạnh phúc ta bao dung hơn. Trước đây anh cũng nhìn đời bi quan, cảm thấy như đi trong bóng tối, rồi khi gặp em thế giới này như đẹp lung linh. Anh vui vì thấy em vui. Em phải khỏe mạnh và tươi trẻ.

- Dạ, phải khỏe mới vui sống và có được hạnh phúc. Trước đây em chỉ làm việc và đi ngủ. Ngủ dậy làm việc tiếp vì quan niệm chiếc giường là nơi để chợp mắt lấy lại sức để mai làm việc. Em cứ tưởng sẽ phải sống cho đến hết đời, làm việc, ăn, ngủ, làm việc, ăn ngủ... mà không biết đó là sống mòn. Giống những người con gái ở quê em, con Quý, con Hồng, con Thu, con Nhạn... suốt đời lam lũ, quanh năm chỉ chừng ấy công việc. Lấy chồng qua mai mối, rồi sinh con, sinh cháu... mà chưa hề biết tình yêu là gì, không hiểu cảm xúc yêu thương là gì, đời sống vợ chồng chỉ là một cách góp gạo thổi cơm chung, trong gia đình chỉ toàn là cam chịu, thực hiện cái nhiệm vụ truyền giống chứ không có quyền gì khác.

Tất cả đều chấp nhận cuộc sống buồn tẻ để chờ ngày nhắm mắt mà không ai dám nghĩ đến việc thoát ra.

Trong một bối cảnh như thế thì em có hy vọng gì gặp một người đàn ông nào đó yêu thương em và em cũng yêu thương người đó? Hồi đó em không có khái niệm về tình yêu. Hạnh phúc đối với em là điều xa xỉ. Em rất sợ người ta cưới về để vùi dập như các bạn ở quê. Sáng chồng say, chiều chồng xỉn.

- Cuộc sống giống như một dòng sông, có lúc êm đềm và cũng lắm khi ghềnh thác nhưng không bao giờ ngưng chảy em à... Nó có thể để lại trong ta nhiều nỗi đau và vết thẹo nhưng dù sao thì ta cũng cần phải sống.

- Vâng! Em đang sống và mỗi ngày em phát hiện ra ở anh nét duyên mới. Anh là người trí tuệ, nhưng quan trọng hơn anh có một trái tim nhân hậu và biết sống cho bản thân mình, biết đập nhịp cho tâm hồn mình mà không vì một ai hay một điều gì khác. Khi anh cảm thấy có đủ theo cách sống của mình là dừng, không tiếp tục bán sức khỏe kiếm tiền mà dành thời gian để làm những gì mình thích. Tiếp xúc với anh em được mở rộng tầm nhìn và con tim.

Trương Văn Dân

Tranh Khánh Trường

THÁI THỊ LÝ
Bà Tư Cung Nữ

Trong những ngày đông vui, rộn ràng lễ hội hay cận Tết, tôi thường nhớ lại thuở xưa, thuở còn là cô bé "lanh chanh, lí lắc", vô công, rỗi việc chỉ đi lân la hàng xóm, bày chuyện nọ, vẽ chuyện kia... Ấy vậy mà... giờ nhớ lại thấy thương nhớ làm sao! Thương nhớ người xưa, chạnh lòng chuyện cũ...

... Ngày ấy, ngày mà tôi tầm 10-12 tuổi, xóm sau nhà Nội tôi là khu dân cư không lấy gì làm trù phú, là nơi có khá nhiều "cụ già" trú ngụ nhà cửa tuềnh toàng, hoặc không có nhà mà chỉ là phên vách lá buôn, che nhờ gác tạm, mượn vách của chủ nhà hảo tâm để trú nắng đụt mưa, tình làng nghĩa xóm thật chan hòa, ấm áp... Trong đó, tôi thân nhất là Bà Tư, và sau khi biết chuyện "đời" của bà tôi thêm cho mỹ từ "Cung Nữ" để phân biệt với hai Bà Tư khác là Bà Tư Khùng và Bà Tư Mù...

Bà sống neo đơn, buồn lắm! Nhà tôi là nơi bà thường đến chơi, chuyện trò và có khi nhận được những phần quà nho nhỏ, phụ bữa chợ bữa cơm do Bà Nội tôi biếu, hai bà thân gần với nhau như vậy vì ngoài việc ân huệ ra thì cũng là do sự gần gũi về "địa lý" - Nội tôi gốc Quảng; bà gốc Bình Định. Tôi lại cứ thích lân la chỗ các cụ (bởi vốn là đệ tử ruột của Bà Nội) nên nghe được khá nhiều câu chuyện "thâm cung bí sử" và được biết trước kia bà vốn là một Cung Nữ được thải hồi (cũng không biết là được hay bị nữa). Mà thật là vậy! Chứ, tuy bà lam lũ, chật vật trong cảnh khổ nghèo nhưng thực tế bà đẹp lắm! Đẹp lắm luôn! Trong đôi mắt trẻ thơ ngày ấy, tôi có thể chưa biết thẩm định dung nhan một người đẹp, và đẹp đến "chim sa cá lặn" hoặc "nghiêng nước nghiêng thành" là sao, nhưng rõ ràng... ai cũng khen bà đẹp. Dáng người thanh mảnh, dịu dàng, một phong thái thật đài các! Trong từng động tác của bà thể hiện sự thanh bai, từ tốn, giọng nói thanh thao nhỏ nhẹ, lời lẽ khiêm cung, bà đẹp từ vóc dáng đến bàn tay, bàn chân... nước da trắng ngần, hồng nhuận, đôi mắt to, tròn sáng long lanh, chiếc mũi thanh tú, khuôn miệng tròn chúm chím với đôi môi đỏ thắm và nụ cười thật tươi, ... và mãi sau này... răng mất dần nhưng nụ cười vẫn luôn duyên dáng, tôi chỉ tả sơ vậy thôi. Và điều tôi luôn thắc mắc "bà đẹp và sang vậy thì sao lại khổ" đến cùng cực?! Lạ thật, đẹp vậy mà lại sống cảnh chiếc bóng và cho đến ngày nhắm mắt bà vẫn là "một trinh nữ". Chuyện đời bà:

Gia đình bà không thuộc hàng danh gia vọng tộc nhưng cũng có chút tiếng tăm ở Bình Định, tuổi 13-14 đã lắm mối đưa lời, đánh tiếng, nhưng vốn được cưng chiều, nên vẫn còn treo giá ngọc. Bỗng đâu có lệnh "Tiến Cung"! Điều mà thời ấy vẫn thường xảy ra, sau một hoặc đôi ba năm. Và lần ấy, bà có tên trong danh sách "Mỹ Nhân tiến cung". Bà ra đi trong nỗi ngậm ngùi của cha mẹ, bởi vì tiến cung cũng có nghĩa là "một đi không trở lại". Mấy ai vào cung mà được ân sủng chứ? Còn bà thì chưa lường hết bước đường mình đi sẽ ra sao? Chỉ canh cánh nỗi lòng nhớ thương cha mẹ, lờ mờ hiểu rằng: vĩnh viễn biệt ly, chuyện đoàn tụ xem như vô vọng! Vốn "nhập cung" của bà ít ỏi lắm chỉ là những lời căn dặn phòng xa của cha mẹ, họ hàng thân thuộc. Sau này cũng được các "quan" hướng dẫn ít nhiều những nghi thức cơ bản đơn thuần về phép tắc thôi.

Thời xuân mộng của bà đem dâng hết cho cung Vua, trong vai trò "cung nữ", lặng lẽ, âm thầm, qua nhiều người "đào tạo" bà biết dần và thành thạo các nghi thức: đi đứng, nói cười, nằm ngồi, cúi chào, phủ phục tung hô, kể cả ca múa, nhưng sau đó thì chỉ được làm mỗi một việc chăm lo chuyện quét dọn một khu vực của cung và tối đến thì hầu đèn! Thời gian qua cũng có những chuyển đổi, nhưng vẫn là cung nữ. Ân Vua chẳng đến, rồi nhân duyên đưa đẩy bà lọt vào tầm mắt của một Cung Phi, bà được chọn là cung nữ riêng của vị ấy. Theo bà, đây là giai đoạn tạm gọi là vui và sướng nhất của đời cung nữ, và rồi sau đó, vị cung phi này bị thất sủng. Những ưu ái không còn, quyền lợi, bổng lộc cũng mất theo và thế là bà lại khổ...

Thời gian bà ở trong cung khá lâu, nhưng tựu trung cũng chỉ thấy được mũi và gót "ủng" của Vua thôi. Bởi vì phận cung nữ thì lúc nào cũng cúi đầu, không phủ phục cũng chỉ chờ mà lạy. Rồi trong cung có vấn đề gì đó, ở hàng thấp kém, bà chỉ biết và nhớ là họ gọi tên rất nhiều cung nữ, cho phép về quê, trong đó có bà. Với gói hành trang trên vai cùng số vốn còm cõi, bà tất tả về quê... Nhưng đường đi đâu phải như giờ và khi về đến quê nhà thì nhà hoang vườn trống chẳng tìm được người thân! Theo dòng người xuôi ngược bà trôi dạt về phương Nam, theo chân một số đồng hương nhận quàng trên đường thiên lý. Rồi, chỗ dừng chân tùy chọn. Bà ở lại đất Phan Rang. Tuổi già bà trải qua tại nơi này, sau khi di chuyển nhiều nơi và có lẽ điểm cuối cùng của bà là cái "xóm" nhỏ, có nhiều bạn già gần như đồng cảnh neo đơn, cơ nhỡ và nghèo khó như nhau. Bà nói trong niềm xúc cảm:

- Tui ở đây luôn bà Năm à! Quanh mình ai cũng nghèo như nhau, mà tôi là nghèo nhất! Được cái ai cũng thương, cũng giúp nhất là bà, chắc tui chết cũng ở đây bà Năm à. Lời bà thật thiết tha. Tự dưng, sau hôm ấy tôi thương bà vô kể, cứ lân la nghe bà kể lể, hoặc hỏi chuyện bà đủ thứ. Bà có vẻ cũng mến tôi lắm. Cho đến một hôm...

Trời ơi! Cái con nhỏ nó tài lanh không chịu nổi. Đã thương ai, thì nhất định bao tròn. Không dám nói "tại nhà", nó lân la xuống tận cái chái bà che tạm rù rì:

- Bà Tư, bà muốn có tiền không?

Bà trả lời rất nhanh:

- Muốn chớ con, bà cũng muốn có để dưỡng già chớ! Nhưng giờ bữa ăn còn chưa có thì...

Tôi nhanh nhẩu:

- Thì bà Tư bán bánh mì đi, sẽ có tiền mà!

Bà cười ngất mà nước mắt tuôn dài, lâu sau bà mới nói:

- Bán phải có vốn con à. Mà phải biết làm nữa, phải có người ăn nữa. Bà không có gì hết!

Như đã "rắp tâm" từ trước, tôi nói một hơi không ngừng nghỉ:

- Bà Tư bán đi, bánh mì dễ lắm, xíu mại, Nội con làm ngon lắm. Nước chan cũng dễ, chả lụa thì lấy của nhà con, chỉ cần Nội con chỉ là bà làm được thôi! Thịt thì nhờ Nội con lấy giùm cho, nhà con có mối mà. Bà mượn tiền Nội con mua đồ nghề, ra ngồi trên thềm nhà người ta. Bà Tư thấy không, hàng bánh mì bà Tàu Hánh bán đắt lắm, tụi con chờ lâu quá, có khi trễ học, giờ bà làm ngon vậy đi, con rủ bạn con mua rồi tụi khác cũng mua... Nói đến đây, cho tôi "mở ngoặc tí"! Bánh mì bà Tàu Hánh ngon lắm. Giờ nhắc tôi vẫn còn thèm! Chỉ năm cắc là có nửa ổ bánh vàng ươm nóng giòn, thơm lựng bà chan cho tí nước hơi đo đỏ thêm rẻo da heo không hơn đầu ngón tay út, rải thêm vài cọng đu đủ chua... mà sao nó ngon lạ lùng, cái vị mặn mặn, ngọt ngọt, beo béo đặc trưng... Bánh mì Tàu Hánh không thể nào quên!

Trở về câu chuyện Bà Tư, sau khi nghe tôi nói bà có vẻ suy nghĩ lung lắm. Tôi thôi thúc:

- Bà Tư bán đi! Nhớ mua cái giỏ nho nhỏ bằng tre để giữ bánh mì luôn luôn nóng, nó mới giòn, mới ngon, bà giả đò đến hàng bà Tàu Hánh xem sẽ biết. Con về hỏi Bà Nội con cho.

Vậy là tôi về nịnh nọt, ve vãn Bà Nội cho đến tận tối, đi ngủ, tôi vốn chuyên ngủ với bà. Bắt đầu tỉ tê tâm sự, tôi có cả buổi chiều để chuẩn bị, Nội vốn hay giúp đỡ mọi người, từ áo quần đến tiền bạc tôi vẫn thấy bà hay cho mọi người nên tôi đã thuyết phục được bà. Tôi vào giấc ngủ khá dễ dàng và trưa hôm sau ra khỏi lớp, tôi không xếp hàng mà chuồn ra ngõ sau leo rào, qua nhà bà Tư báo tin!

Chỉ mất một tuần, hè phố trước rạp Thanh Bình đã mọc lên hàng bánh mì mới. Tôi là khách hàng không chỉ thân thiết mà còn dẫn mối cho bà, dần dần bạn học lớp tôi đến ủng hộ bà khá đông và thêm nhiều người khác; hàng bà Tàu Hánh đỡ cảnh chen chúc, nhưng vẫn đông mà, có gì đâu! Dầu vậy, con gái bà vốn học lớp tôi tìm tôi gây sự, lý do:

- Ê, Sao mày dụ khách của má tao qua hàng bà Tư?

Phải nói là tôi run lắm! Nó cao hơn tôi cả cái đầu. Hậu thuẫn nó là thằng em mập ú, học lớp dưới cùng trường... Nhưng "con trâu chết cái sừng còn nhọn", tôi làm cứng:

- Cả xóm tao đều mua của bà Tư, mày có nói với cả xóm tao không, tao kêu?

Nó trừng mắt nhìn tôi đầy đe dọa rồi hầm hầm bỏ đi. Tôi lau mồ hôi trán, về nhà báo cáo "hỏa tốc" với cô Bảy vì cô luôn bênh vực tôi nhưng rồi mọi chuyện sau đó cũng êm.

Kể từ đó, bà Tư yên ổn với hàng bánh mì cho đến nhiều năm sau, và khi tôi trở thành thiếu nữ, lên trung học tôi ít có dịp lân la, thỉnh thoảng gặp, bà vui lắm, nụ cười móm mém trên môi nhưng bà vẫn còn đẹp lắm, mỗi khi gặp là dặn:

- Chừng nào lấy chồng cho Bà Tư ăn trầu nghe! - kèm theo câu nói là tràng cười sảng khoái.

Và rồi khi tôi đi học Đại học trong lần về thăm nhà tôi được tin "Bà Tư đã mất! Bà mất trong sự cô đơn, chỉ một mình! Lúc nào, không ai xác định được". Chỉ biết rằng bà bệnh khá lâu, cũng còn đi ra, đi vào, để rồi cả ngày hôm sau và hôm sau nữa im lìm, chiếc cửa bằng phên khép hờ được đẩy ra... Hàng xóm và chính quyền là những người lo hậu sự cho bà!

Vậy là xong một kiếp người! Một giai nhân. Một cung nữ. Một người phụ nữ vẫn trinh nguyên! Một lão bà cô đơn cho tận ngày mãn số! Hôm nay, tự dưng nhớ đến bà. Thôi thì, xem như chút duyên xưa. Con nhỏ lí lắc ngày ấy giờ cũng sắp cổ lai hy, xin gửi đến bà chút lòng thành kính mong bà phiêu diêu miền cực lạc!

Thái Thị Lý

NGUYỄN ĐÌNH PHƯỢNG UYỂN
MÁCH NƯỚC

Đọc trên mạng, nhiều truyện kể cảnh mẹ chồng đến nuôi con dâu đẻ, chăm cháu vất vả, phải lo cơm nước, dọn dẹp nhưng thường bị con dâu nặng nhẹ, mặt lưng mày vực vì bà nấu cơm không vừa miệng, không biết giữ vệ sinh cho cháu… Mẹ chồng đỡ tay đỡ chân, dâu nào mà hỗn xược thế? Mà phần lớn, bà ngoại xót con gái, chăm cháu nhiều hơn bà nội, công bà ngoại đâu? Ông rể có tôn trọng, nể nang mẹ vợ, có xiên xỏ, ngang ngược với bà không? Khối! Chả thấy kể gì cả.
Mà hình như (Hình gì. Chắc chứ) cặp nào cũng vậy, đang yên ấm đề huề, đùng một phát, có con, thế là gây gổ, bồ bịch, thù hằn, đổ vỡ… Vậy mà từ ông bà, cha mẹ đến xã hội, bạn bè cứ xúi bẩy phải có con "Để ông bà có cháu bồng", "Để nối dõi tông đường", "Để có lực lượng lao động" … Giới trẻ ngày nay chả muốn sinh đẻ. Họ dành thì giờ, tiền bạc cho những chuyến du lịch, khám phá thế giới và bị coi là vô trách nhiệm. Dân số già đi, thiếu người làm việc đóng thuế nuôi các cụ. Số chết nhiều hơn số sinh, thế giới đi về đâu?
Ai đó dự đoán rằng, với đà tiến hóa của nhân loại, một trăm năm nữa sinh vật trên quả đất sẽ chết hết. Nhưng giả dụ con người chết hết vào lúc này, một trăm năm sau thế giới sẽ nở hoa, trù phú ghê gớm. Có lý! Vậy mà ta cứ lo bò trắng răng.
Có con, đời sống người phụ nữ sẽ thay đổi hoàn toàn. Ngay từ lúc cấn bầu, nàng phải điều chỉnh cách ăn uống, đi đứng, làm việc, giải trí,

bịnh không được uống thuốc, ngủ với tư thế nào, miễn quần quần áo áo, giày dép luôn. Đi làm mà ói mửa, nôn ọe, ai muốn? Ngoại giao ngoại búa với cái bụng chè bè, đi đứng phục phịch so với một cô phẳng phiu trong bộ vest, giày cao gót, thanh mảnh nhanh nhẹn, đối tác chọn ai?

Cứ cho là chồng yêu vợ lắm, thức đêm thức hôm trông con cho vợ nghỉ ngơi, được hai tháng không? Ai mất ngủ hai tháng mà vẫn tỉnh táo, điềm đạm, vui vẻ? Nuôi một đứa trẻ, ngày hai bốn tiếng đâu đủ. Nó ăn không giờ giấc, sau hai tiếng, ba tiếng. Mỗi lần ăn, ị, ói, tắm, thay quần áo, ru ngủ... ta phải chuẩn bị tỷ thứ, xong thì dọn tỷ thứ. Hết nó đến phiên mẹ ăn, tắm, nấu, rửa, giặt, ngủ lấy sức... Tất cả diễn ra cả đêm lẫn ngày, chưa kể những hôm trẻ ốm, chích ngừa, mọc răng, đau bụng, ngứa, bỏ ăn... mẹ lại thêm việc, nghe nó khóc, vừa sốt ruột vừa đau lòng.

Với bấy nhiêu việc trong hai mươi bốn tiếng, một vợ một chồng kham nổi hả? Ai làm kiếm tiền? Rốt cục bà mẹ lãnh đủ thế nhưng đêm mẹ không được ngủ tròn giấc, nhà cửa phải gọn gàng, cơm nước tươm tất, người ngợm thơm tho sạch sẽ, tính tình phải dịu dàng, ngoan ngoãn, lại phải theo kịp thời đại, biết thế giới chuyển biến thế nào để không bị đào thải...

Ai nói cho các cặp vợ chồng trẻ biết điều này? Tự hai người hãy sắp xếp việc trông con, đừng nghĩ đến chuyện nhờ vả nội ngoại, tránh tiếng lớn tiếng bé.

Vợ chồng yêu nhau đến thế, chung sống còn trầy trật mãi, bỗng một hôm xuất hiện bà mẹ vợ/chồng trong nhà, làm sao tránh xáo trộn? Liệu chồng sẵn sàng ở nhà trông con để vợ đi làm không? Cổ cũng muốn thăng quan tiến chức, muốn học hỏi như bao người khác, như chính chồng mình vậy.

Con sáu tháng, cha mẹ dám gửi nó vô nhà trẻ chưa? Mấy tuổi cho bé đi học? Ai đi trễ về sớm đưa đón bé? Con càng nhỏ, phí giữ trẻ càng cao. Vì sao? Vì chăm một đứa trẻ cực lắm, đủ thứ trách nhiệm, trẻ lại quá mong manh, thường mẹ chịu thiệt ở nhà trông em cho đỡ tốn tiền. Ai nhìn nhận sự hy sinh này? Mọi người nhìn vào chỉ nghĩ anh đi làm tài năng hơn, vất vả nuôi mấy cái tàu há mồm ăn không ngồi rồi, cả nhà phải biết ơn anh, cơm nước hầu hạ anh, không thì đói nhăn răng.

Và đến đây thì hết đường lùi. Tiền bạc như gió vào nhà trống, chồng vợ hục hặc, con khóc lóc, nhễu nhão, ai giữ được hạnh phúc trong ấm ngoài êm, bái phục!

Không êm ấm thì bỏ nhau. Trăm cặp hết chín mươi bà mẹ sẽ giữ con. Từ bao năm nay mẹ ở nhà nội trợ hoặc làm bán thời, tay nghề lụn tàn nay một mình chăm con, đưa đón, dạy dỗ... thêm gánh nặng kinh tế, con ngoan còn đỡ, nó giở chứng (hơi nhiều à nha) hiểm họa khôn lường.

Và, đã muốn có con, nên sanh hai đứa trở lên. Con một được cưng chiều, õng à õng ẹo, khó thành công chưa kể nó không có anh chị em chơi chung, lủi thủi một mình, máy tính máy téo, vừa hại mắt vừa không biết giao tế. Chưa kể lúc cha mẹ già, anh chị em cùng chia nhau chăm sóc, ý kiến ý cò, đỡ nhiều gánh nặng.

Nêu ra những cam go, những khó khăn chắc chắn sẽ xảy tới để ai muốn làm cha mẹ nên cân nhắc kỹ lưỡng. Họ cứ nghĩ ông bà có nhiệm vụ trông cháu khi họ bận. Sai. Con mình, mình lo, mình uốn nắn theo ý mình. Con cần bố mẹ, thương bố mẹ hơn ông bà. Ông bà chỉ đến chơi, nựng nịu cháu chút đỉnh thôi. Tính được vậy, hẳng có con.

Con ngoan, giỏi giắn, ta vui mừng, hài lòng, hãnh diện, thành quả một đời gian lao của bố mẹ mà. Nhưng ấy là nó ngoan. Nhận phải quả đắng, việc khác đi nhiều, chết cũng chả xong. Lấy gì bảo đảm quả ngọt hay quả đắng?

Thôi cứ làm tình nhân cho trời mãi xanh, nắng mãi vàng, tiền anh, tiền em thong thả mà tiêu, nhỡ đổ vỡ, hệ lụy cũng không trầm trọng như... có con.

Nguyễn Đình Phượng Uyển

NGUYỄN CHÂU
KHU ĐĨ (*)

Tôi lang thang ở bến xe lúc gần sáng. Tự nhiên hắn ở đâu bước đến vỗ vai:

- Ông muốn đi đâu?

Ngỡ hắn là "xe ôm", tôi quay lại, lấy chiếc nón lưỡi trai ra khỏi đầu, nhìn hắn:

- Tôi không đi đâu...

Ý tôi là không biết đi đâu bây giờ, ở thành phố này tôi chẳng có bà con cật ruột nào, kể cả người quen.

Hắn kéo tay tôi vào chỗ xe nước mía, kêu hai ly. Tôi đang khát cháy cổ nhưng khoát tay lia lịa...

Tôi định quay lui nhưng hắn cười khẩy, nhìn tôi:

- Có đáng gì mà ngại...

Tôi đón xe đò từ quê vô ngã ba Hàm Tân (thuộc tỉnh Bình Tuy) tìm thăm và nhờ cậy cô của mẹ tôi. Nghe nói bà theo chồng vào đây từ hồi năm sáu mấy, lúc tôi còn nhỏ xíu, chưa gặp bà bao giờ. Nhưng vì thằng lơ xe không gọi, tôi ngủ quên. Khi gần đến Hố Nai tôi thức giấc. Thằng lơ an ủi:

- Đêm hôm khuya khoắt, đi mẹ vô bến xe Văn Thánh, sáng mai mua vé trở ra. Giờ này xe đâu có mà xuống!

Mới ba giờ sáng.

Hắn giúi ly nước mía vào tay tôi, nhìn hắn nốc cạn tôi cũng làm theo. Nước đá lạnh kèm theo vị ngọt làm tôi tỉnh người. Tôi kéo tay hắn ra ngồi xuống băng ghế đá gãy bị vất chỏng chơ gần hàng rào, nhìn hắn tỏ lòng biết ơn.

Hắn thở dài:

- Trông ông ngố thấy mẹ! Tui đâu lạ gì tụi phất phơ ở bến xe này. Ông lớ ngớ bọn nó xúm lại vặt không còn sợi lông.

Tôi ngập ngừng hỏi nhỏ:

- Sao ông lại tốt với tui?

- Ông đã đọc truyện "Người không mang họ" của Xuân Đức chưa?

Tôi lúng túng vì không đọc sách truyện bao giờ. Chưa kịp trả lời, hắn nói:

- Tui là Trương Sỏi... (**)

....

Thập niên 80s phương tiện giao thông liên tỉnh rất khó khăn, đa số xe được "cải tiến" chạy bằng khí than. Hắn kéo tôi về nhà hắn, căn nhà lụp xụp trong bìa rừng cao su già ven đường lô lởm chởm sỏi đá, trên nền đất đỏ bazan gần đèo "Mẹ Bồng Con". Hắn dắt tôi đi gặp ông Tám "lé" - xin cho tôi làm công nhân cạo mủ cao su. Tôi được phát hai bộ quần áo lao động và đôi bốt cao su. Hắn giao cơ ngơi cho tôi rồi đi mất...

Trời mây u ám, mái lá trống hoác, rung lên phần phật khi có luồng gió mạnh thổi qua. Chái bếp sau hè chỉ có cái nồi nhôm méo mó kê trên ba cục đá nám khói đen sì và hai cái chén cùng vài đôi đũa trên chạn gỗ...

Khi ra khỏi nhà, tôi chỉ mang theo thẻ học sinh, dán tấm hình bị bong tróc không rõ mặt nhưng cũng còn cái tên mang họ Nguyễn của tôi không như Trương Sỏi - Người không có họ.

Đêm nằm trên chiếc chõng tre ọp ẹp, lạ chỗ tôi không ngủ được, tiếng côn trùng rả rích nghe như điệu nhạc buồn tênh. Sáng sớm, hắn vác về mấy ký gạo đổ vào cái khạp sành. Hắn uống cạn gáo nước lạnh, thong thả kể tôi nghe:

Hồi năm xưa, làng hắn bị Tây ruồng bố, cha hắn trốn trên "khu đĩ" bị thằng Tây đen bắn bâng quơ lại trúng, chết lăn xuống đất. Tây đốt luôn nhà. Bị Tây hiếp, mẹ bỏ làng ra đi. Nhưng khi đẻ ở nhà thương thí, lại lòi ra hắn, Á Đông chính hiệu.

Mẹ đi ở đợ để nuôi hắn lớn khôn. Khi gần năm tuổi, mẹ hắn phơi áo quần trên sân thượng, trượt chân ngã xuống đất chết không kịp trối. Ông chủ thương tình nhận hắn làm nghĩa tử, giấy khai sinh mang họ nhà ông. Sau khi tốt nghiệp phổ thông, hắn thi đậu đại học bách khoa nhưng không được nhận vào trường. Một đêm, khi hắn đi làm bốc vác ở chợ Cầu Muối, gia đình ông chủ đã vượt biên. Nhà bị niêm phong, hắn thành kẻ vô gia cư, bụi đời từ đó...

....

Tia nắng đầu ngày mong manh xuyên qua cành lá trong rừng cao su không xua được đàn muỗi vo ve quanh tôi.

Tôi đang lom khom cạo sạch vết cứa trên thân cây cao su, từng giọt sữa trắng ngần chầm chậm ứa ra lăn dài như giọt mồ hôi thời bĩ cực... Bỗng hắn hiện ra như bóng ma khiến tôi giật mình quay lại, hắn chìa cho tôi ổ bánh mì thịt còn nóng hổi. Hắn nói trống không:

- Bỏ đi, không làm nữa. Tôi đã tìm việc mới cho ông...

Tôi đi theo hắn với hành trang chỉ có trong người. Ga Long Khánh đìu hiu, cơn mưa kéo dài lê thê không thấy ánh mặt trời, vài chuyến tàu đến rồi đi nhưng hắn vẫn ngồi yên lặng trầm tư, tôi không biết mình sẽ về đâu khi đi theo hắn...

Té ra hắn đang chờ một người. Nghe tiếng còi tàu, bỗng nhiên hắn bật dậy đi dần về phía nhà ga, tôi chạy theo như phản xạ. Hắn vẫy tay, ý bảo tôi lùi lại. Tôi quay lui về chỗ cũ. Những khuôn mặt đen sạm, khắc khổ của các chị đi buôn đường dài vội vã kéo lê hàng hóa vào phía sau nhà ga xen lẫn tiếng tu huýt của các tay quản lý thị trường, gây nên sự hỗn loạn tôi chưa từng thấy. Giọng năn nỉ đến tội nghiệp của bà già ôm cứng giỏ gà chìm trong tiếng quát tháo của những người thi hành công vụ. Bỗng người đàn ông cao to, mặc áo vest đen xuất hiện, ông ta bảo hắn đi theo vào văn phòng trưởng ga.

Tôi đang đứng lớ ngớ, tấn thối lưỡng nan, vừa lo cho hắn vừa nghĩ phận mình như chiếc lá mong manh giữa dòng đời xuôi ngược.

Người đàn ông này về sau đã làm thay đổi cuộc đời của hắn và tôi.

....

Một đêm kia tôi thức giấc thấy hắn trần truồng quỳ sau bức tranh kỳ lạ. Hắn lâm râm khấn nguyền: "Con trở về đấy bên cha mẹ như ngày con được sinh ra...".

Người đàn ông ấy là một ông "trùm".

Tôi không biết ông trùm gì, nhưng chắc chắn không phải ông trùm xứ đạo. Ông đi đâu ai biết, gặp cũng tỏ ra kính nể và vâng, dạ...

Nhờ ông, hắn được đi du học, lẽ dĩ nhiên có tôi tháp tùng.

Đại học Sorbonne là một trường đại học công lập ở Paris, Pháp. Chúng tôi được theo học khoa Nhân văn (văn khoa). Giáo trình giảng dạy thiên về văn học cổ điển. Các bộ môn Lịch sử, Địa lý, Ngôn ngữ, Âm nhạc, Triết học là một phần của khoa này. Hắn nghiên cứu và học giỏi tiếng La tinh. Sau khi tốt nghiệp hắn theo đức Hồng Y G. qua La Mã và sau đó được thụ phong linh mục.

Phần tôi, năm sau theo khoa Khoa học. Tôi say mê khoa điều khiển học (cybernetics) chuyên về việc điều khiển, thu thập, truyền và xử lý thông tin, robot...

Lòng tôi đau đáu luôn nhớ quê nhà. Năm 20..., sau bao nhiêu năm xa cách, tôi về thăm lại quê hương. Người đón tôi ở sân bay là thầy P. nguyên giám đốc đại học quốc gia thành phố M.

Tôi được may mắn tiếp xúc với các vị giáo sư, cán bộ trong ngành giáo dục. Qua những buổi hội thảo, được hướng dẫn đi thăm các trung tâm nghiên cứu nhiều lãnh vực và tìm hiểu tâm tư các nhà khoa học có các bài viết học thuật cho tạp chí nghiên cứu khoa học. Điều dễ nhận ra là các vị làm cho có nhưng áp dụng thực tiễn không hiệu quả do nhiều nguyên nhân...

Bao nhiêu ước mơ được trở về quê hương góp phần nào tri thức để xây dựng đất nước của tôi đã tan theo bọt nước của dòng sông không còn mang nặng phù sa.

Những mái nhà bằng sang trọng vươn lên trời cao của làng quê yên tĩnh ngày nào đã xóa mất hình ảnh khu đĩ mái tranh làm nơi lót ổ cho những con gà mái tơ, không còn nghe tiếng cục ta cục tác khi nó vươn mình bay xuống sân nhà cùng tia nắng vàng ươm của buổi sớm mai rộn rã tiếng chim hót trong khu vườn xanh lá.

Nguyễn Châu

(*) Khu đĩ: Không gian trống, hình tam giác, ở đầu hồi nhà, được tạo nên bởi hai mái chính và mái chái

(**) Nhân vật chính, truyện "Người không mang họ" của Xuân Đức.

TIỂU NGUYỆT
Sắc Xuân

Ánh nắng ban mai chiếu xuống thung lũng một màu vàng tươi ấm áp. Từng chùm ánh sáng như những dải tơ trời lung linh màu khói sương chiếu rọi xuống rừng bạch đàn, xuống hồ cá, chiếu rọi xuống những cánh mai vàng tươi; tất cả như bừng lên một sức sống mới, tràn ngập sắc xuân giữa vùng đồi núi hoang vu, quạnh quẽ.

Hoàng Hoa đi dọc theo con suối những bước chậm rãi, ngắm nhìn trời mây, cây cỏ, lá hoa, lòng mênh mang những cảm xúc vui buồn đang dạt dào, thúc giục. Những cánh mai rừng vàng tươi dọc bờ suối, rung rinh trong gió sớm, nổi bật giữa màu xanh chập chùng của núi đồi, nương rẫy; làm nàng bâng khuâng, xao xuyến, nhớ nghĩ. Nàng nghĩ về cuộc đời mình, một mảnh đời nghèo khó, nghèo đến nỗi không dám nghĩ đến tương lai, không dám mơ một nẻo về, dù rằng nẻo về ấy chỉ là một ngôi làng quê mà xa xăm, dịu vợi. Nàng nhớ biết bao những đêm trăng sáng êm đềm cùng chị em giữa khuôn sân rộng, nhớ ngọn gió nồm buổi xế trưa, lồng lộng, dạt dào; nhớ khói lam chiều êm ả quyện bay nơi mái nhà xưa, nhớ hàng cau soi ngời giếng nước... Chỉ mới đấy thôi mà như xa xôi lắm, khoảng cách không bao xa mà dịu vợi muôn trùng.

Hoàng Hoa hít một hơi dài luồng gió sớm mát lạnh vào buồng phổi, như muốn ôm cả sắc xuân vào tận lòng mình. Hương xuân phơi phới. Nắng xuân chan hòa. Lòng nàng cũng phơi phới chan hòa theo hương sắc của mùa xuân đang ngập tràn nơi thung lũng "Hoàng Hoa" này. Hoàng Hoa. Hoàng Hoa. Tên của nàng cũng là tên gọi mà chồng nàng đã đặt cho cái thung lũng đầy mai vàng mỗi độ xuân về giữa vùng núi đồi hiu quạnh này như một kỷ niệm để nhớ, để sống và còn để làm niềm tin mà bước về phía trước. *"Thấy mai nở khắp núi rừng xa tít. Anh giật mình mới biết đã sang xuân"* (NVC). Buồn vậy đấy! Xuân đến, xuân đi lúc nào chẳng biết, thấy mai nở khắp núi đồi mới biết rằng xuân về, nó đến vội và ra đi cũng vội; dù vậy nó vẫn không quên để lại những vết chân chim trên khóe mắt nàng những vết hằn năm tháng của thời gian. Mùa xuân ở đây không có rượu nồng, bánh mứt; không có pháo xuân, chào hỏi, chúc mừng. Giữa núi đồi buồn tênh có ai mà chúc tụng, có ai mà chào hỏi, du xuân?

Nhìn lên bầu trời xanh trong cao vợi, nàng mơ ước được hòa vào đám mây đang trôi lơ lửng kia để được ngao du khắp cùng tất cả, để thấy mình được nhẹ nhàng bay bổng không vướng víu, nhập nhằng; để thấy cõi lòng mình thênh thang, rộng lớn, thoát khỏi cái vòng trói buộc cơm áo, áo cơm. Cơn gió nồm reo vui cùng đám bạch đàn bên suối như thúc giục bước chân nàng reo vui cùng chúng, bất chợt nàng mỉm cười bâng quơ, có lẽ nàng đang nhớ về một kỷ niệm nào đó vừa chợt đến.

Hoàng Hoa đi nhanh về phía trước, băng qua phía bên kia đồi, nơi có bãi cỏ xanh rì, mơn mởn mà nàng thường gọi là "thảo nguyên" ví như "thảo nguyên mênh mông" của loài ngựa Mông Cổ. Đứng trên triền đồi nhìn xuống, nàng không khỏi ngẩn ngơ, bàng hoàng trước vẻ đẹp của thiên nhiên. Rừng đồi chập chùng xanh thẩm thâm u, hùng vĩ. Bãi cỏ mơn mởn trải rộng mênh mông. Những cánh mai vàng rợp cả núi đồi giữa màu xanh muôn trùng của cây cối là những nét điểm xuyết gợi cảm. Đàn bò nhởn nhơ vô tư gặm cỏ. Thật thanh bình. Tâm hồn nàng như rung lên, một sự xao xuyến, yêu thương dạt dào. Bất giác nàng kêu lên: - Đẹp quá! Hoàng Hoa! Thung lũng Hoàng Hoa! Với sự say sưa, phấn khích.

Hoàng Hoa chạy nhanh về phía mấy con bò và "ù" lên một tiếng lớn; tức thời cả đàn gồm sáu con cùng cất tiếng "ù" theo như chúng hiểu được cô chủ đang chào gọi mình, rồi tiếp tục cúi xuống gặm cỏ. Nàng bước tới, đưa tay vuốt nhẹ trên đầu từng con với sự yêu thương, vỗ về; nàng nghĩ, mình yêu thương, chăm sóc nó, nó sẽ ngoan và biết nghe lời hơn, khỏi chạy lung tung, nhất là sổng chuồng về đêm thì khổ lắm; chúng ù lên những tiếng yêu thương, trìu mến đáp trả. Có một cái gì đó làm nàng cay cay đôi mắt, bụi khói ư, không, hay con gì vừa chui vào mắt, cũng không, mà sao nước mắt nàng lại rơi lã chã? Nàng khóc à? Không. Và nàng đã không kềm lại được nữa, bỗng khóc lớn như ai vừa chạm vào nỗi cô đơn tận cùng của nàng, chạm vào nỗi bất hạnh mà nàng cố nuốt vào trong bấy lâu.

Ngồi giữa bãi cỏ xanh non, nàng mơ về ánh điện ở quê nhà. Nàng thèm ánh sáng của ngọn đèn ấy biết bao, nó luôn theo vào những giấc mơ vội vàng và ngắn ngủi. Rồi nàng nhớ, những lần về thăm quê, lủi thủi trên con đường điện sáng hắt hiu một nỗi cô đơn, mặc cảm. Buồn. Buồn lắm. Nàng thấy cô độc và lạnh lẽo dường nào nhưng không dám mơ, không dám nghĩ có ai đó sẽ chia sẻ cùng mình nỗi cô đơn này. Một cơn gió xuân nhè nhẹ, hây hây như thổi vào lòng nàng nỗi cảm thông, xoa dịu nỗi buồn vương trong tâm hồn; nàng hít sâu ngọn gió mát vào lòng như đè nén nỗi buồn không cho chúng trở dậy và ngâm lên khe khẽ:

"Hoàng Hoa! Hoàng Hoa! - Một đời hoa!
Một đời mộng mị với bôn ba
Vàng tươi sắc thắm, hoàng hoa thắm
Thắm cả trời xuân, thắm lòng ta!

Thắm cõi lòng ta, thắm trời xuân
Bôn ba, mộng mị với phong trần
Một đời lặng lẽ khoe sắc thắm,
Dâng hiến. Tàn phai - một kiếp hoa!"

Nàng mỉm cười gượng gạo, thầm nghĩ, đời hoa như đời người, có nở có tàn, có sinh trưởng hoại diệt, đó là quy luật, đâu gì là vĩnh cửu. Khi nở thì phải thật tròn đầy, thắm tươi, khoe hết những tinh hoa của một kiếp hoa để khỏi hối tiếc khi tàn phai, già cỗi. Vậy thôi. Đời người là bến mộng, mộng là không thực, hư giả, giả hư, nhanh như cơn gió thoảng, mong manh hơi thở giữa bờ sinh tử. Rồi tất cả sẽ khép lại. Một đời người. Một kiếp hoa.

Hoàng Hoa thở dài bâng khuâng đứng dậy, tay cầm câu liêm bước lên phía trước rồi ngồi xuống cắt những nắm cỏ xanh mơn mởn dưới ánh nắng xuân chan hòa đầy lộc biếc. Từng nắm, từng nắm cỏ được nàng cắt nhanh nhẹn bỏ dồn thành đống điêu luyện như một nông dân thực thụ, điều mà nàng không ngờ mình có thể thích ứng nhanh như vậy. Thân cỏ ứa ra một loại nhựa ươn ướt, hăng hắc, rin rít và nó đọng trên tay nàng một màu xám đen, xanh xanh; nàng nghĩ, phải chăng nàng đã làm đau thân cỏ, khiến cỏ chảy máu? Bất giác nàng rùng mình không dám nghĩ tiếp, chỉ lầm thầm như nói với chính mình, hãy tha lỗi cho tôi, vì cuộc sống, chỉ vì cuộc sống mà thôi. Rồi nàng chú tâm niệm Phật, dù biết rằng không để làm gì, nhưng cảm thấy tâm mình được an một phần nào. Nàng cắt và dồn hết vào cái bao mang theo, nhận thật chặt cho đến khi đầy rồi vác trở về.

Hoàng Hoa đội bao cỏ trên đầu, quay trở lại con đường cũ. Ánh nắng đã lên cao nhưng vẫn dịu không gắt bởi tiết xuân ấm áp, dịu dàng. Nàng chợt thấy lòng mình thênh thang như đang đi giữa khu vườn cổ tích xa xăm và mơ mộng, chung quanh đầy hoa thơm cỏ lạ. Bước chân nàng thoăn thoắt, nhẹ nhàng như lướt trên không trung đầy phấn khích. Tiếng suối róc rách và tiếng đùa giỡn của tụi nhỏ đã làm nàng giật mình tỉnh khỏi cơn mơ diệu kỳ. Từ xa nàng đã thấy hai đứa con nàng đang tung tăng đùa giỡn cùng đàn vịt trên dòng suối. Chúng đuổi bắt nhau, hụp lặn, cười đùa. Nàng đứng lại nhìn trân trối hình ảnh ấy, đẹp và thân thiện quá, người vật cùng hòa vào nhau như một. Thật diệu kỳ!

Về đến hồ nuôi cá, nàng bỏ bao cỏ xuống, hốt cỏ vãi xuống hồ, gọi lớn, cỏ về rồi đây, ăn nào các em của chị ơi! Đàn cá Trám Cỏ tập trung lại, vẫy đuôi đớp từng cọng cỏ, hụp lặn vung đầy bọt nước trắng xóa, sung sướng, vô tư; rồi nàng mang phần cỏ còn lại đi về phía chuồng thỏ. Những chú thỏ trắng, bông đen, tròn xoe đôi mắt đợi chờ và mừng rỡ nhận phần ăn của chúng. Nàng mỉm cười hạnh phúc!

Hoàng Hoa quay trở lại suối, chỗ các con đang chơi cùng đàn vịt. Chúng thi nhau bơi, người và vịt cùng cười, cùng la quạc quạc. Chục con vịt nàng mua từ năm ngoái nuôi để lấy trứng bồi dưỡng cho các con, cũng là để cho các con có bạn vui chơi, đùa giỡn. Nhìn những con vịt hụp lặn bơi theo các con, nàng thấy mình như trở về tuổi nhỏ, muốn hòa mình cùng chúng, cùng reo vui, cùng cười giỡn. Bất chợt nàng la lớn:

- Cho mẹ chơi với các con ơi!

Các con của nàng hưởng ứng:

- Mẹ ơi! Mẹ ơi! Vui lắm! Xuống đi mẹ ơi!

Hoàng Hoa nhảy ùm xuống suối. Tiếng vui đùa dội cả vùng đồi, dội cả trời xuân!

Tiểu Nguyệt
Bên dòng sông Tắc
Tháng 9.2024

Tranh Khánh Trường

NGỰ THUYẾT
HOME

Nhật mộ hương quan hà xứ thị
Thôi Hiệu

Trong một căn hộ nhỏ ở tầng hai của một chung cư, một buổi trưa.

Ông già đang "vui đùa" với đứa cháu ngoại. Ông đã già lắm rồi, tóc bạc phơ, đi đứng lụm cụm; đứa cháu mới khoảng 6 tuổi, trông thông minh, nghịch ngợm, dễ thương. Bà ngoại đón nó đi học về. Nó sẽ ở lại đấy với ngoại cho đến chiều, rồi bố hoặc mẹ của bé, sau ngày làm việc, sẽ đến đón bé về nhà của bố mẹ gần đấy.

Vừa mở cửa để vào nhà, bé đã cúi xuống cởi giày ngay và nói lí nhí, tiếng lơ lớ, ngọng nghịu:

"A ngoại."

Ngoại mắng:

"Ạ ngoại thì phải nhìn ngoại mà ạ, chứ sao lại nhìn giày. Muốn ạ giày sao?"

Nó chạy vội tới hôn vào má ông ngoại, xí xóa. Ông hỏi tiếp:

"Bà ngoại đâu?"

"Xe."

Năm trước học lớp mẫu giáo, nó khá tiếng Việt hơn nhiều. Ở nhà, bố mẹ nó luôn luôn chịu khó nói tiếng Việt với nó, và bắt buộc nó cũng phải trả lời bằng tiếng Việt. Năm nay nó lên lớp Một, nói toàn tiếng Anh với bạn bè tí hon, và với thầy giáo, cô giáo, thì đồng thời nó cũng dần dần quên cái thứ tiếng mà bố mẹ và ông bà mong nó nhớ mãi. Nó quên tiếng "mẹ đẻ" thì cũng khó nhớ đến quê hương cũ, ông già ngẫm nghĩ. Mà quê hương cũ của ai? Nó sinh tại Mỹ, sống tại Mỹ, quốc tịch Mỹ. Vậy quê hương của nó nơi nào? Ông già cau mày, thở dài, vội nghĩ qua chuyện khác.

Trước đây nó đã được bố mẹ mang về thăm ngoại mấy lần khi nó còn bé tí. Nay nó ở gần ngoại, hay nói đúng hơn, ngoại dọn nhà về ở gần bố mẹ nó. Và tuy ngoại không nói ra nhưng bố mẹ nó biết ngoại ở xa con cháu thì ngoại không vui, nếu không muốn nói là buồn. Buồn nhiều.

Thật ra, bé có hiểu đôi chút, hoặc đoán được những gì ông ngoại nói, nhưng không trả lời được. Bố mẹ nó vẫn mong cơn đại dịch cô-vít qua mau để cho nó đi học thêm các lớp tiếng Việt do Chùa, Nhà Thờ, hay Cộng Đồng tổ chức. Từ khi có cô-vít, bố mẹ vẫn phải đi làm suốt ngày, lại không thuê được người trông nom nó, đưa đón nó đi học. Cho nên ông bà ngoại tình nguyện làm công việc đó – bà ngoại đưa nó đến trường, ông ngoại đón về. Mà đấy là chuyện cũ, nay đã khác rồi, ông già bầm bầm.

"Hôm nay con học cái gì?" ông ngoại chậm rãi hỏi.

"*Nothing*."

"Không được. Phải trả lời bằng tiếng Việt."

"Ngoai, khong hoc cai gi."

"Không được nói bậy. Đi học suốt nửa ngày mà không học cái gì hả? Thế tới trường chơi thôi à? Coi chừng nhe." Ông già với tay rót lưng ly nước uống từng ngụm nhỏ, mệt nhọc. "Đừng trả lời ẩu, ngoại khẻ tay bây giờ." Nói xong ông già cầm cây thước kẻ nhịp nhịp lên bàn kêu cộp cộp. Thằng bé liếc mắt nhìn ngoại, rồi nhìn cây thước, rồi trả lời nhanh:

"Co hoc *reading*."

"*Reading* là cái gì? Phải nói bằng tiếng Việt."

"Biêt."

"Sao lại biết? Phải nói không biết? Mà *Reading* là gì? Hôm qua ngoại đã nói rồi, mau quên vậy hả?"

Thằng bé lúng túng. Ông già nhắc lại:

"*Reading* là đọc. Phải nhớ đó nghe."

Thằng bé gật đầu. Ông già lờ đờ nhìn bé:

"Không được gật đầu. Phải nói thành tiếng cho quen lưỡi, quen miệng."

"*Yes*, ngoai."

Ông già ngập ngừng trong giây lát, ho khan mấy tiếng, nói thì thầm một mình, Cái thằng này ẹ quá. Thôi, thủng thẳng rồi chỉ vẽ cho nó sau. Ông nhéo nhẹ vào tai nó. Nó biết ngay cái nhéo đó có nghĩa là chấm dứt cuộc hỏi han, "tra khảo". Nó nhoẻn miệng cười thành tiếng. Ông ngoại vui vẻ:

"Này, ngoại cắt lê con ăn đây."

"*Thank you very much.*"

Ông già gầm gừ trong cổ họng:

"Lại, lại, lại ... Thằng nhỏ khó dạy kia, phải nói tiếng Việt."

"*Yes*, cam on qua."

"*Qua* là cái gì. Phải nói *quá*. Mà cũng trật. *Very much* không phải là *quá*. Nói lại. Lần này mà còn trật, ngoại khê - không phải, khẻ – khẻ vô cái, cái ..."

Thằng nhỏ tinh nghịch giật cây thước trong tay ông và bỏ chạy vào phòng trong. Chắc chắn ông không thể nào đuổi kịp nó. Ông uể oải nhìn theo, không buồn kêu nó trở lại để "nói cho ra lẽ". Và giấc ngủ mệt nhọc đến với ông thật bất ngờ. Ông vẫn có cái tật đó, nhiều lúc đang trong câu chuyện với bạn bè hay con cháu, ông ngủ thiếp một giấc ngắn trước ngạc nhiên của mọi người.

Đứa cháu gái lớn nhất lại khác hẳn. Cô gái là con của dì nó, em gái của mẹ. Em nhưng lấy chồng trước, sinh con sớm. Nay đứa cháu đó đã vào Đại Học mấy năm.

Hồi còn nhỏ, chưa vào mẫu giáo, bé gái nói tiếng Việt hoàn toàn như trẻ con người Việt. Là vì gia đình bé sống tại một vùng người Việt cư ngụ. Nó còn nhỏ quá, ở trong nhà với ông bà nội suốt ngày, hoặc thỉnh thoảng được cho đi chơi gần nhà với trẻ con hàng xóm, đều chỉ biết tiếng Việt mà thôi. Buổi chiều bố mẹ đi làm về lại cũng chỉ nói tiếng Việt với nó. Bé có năng khiếu nói, nói tiếng Việt lưu loát, nhanh nhẹn, ngay từ bé. Năng khiếu đó càng phát triển khi bé lớn lên.

Nhớ hồi nó còn nhỏ xíu, độ bốn tuổi, có lần được cho đi thăm ngoại, và ở với ngoại hơn nửa tháng. Láng giềng của ngoại là người

Mỹ trắng, cũng có đứa con gái sàn sàn tuổi nó. Hai đứa bé gái làm quen nhau mau lắm, chiều nào cũng dắt tay nhau đi chơi quanh quẩn trong khu cư xá như hai đứa bạn thân nhau lâu ngày, nói chuyện với nhau tíu tít. Ông ngoại ngạc nhiên hỏi cháu gái:

"Con học tiếng Anh khi nào vậy? Con nói tiếng Anh với nhỏ đó hả?"

"Con không biết tiếng Anh."

"Lạ chưa. Vậy thì nhỏ đó biết tiếng Việt sao? Nó nói tiếng Việt với con?"

Bé gái cười ngặt nghẽo:

"Không phải. Nó nói tiếng Anh chứ, con biết mà. Nghe vui tai quá, con bắt chước nói lại. Nghĩa là con bịa ra nói đại, không ra cái thứ tiếng gì cả. Nó tưởng con nói một thứ tiếng nào đó. Vậy là hai đứa đều giành nhau nói trước, nói nhiều, chứ có nghe được nhau gì đâu. Đó là cũng là một thứ trò chơi của tụi con nít đó ngoại."

Ông già không nín cười nổi:

"Thế là chẳng ai hiểu ai nói gì cả?"

"Dạ, dạ. Nhưng, thật ra, tụi con cũng hiểu nhau khá nhiều mới lạ chớ. Con nói thiệt đó, ngoại có tin thì con nhờ. Không tin thì... thôi." Nói xong nó cười thiệt dễ thương.

Chỉ sau mấy tháng vào mẫu giáo, bé chuyện trò bằng tiếng Anh một cách dễ dàng với những đứa bạn tí hon. Qua lớp Một, nó nói như trẻ con Mỹ. Đồng thời cuối tuần nó được cho đi học những lớp tiếng Việt về hai môn đọc và viết. Nghe và nói thì nó quen thuộc quá rồi, khỏi cần học. Bây giờ cô đã trở thành một thiếu nữ duyên dáng, xinh đẹp. Đi học xa gia đình, cô nói tiếng Anh hoàn toàn như người Mỹ, cả dáng điệu lẫn ngôn ngữ. Nói tiếng Việt thì ai cũng tưởng rằng cô vừa từ Việt Nam qua đây thăm bà con, hay du lịch.

Năm nào cô gái cũng về thăm ông bà nội và bố mẹ vài ba lần tại San Jose. Cũng về thăm ông bà ngoại tại Orange County, nhưng không thường xuyên bằng.

Cô gái về thăm ngoại là cả một "biến cố". Trước hết, được đưa đi ăn nhiều nơi, nhiều món ăn Việt Nam mà cô bé rất ưa thích. Cô nói cô thèm lắm. Học tận miền Đông Bắc, ăn uống theo lối Mỹ lạt miệng, nhàm chán, làm cô nhớ ray rứt các món ăn Việt Nam, nhất là bánh bèo, bánh ướt, chả giò, bún thịt nướng. Phở hay bún bò Huế cô cũng thèm. Hủ tiếu nữa chứ. Cô cười, nói:

"Này ngoại có biết không? Chó ở bên này mà được ăn thức ăn Việt vài ba tháng là chê đồ ăn Mỹ luôn, con nói thiệt đó."

Lại được mấy đứa cháu ngoại khác còn bé bỏng của ông bà già tôn lên làm Chị Hai mặc dù, đúng theo phong tục Việt Nam, chẳng hạn đối với thằng bé nói trên, cái thằng nghịch ngợm "giật cây thước trong tay ông ngoại", cô gái phải gọi là anh - ông anh nhỏ hơn em 16 tuổi. Được đàn em đón mừng, quấn quýt, thương yêu. Chị Hai là nguồn vui, là người biết nhiều chuyện của nước Mỹ mà ông bà nội, ông bà ngoại, và cả bố mẹ có khi mù tịt. Chị Hai còn kể chuyện hay, biết nhiều bài hát, lại hát hay, nhảy múa cũng đẹp. Lâu lâu chị mới về một lần nên được cho phép tha hồ nói tiếng Anh với tụi em. Tụi nhỏ nghe như mật rót vào tai, đối đáp ro ro như nước chảy, chứ không "khổ sở" như khi phải "hầu chuyện" với ông bà ngoại. Và khi tiếp xúc với ngoại, chị lại nói tiếng Việt "như sanh như sứa". Mà "sanh", "sứa" là cái gì, chúng hỏi mà chị không chịu cắt nghĩa cho chúng biết.

Hôm nay chị Hai về thăm ngoại. Người con gái trên 20 tuổi, xinh xắn, cặp mắt hơi xếch, trong veo, người cao dong dỏng, giọng nói nhịp nhàng âu yếm. Bọn nhỏ gọi giọng Chị Hai là cái giọng *singsong*:

"Ngoại ơi, ngoại nhớ con không? Mà ngoại có hơi ốm đi đó, hơi gầy đi đó, ngoại ơi."

"A, a, con đã về rồi hả? Cứ tưởng chiều con mới về."

"Máy bay đổi giờ, tới sớm. Nhưng ngoại có nhớ con không cái đã?" Người con gái tươi cười nhắc lại. Ông già vội đáp trong tiếng ho ngắt quãng:

"Sao... sao lại không nhớ. Mà cả... cả hai thứ nhớ."

"Ủa, ngoại nói cái gì vậy?"

Ông già uống mấy ngụm nước trước khi trả lời:

"Một là không quên, hai là nhớ. Là cái gì nhỉ, nhớ tiếc chăng? Không phải, nhớ thương. Cũng không đúng."

Cô cháu vội đỡ lời:

"Tức là *miss* phải không ngoại. Con cũng nhớ ngoại... như vậy đó. Hai thứ nhớ."

Cô nắm chặt lấy bàn tay gầy guộc của ngoại, mỉm cười nhìn quanh:

"Về đây con thấy lại mọi thứ. Không có gì thay đổi cả, vui ghê. Đây này. Cái ghế hai chỗ ngồi rất xưa này vẫn nằm trước cái TV; cái ghế nệm dài kia vẫn kê dọc bức tường để ngoại nằm đọc sách, hay nghỉ trưa; bàn thờ Phật và Tổ Tiên thì vẫn ở phía bên trái, hai bóng đèn luôn luôn thắp đỏ, và nải chuối, và bình hoa. Mà ngoài kia nữa kìa, trên cái ban-công vẫn mấy chậu Aloe vera thiếu nước lá tím cong queo. Đúng rồi, năm nay vùng ngoại không mưa. Mà ngoại quên tưới nước chứ gì. Mọi thứ đều như xưa, vui quá, hay quá, ngoại ơi. Chỉ có ngoại... ngoại..."

Ông già thoáng chút ngạc nhiên:

"Con nói đi, ngoại thế nào?"

"Con có nói lúc nãy rồi, ngoại gầy. Sao vậy ngoại? Con có đem thuốc bổ về đây. Mà bà đâu hả ngoại?"

"Bà vừa đón thằng nhỏ về, rồi lái xe đi có chút việc."

"Thế nó đâu?" Cô buông tay ông ra, đứng dậy, nhìn đây, đó. "Ryan đâu?"

Ông già che miệng, kín đáo khẽ ho:

"Nó mới chạy trốn ngoại đó mà. Nghe tiếng chị Hai, nó chạy ra ngay cho mà coi."

Đúng như ông già nói, thằng nhỏ tay cầm cây thước chạy trở lại, miệng la to:

"A, a, chi Hai, chi Hai."

"Không phải. Sao lại chi Hai. Chị Hai chứ. Bé nói như Mỹ con, thua xa con hồi đó, phải không ngoại? Mà Ryan cũng chưa tới hôn chị đấy nhé."

Thằng bé bèn "ra giá" (nó có thói quen người nào muốn nó làm gì thì phải làm trước điều nó muốn):

"Keo, keo. *Then* hôn."

Chị Hai vừa mở ví lấy kẹo ra vừa nói:

"Chị có nhớ mua kẹo ngon cho Ryan đây. Mà Ryan đâu nhớ chi chị. Chỉ nhớ kẹo thôi."

Thằng bé vội vàng lột kẹo ra ăn, cũng chưa chịu hôn chị, đưa mắt nhìn tinh nghịch như thách thức, như muốn nói, Vâng em chỉ nhớ kẹo thôi. Cho thêm kẹo nữa em mới hôn, mới nhớ chị. Cô gái chẳng hiểu đâu vào đâu, nhìn bé chờ đợi, trong khi bé đi thụt lùi, "thụt cà lùi". Ông già sống cạnh bé nhiều, nên biết rõ hơn, ông thầm nghĩ. Ông nhớ lại mấy hôm nay khi nghe nói cô gái sẽ về thăm ngoại, ngày nào bé cũng nhắc tên cô gái. Ngoại hỏi nhớ chị Hai lắm hả, nó đáp *nho qua*. Ông thấy vui vui trong lòng, thế ra bọn nhỏ cũng biết thương nhau mà cứ "làm bộ". Nhưng ông lại nghĩ thêm trẻ con luôn miệng nói thế thôi, họa chăng chỉ nhớ mẹ, nhớ bố nếu bố không quá nghiêm khắc, và nhớ anh chị em ruột. Ngoài ra, chắc là... nhớ đó, rồi quên đó, rất hồn nhiên, cho đến một tuổi nào đó lớn lên bỗng biết thương, biết nhớ, biết "tương tư".

Tự nhiên ông cảm thấy mệt mỏi quá chừng, lẩm bẩm tự hỏi, Thế mình bây giờ thì sao nhỉ, có còn nhớ... nhớ cái gì... nhớ ai? Hay chỉ lãng đãng, mơ hồ, chập chờn, sương khói.

Như
Một Thoáng[8]
Của năm tháng phôi pha
Của mấy mùa rớt lại
Đốm lửa hắt hiu
Một nơi nào trong trí nhớ lang thang
Lời ca là đôi mắt
Điệu nhạc ngón tay buông
Những tà huy
Gió về cuối bãi
Con đường nhạt nhòa
Biển mãi mãi xa
...

"Ngoại ơi, ngoại ơi," tiếng người con gái lạc giọng. "Con đang nói đây nè."

Ông già thảng thốt:

"Ờ, ờ. Ngoại, ngoại đang nghe con nói."

Người con gái cố nén lòng xuống:

"Vậy con nói cái gì?"

---

[8] Nhan đề tập thơ của Vũ Hoàng Thư – Quê Mẹ - Paris - 2019

"Hả?" Ông già hơi ngượng, chậm rãi. "Độ rày ngoại hơi thiếu tập trung."

Cô gái phụng phịu:

"Tự nhiên ngoại bỏ lửng. Bỏ con lại một mình. Ngoại quên con."

"Này, con đừng giận ngoại. Ngoại độ rày... như vậy đó. Để ngoại kể..." Ông già ho lên sù sụ. "Để ngoại kể chuyện này cho con nghe..."

Người con gái chận lời:

"Từ từ rồi ngoại kể cũng được. Hay là khi nào ngoại khỏe rồi kể chuyện cho con nghe. Bây giờ con đưa ngoại vô giường nghỉ một chốc nhé."

Ông già cười buồn:

"Cháu của ông tập làm người lớn đó chắc?"

"Con đã lớn rồi chớ còn tập tành gì nữa. Nhưng với ngoại, con vẫn là bé tí nhé. Ngoại nghe lời con đi, vô nghỉ một chút xíu. Để con đi bắt nước..."

"Ngoại không sao đâu, thiệt mà. Nhưng độ rày ngoại vậy đó. Để ngoại... thủng thẳng kể cho nghe. Chịu khó nghe đi cháu."

Cô gái vẫn nhìn ngoại lo lắng.

Ông già, giọng rầu rầu, chen lẫn tiếng ho nhẹ.

"Một hôm lái xe đón Ryan về vào buổi chiều – thỉnh thoảng nó được trường cho đi đá banh ngoài giờ học, vào lúc 5 giờ chiều -- tự nhiên ngoại lại lái xe đi đâu đâu chẳng biết. Có lẽ đi lâu lắm, đi tìm cái gì cũng chẳng hay, mà cứ đi hoài. Thì ngoại lơ mơ nghe nó nhắc, *home, home*. Hai cái tiếng đó làm ngoại chợt nhớ bài hát ngày xưa, xưa lắm. Bài này ra đời cách đây hơn 200 năm thì phải, khi quê nhà của ông bà cha mẹ còn là nơi về của những đứa con, đứa cháu, ở phương Tây cũng như phương Đông mình. Nghĩa là đi đâu, đi lang bạt nơi nào, rồi cuối cùng cũng nhớ tìm về. Như chim bay đi suốt ngày đến chiều lại nhớ quay về tổ. Bài hát đơn sơ mấy chữ thôi, ngoại biết từ hồi con học Trung Học. Dễ nhớ."

Cô gái mắt xôn xao, pha chút lo âu, nói trong tiếng cười e dè:

"Vậy à? Chuyện ngoại kể nghe lạ lắm ngoại ơi. Mà bài hát tên gì? Ngoại hát cho con nghe đi."

Ông già lắc đầu:

"Không hát nổi đâu. Ráng lên giọng lỡ 'đứt dây chẳng' sao. Nó có tên *Home Sweet Home*. Ngoại nói thôi nhé, chứ không hát được đâu. Tiếng Anh nó như thế này *Mid pleasures and palaces, though we may roam/Be it ever so humble, there's no place like home/ A charm from …* Bài hát có mấy câu thôi, nhưng càng nghĩ đến nó, ngoại càng lái xe đi xa hơn, tai nghe văng vẳng, như trong khi đang chập chờn ngủ, tiếng hò, tiếng hát những ngày xa xưa khi ngoại chưa tới nơi này, và nó lẫn lộn trong tiếng gọi nho nhỏ *home, home* của thằng bé. Bỗng tiếng *cell phone* của ngoại réo lên, rồi tắt. Rồi lại réo lên dài. Ngoại sững sờ tỉnh người hẳn. Và hoảng hốt. Từ đó bà ngoại giành luôn việc đưa và đón bé."

Cô gái có vẻ xúc động, mắt ướt, lặng lẽ với tay rút chiếc khăn nhỏ từ trong ví ra, ngập ngừng không biết để làm gì. Ông già âu yếm nhìn cháu, nói tiếp:

"Từ đó, từ khi không được lái xe đón bé về, ngoại xuống sức thấy rõ. Ngồi xuống thì không muốn đứng dậy. Mà muốn đứng dậy, hai tay phải vịn vào thành ghế để đỡ cho đôi chân yếu. Đi bộ một mình ra đường cũng không dám. Ăn không muốn nhai, không muốn nuốt. Thế mà thỉnh thoảng cái chuyện xảy ra trong lần cuối cùng... tức là lần tới sân banh chở bé về lại quên về... nó ám ảnh, nó hiện lên trong trí nhớ. Và, và..."

Cô gái đỡ lời:

"Và rồi ngoại nghe bé nhắc *home, home*. Phải không ngoại?"

Ông già im lặng.

Cô gái dường như muốn thay đổi cái không khí ảm đạm đang bao trùm, liền mỉm cười, nói nhỏ nhẹ:

"Không, ngoại không yếu đâu. Trông ngoại còn mạnh lắm. Còn rất thanh niên. Ngoại hãy đứng dậy, để con đỡ ngoại đứng dậy, đo với con xem thử bây giờ ai cao hơn ai. Chắc cuối năm này con mới cao hơn ngoại. Ngoại coi chừng sắp thua con rồi đó."

Bé Ryan ngồi yên từ nãy đến giờ, miệng ngậm kẹo, mắt hết nhìn chị đến nhìn ngoại, chẳng biết có hiểu gì không. Thỉnh thoảng nó lấy cái thước khẽ nhẹ vào lưng ông già chọc ghẹo. Bỗng nó chen vào một câu, chẳng đâu vào đâu:

"*Home, home. Home* la nha, *I know.*"

"Ryan giỏi quá. Chị mua một cái *home* nhé, rồi chị đem em tới chơi." Quay qua ông già. "A, ngoại ơi, con cũng muốn có cái nhà. Nhờ Ryan nhắc con mới nhớ hỏi ý kiến ngoại."

"Ngoại sẵn sàng nghe đây." Cười xòa. "Ngoại nhất định sẽ không tự nhiên bỏ lửng đâu."

"Học xong, con đi làm để dành tiền rồi mua nhà." Khe khẽ hát, cố làm như trong lòng đang có điều gì vui lắm."*Oh, give me a home where the buffalo roam*. Ngoại biết bài hát đó không, bài *Home on the Range*?"

"Ngoại không biết. Vậy cái nhà của con phải nằm tại vùng núi đồi, hay truông trảng vắng vẻ, có trâu rừng đi lang thang?"

Cô gái cố cười thật tươi:

"Không phải đâu ngoại ơi. Con theo cái đà vui miệng hát chơi thôi. Con thích một ngôi nhà trên đỉnh đồi. Thỉnh thoảng có mây bay qua chạm vào chứ không như nhà ở dưới thấp. Chiều xuống, điện thắp sáng. Đi làm về từ xa lộ xa xa nhìn lên đã thấy nhà mình rực rỡ cả một vùng. Thích lắm." Nghĩ ngợi. "Mà nhà cạnh bờ sông, bờ suối cũng được. Có dòng nước chảy. Con thích cái chuyển động. Và sắm thêm mấy chiếc thuyền nhỏ và *jet ski*. Ngoại thấy sao? Được không?"

"Chắc chắn là được rồi. Vậy là con không thích nhà nằm giữa đồng bằng?"

"Không thích bằng. Nhưng nếu ở đồng bằng thì quanh nhà phải có vườn rộng trồng nhiều hoa và nhiều loại cây như nho, táo, hạnh đào. Có chuồng bò sữa. Và có ngựa."

"Nghĩa là con muốn làm điền chủ?"

"Không phải. Nhà nhỏ chứ không phải đồn điền. Sau này con sẽ làm dược sĩ cho một cơ quan hay công ty nào đó tại một thành phố lớn, đông đúc, chen chúc. Mỗi cuối tuần hay cuối tháng về thăm nhà một lần. Trên ngọn đồi, cạnh dòng sông, hay giữa đồng bằng như vừa nói. Đâu cũng được. Đó là con thích, mà có được hay không là chuyện khác. Thật ra cái thích đó cũng không xa vời lắm đâu, phải không ngoại?"

Cái không khí nặng nề trước đây đã vơi đi nhiều. Ông già băn khoăn:

"Nhưng ở nơi nào trên đất Mỹ này?"

Cô gái im lặng suy nghĩ khá lâu trước khi đáp:

"Con thấy ở đâu cũng được. Rồi con sẽ có gia đình. Ngoại ơi, con sẽ giới thiệu người đó với ông ngoại nghe. Và trước sau gì rồi cũng sẽ mua nhà. Sẽ mời ba má, ông bà ngoại và ông bà nội nữa, thỉnh thoảng về thăm nhà con khi nào con được nghỉ phép nhiều ngày. Trên xứ Mỹ này, đâu đâu cũng đầy đủ tiện nghi. Ở đâu cũng được. Như người ta thường nói, *'Bốn biển là nhà'*, phải không ngoại. Miền Đông, miền Tây có biển, có đại dương; hay miền Bắc lạnh, miền Nam ấm; con nghĩ con đều sống được. Chắc chắn thế. Rồi ở lâu ngày, gìn giữ. Nó sẽ biến thành ngôi nhà *Home Sweet Home*."

Ông chăm chú nghe, quên mệt nhọc, đăm đăm nhìn đứa cháu gái với chút ngạc nhiên, thích thú. Bỗng ông nghĩ, lúc ấy mình đã ra đi. Mong bố mẹ nó còn sống đi theo nó, đi tìm quê hương mới an vui. Bây giờ, đối với ông, căn hộ tiều tụy này sẽ là *home, sweet home* cuối cùng trong cuộc đời nhiều biến cố của mình. Ông cảm thấy như thế cũng yên một bề, và hài lòng khi nhận ra rằng cháu gái mới đó mà đã trưởng thành, đã có cái nhìn bình thản vào cuộc sống trước mắt.

Còn ông? Bình thường thì cũng không khác gì cháu gái mấy, cũng tạm gọi là an nhiên tự tại. Nhưng thỉnh thoảng, khi cơn "mơ ngày, mộng mị, mê sảng" xảy ra, thì miên man nhớ, nhớ mông lung, để cuối cùng nhớ câu thơ cổ, nhớ "cổng làng". Chẳng biết cái nhà ở nơi đâu khi chiều xuống. Vâng, cái thời khắc tranh tối tranh sáng đó lạ lắm. "Tranh" lúc bình minh lòng mình vẫn yên ổn, vui vui, nhưng "tranh" lúc hoàng hôn, khi cái tối lấn lướt dần, cái buồn rầu, nhớ tiếc sẽ lan tỏa ra rộng khắp. Thà tối hẳn, đèn sẽ lên. Hồi còn trẻ ông không có tâm trạng đó.

Ông lại nghĩ tiếp, mình có lẽ khác cô kỹ nữ suốt đời cô đơn, sầu muộn của nhà thơ mà mình yêu quý. Khi tỉnh giấc, cô giật mình đau xót:

Khi tỉnh rượu lúc tàn canh
Giật mình mình lại thương mình xót xa

Ông thì không phải thế. Khi "mê sảng", mới thấy bơ vơ./

Ngự Thuyết

NGUYỄN NGUYÊN PHƯỢNG
NHÀ THƠ LINH PHƯƠNG
VÀ TẬP THƠ "MẮT BIẾC"

Đó là tập thơ mà nhạc sĩ Ngọc Bích - người học trò cũ lúc tôi còn dạy ở Trung học Gò Công năm 73 gởi tặng.

Tập thơ của nhà thơ Linh Phương, một tác giả tôi chưa hề gặp dù tôi đã từng biết đến anh qua ca khúc phản chiến dữ dội "Kỷ vật cho em" mà nhạc sĩ Phạm Duy phổ thơ anh năm 70 từ bài thơ đăng trên báo "Độc lập" ở Sài Gòn. Ta cùng nghe lại âm vang thê thiết một thời ấy:

"Em hỏi anh, em hỏi anh bao giờ trở lại? Xin trả lời, xin trả lời mai mốt anh về... Anh trở về trên chiếc băng ca. Trên trực thăng sơn màu tang trắng... Anh trở về, đây kỷ vật, viên đạn đồng đen. Em sang sông cho làm kỷ niệm. Anh trở về, anh trở về trên đôi nạng gỗ. Anh trở về, bại tướng cụt chân. **(Để trả lời một câu hỏi – Linh Phương)**

Còn giờ đây là thi phẩm "Mắt Biếc" do nhà xuất bản Hội Nhà Văn tháng 5.2024.

Dày 300 trang, trên giấy trắng ngà. Bìa ấn tượng bởi đôi mắt (cháu nội của nhà thơ), to tròn nhìn đăm đăm như muốn nói điều gì...

Những dòng tiểu sử ngắn gọn của nhà thơ đã nói lên cuộc đời lang bạt, lắm thăng trầm của tác giả. Tên thật Đoàn Văn Nhơn sinh ngày 06.2.1949. Nguyên quán: Thừa Thiên, Huế; sinh quán: Sài Gòn;

trú quán Rạch Giá –Kiên Giang. Cũng cần nói rõ, mẹ của nhà thơ Linh Phương người Cần Thơ. Bà xã của nhà thơ là nhà văn Thanh Xuân - Hội viên Hội VHNT Kiên Giang.

Nhà thơ quê một nơi, sinh một nơi và trú tận cùng đất nước!

Đây là tập thơ in riêng thứ 6 của nhà thơ được bạn bè yêu mến, gắn kết với anh qua nửa thế kỷ chăm chút bản thảo góp tay hỗ trợ in ấn, phát hành.

Nhất là nhạc sĩ Ngọc Bích đã yêu thơ và phổ thơ anh hơn 20 bài thơ từ mối duyên văn nghệ (chị em kết nghĩa với vợ nhà thơ Linh Phương khi tìm đứa em thất lạc ở Cà Mau)

Một điều thú vị, ngoài tấm ảnh của anh chụp chung với nhạc sĩ Phạm Duy năm 2005 và ảnh gia đình; còn lại là 6 tấm ảnh của con gái, cháu nội được phân bổ đều minh họa cho tập thơ dụng ý làm nổi bật nhan đề thi phẩm (**Mắt Biếc**). Do vậy, khoảng 30 đến 40 trang ta lại thấy đôi mắt to tròn, đen láy nhìn xa xăm…

Cho nên cảm nhận của tôi bao trùm là tập thơ này là ĐẸP và TÌNH!

VẺ ĐẸP:

Giấy trắng ngà, dàn trang cỡ chữ, ảnh của nhà thơ, và con cháu xen kẽ minh họa. Đánh số từng bài thơ cùng ảnh những cành hoa nhỏ tinh tế (cách 10 trang đến 20 trang) làm cho người đọc không choáng ngợp khi giở đọc từng trang nối nhau chữ và chữ của hai trăm linh hai bài thơ và mười ca khúc do nhạc sĩ Ngọc Bích phổ nhạc.

CHỮ TÌNH:

Linh Phương từng nói về đời mình: "… *Sau năm 1975, đúng hơn là năm 1978, tôi từ Côn Đảo lang bạt kỳ hồ về Cà Mau, ba chìm bay nổi… không còn chốn dung thân dạt về Kiên Giang cho đến bây giờ. Có những lúc tôi chảy nước mắt khi tự hỏi: Tại sao người ta không sống với nhau bằng tấm lòng để cư xử với nhau tốt hơn…* Một "cuộc đời chịu nhiều đắng cay, khổ nạn". (*Người nuôi dưỡng ngọn lửa tình yêu cuộc sống cháy bỏng, trang 8 và 10 - Trần Hữu Dũng*)

Còn với nhà văn Nguyễn Cẩm Thy, Đoàn Văn Nhơn – Linh Phương người lính trận năm xưa khi về lại đời thường từng "trải qua chuỗi ngày dài đầy bi kịch". "*Bi kịch của người lính thất trận không* tháo chạy mà chấp nhận đối mặt với tù đày, cải tạo... và rồi, lưu đày nghiệt ngã trên mảnh đất quê hương mà mình hằng yêu mến". (Lời tựa viết cho Mắt Biếc của Linh Phương, trang 21).

Nhà văn dành 16 trang viết cho tập thơ "Mắt Biếc" khơi gợi, bám chặt cảm thấu và hít thở đủ đầy chữ tình của con người thơ và đời thơ Linh Phương.

Nhà thơ Vũ Trọng Quang cho ta hiểu đầy đủ về niềm đam mê thơ của Linh Phương từ lời tình thân của nhà thơ viết cho anh *"Tôi và Vũ Trọng Quang làm bạn với nhau hơn nửa thế kỷ... hoàn cảnh mỗi người mỗi khác, mỗi người một dòng thơ không giống nhau... nhưng chúng tôi vẫn nặng lòng cùng thi ca, nặng lòng từ thuở mới tập tểnh làm thơ cho đến nay đã hơn nửa thế kỷ - chúng tôi vẫn say mê như thời trai trẻ rất xa... rất xa"* (Mắt Biếc chưa phải là tập cuối cùng - trang 28, 29)

Quả thật như thế, *"bằng nỗi nặng lòng cùng thi ca... say mê như thời trai trẻ rất xa..."* Linh Phương đã gởi tặng đời, bạn yêu thơ tập thơ 200 bài – "Mắt Biếc".

Riêng tôi, chúng ta hãy để tâm hồn mình cùng xao xuyến với thơ Linh Phương:

Mắt biếc thương anh mắt buồn
Mưa ngâu thương anh mưa khóc
Theo chồng rẽ sang lối khác
Trái tim thành gió bay đi

Để lại một mối tình si
Dưới hàng quỳ tươi đầy mộng
Để lại em ngày mới lớn
Tóc thề che khuất bờ vai...

Mắt biếc thương anh mắt buồn
Sài Gòn thương anh muốn khóc
Môi ngoan ngọt ngào hương mật
Giòn tan ơi giọng thầm thì...

> *Mấy chục năm trời lận đận*
> *Khổ đau gánh hết một đời*
> *Mắt biếc thương anh vời vợi*
> *Bên đây chín đợi mười chờ.*
> **(Mắt biếc)**

Với Sài Gòn, một thời trai trẻ, yêu em, yêu thơ:

> *Buổi sáng ở đây anh nhớ Sài Gòn*
> *Thèm được ngồi bên em – đi hết phần đời còn lại*
> *Thèm hôn đôi môi – hôn đôi bàn tay – hôn đôi chân trần – đôi mắt khờ dại*
> *Buộc trái tim em nhoi nhói bao lần...*
>
> *Buổi sáng ở đây anh nhớ Sài Gòn*
> *Với những câu thơ dự phòng sắp tới*
> *Bởi sự dịu dàng trong anh làm sao níu nổi*
> *Nếu trái tim anh lạnh lùng vô cảm*
>
> *Đừng bật khóc khi nghe tin buổi sớm mai này*
> *Không còn sống về Sài Gòn – về thăm em lần nữa*
> *Đừng ân hận bởi vì do anh chọn lựa*
> *Khi quyết định cho mình quyền được chết vì yêu...*
> **(Buổi sáng ở đây anh nhớ Sài Gòn)**

Nỗi niềm đau đáu mà nhà văn Nguyễn Cẩm Thy đồng cảm, *"Bi kịch của một người con trai đi trả nợ non sông đến khi về nhà lại chịu cảnh mất vợ mất con. Bi kịch của người con không kịp về với cha trong phút lâm chung... Bi kịch của một anh hùng lỡ vận, làm một kiếp long đong, lang bạt, ngòi bút của chàng thư sinh phải vất vả mưu sinh..."* - trang 21

> *Mấy mươi năm ta chưa hề hận*
> *Dù bể dâu trôi dạt quê người*
> *Chuyện nhục vinh trôi như cơm bữa*
> *Vinh nhục nào mà chẳng nếm qua*
> **(Ta và em)**

> *Thưa ba! Con cúi đầu tạ lỗi*
> *Hương hồn ba ở cõi vĩnh hằng*
> *Tha thứ giùm đứa con lưu lạc*
> *Chưa lần về thắp nén nhang thơm*
>
> *Thưa má! Con cúi đầu tạ lỗi*
> *Nửa đời người xuôi ngược bỏ quê nhà*
> *Để má mỏi mòn trông với đợi*
> *Dấu chim biền biệt góc trời xa.*
> **(Con xin tạ lỗi Ba Má)**

Phận mình đầy nghiệt ngã, nhưng tình của nhà thơ gởi vào thơ vẫn thắm tươi, dạt dào xúc cảm:

> *Có phải chính em không mắt biếc*
> *Môi mỉm cười ngậm đóa Tường Vy*
> *Hai hàm răng đều như cắn chỉ*
> *Vạch nối mùa xuân với đất trời...*
>
> *Mắt biếc ơi đừng bao giờ chán*
> *Dẫu Tết về - thêm tuổi – thêm già...*
>
> *Vẫn là anh – vẫn là anh mãi*
> *Mang niềm vui hạnh phúc ngọt ngào*
> *Tặng mắt biếc mùa xuân yêu dấu*
> *Ngàn nụ hoa màu tím long lanh.*
> **(Mùa xuân và mắt biếc)**

tình nào hơn tình này:

> *Cầm tay anh lại muốn hôn*
> *Đôi chân nhỏ xíu trắng ngần thật xinh*
> *Thơm lừng mười ngón búp sen*
> *Xa lơ xa lắc mùi em vẫn còn*
>
> *Cầm tay anh lại muốn hôn*
> *Lưng trần và chiếc eo thon một thời*

Anh say đắm anh làm thơ
Anh điêu đứng giữa đôi bờ ngực em

Cầm tay mà nhớ như điên
Đuôi con mắt liếc thuyền quyên rất tình
Sài Gòn bỗng chốc lặng thinh
Khi nhìn hai đứa chúng mình hôn nhau.
(Nụ hôn rất Sài Gòn)

Và cũng không gì xác đáng hơn khi ta đọc những lời gan ruột của nhà thơ ở (trang 5) đầu thi phẩm:

Tôi làm thơ như là trả chút nợ đời
Cho những đớn đau hạnh phúc trong cuộc sống
Có thể là lời trối trăng khi tôi nằm xuống.
Có thể thơ tôi không hay
Nhưng vì cuộc sống này
Cuộc sống của riêng tôi
Như cần một tấm lòng
Một trái tim tuyệt vời
Biết yêu tôi
Và yêu thơ.
(Bộc bạch)

Thông tin từ các bạn thơ tri kỷ, "Mắt Biếc" là tập thơ cuối đời của nhà thơ Linh Phương sau những tháng ngày phải chống chọi với căn bệnh tai biến", đến nỗi khi được tin thi phẩm này được Hội Nhà Văn cấp phép anh đã khóc trên giường bệnh!
Nhưng nhà thơ Vũ Trọng Quang, người bạn thơ *"làm bạn với anh hơn nửa thế kỷ"* vẫn đoan chắc rằng: "Mắt Biếc" chưa phải là tập cuối cùng. Niềm tin và yêu quý bạn lấp lánh nở hoa!
Còn với chúng ta thì sao?
Xin mượn lời nhà văn trẻ đất Bạc Liêu bày tỏ: *"Linh Phương là thi nhân của tình yêu và là chứng nhân của tan hợp".*
Có lẽ, bằng nghị lực của người cảm tử quân năm xưa đã giúp ông vượt qua mọi khó khăn nghiệt ngã đời thường. Và cũng bằng chính tình yêu thiết tha với thơ ca, một lần nữa Linh Phương trút cạn nỗi niềm với

đời, với bạn bè thi hữu… qua 200 bài thơ trong tập "Mắt Biếc". (Nguyễn Cẩm Thy, bđd, trang 26)

Thay lời kết:

1. Mong rằng những dòng cảm nhận của người viết về đời thơ, tình thơ của người viết về tập thơ "Mắt Biếc" của nhà thơ Linh Phương chưa được chăm chút hoàn hảo vẫn được các bạn yêu thơ đón nhận.
2. Điều mong hơn nữa các bạn hãy ủng hộ thiết thực mua giúp tập thơ "Mắt Biếc" của Linh Phương:

    + Tập thơ "Mắt Biếc" dày 306 trang in trên giấy tốt, trình bày đẹp trang nhã.

    + Giá bán mỗi cuốn là 220.000 đ. Bưu điện sẽ gởi đến tận địa chỉ của các bạn.

    + Các bạn liên hệ các địa chỉ:

    (1) Vào Messenger của Ngọc Bích Do Pham hoặc Messenger fanpage của Nhạc sĩ Ngọc Bích (số ĐT: 0934836778).

    (2) Nguyễn Thị Thanh Xuân (bà xã của nhà thơ) địa chỉ 174/7 đường Đống Đa, phường Vĩnh Lạc, TP Rạch Giá, tỉnh Kiên Giang. ĐT: 0919244585

    (3) Vào Messenger của Nguyễn Nguyên Phượng, ĐT: 0985709426

Như đã nói đầu bài viết, tôi chưa có dịp gặp nhà thơ Linh Phương lần nào, chỉ biết và hết sức mến mộ anh qua ca khúc "Kỷ vật cho em " trước năm 1975.

Nhưng tin chắc rằng *"mọi duyên lành sẽ kết nối những người lương hảo "* (Nguyễn Cẩm Thy)

Nguyễn Nguyên Phượng
Sài Gòn – Gia Ray, ngày 20 tháng 8 năm 2024

NGUYỄN VĂN SÂM
Cái Vuốt Tóc Vô Duyên

1.
Người đàn ông trao đứa nhỏ cho người đàn bà mà mặt mày hùng hổ. Không chút âu yếm nào biểu lộ tình cảm của người chồng, người cha, cũng không có tới một chút ánh mắt xót thương của kẻ phải chia tay với người thân, anh bặm trợn ngó vợ con mình vừa che giấu sự vô cảm vừa như sẵn sàng huyết đấu với một sát thủ nguy hiểm. Một chút sáng đèn xa xa rọi lên khuôn mặt anh lờ mờ nhưng cũng rõ nét. Trẻ trung đẹp trai. Tóc dày, chảy chuốt đúng điệu. Cặp mắt kiếng cận gọng vàng càng tăng thêm vẻ trí thức. Thỉnh thoảng một ánh đèn xe Honda nào đó chạy ngang, rọi sáng mặt anh thì một chút bùng phát bất như ý hiện ra bằng cái nhăn mặt và cặp lông mày đậm nhướng lên, kéo dài ra hơn, biến dạng gương mặt thanh tú đi đôi chút.

Người đàn bà ôm đứa nhỏ vô lòng cứng chặt như sợ người đối diện đổi ý. Chưa quá tuổi hai mươi lăm, chị còn mặn mà tươi mát nhưng cặp mắt ướt rượt, cái nhìn xuống đứa con của chị thắm thiết biểu lộ một tình cảm khó tả, đó là sự pha trộn giữa tình thương bao la của người mẹ với đứa con đầu đời và nỗi buồn biểu lộ sự chán chường của một tuyệt vọng đầy ngỡ ngàng. Người đàn ông trong trận cãi nhau dài với vợ vẫn ngồi trên yên xe, chống một chưn xuống đất, không ngó đứa nhỏ sau khi trao, cũng không để ý gì tới cử chỉ của vợ mình. Kết thúc cuộc khẩu chiến là một câu hăm he của dân giang hồ ai nghe chắc cũng lùng bùng lỗ tai. Trước khi rồ máy xe phóng đi anh búng cái tàn thuốc đương hút về phía vợ, người đàn bà hoảng hốt phủi phủi rồi đứng lên ôm con bằng một tay, tay kia phủi lia lịa cho con.

Tôi ngó qua cái khe thiệt nhỏ của cánh cửa sắt, quan sát hoạt cảnh từ đầu tới cuối. Bàng hoàng khi nghe người thanh niên kia buông ra câu hăm dọa. Ứa nước mắt căm giận khi nhìn người đàn bà hoảng hốt phủi tàn lửa bay rớt trên mình con do cái tàn thuốc nhẫn tâm của người chồng. Xong xuôi chị ngồi xuống ở chỗ cũ, không ngó lên, đưa tay vuốt tóc con, thở một hơi dài. Mấy phút sau, chừng như nỗi buồn hơi nguôi ngoai, chị ngồi dựa lưng vô góc cột của tấm bảng ghi Khu Phố Văn hóa khóm 5 phường 10, ngó qua bên kia đường đọc hàng chữ nổi bật: *Toàn dân khu phố quyết tâm thực hiện nếp sống văn hóa mới* dưới đó treo đong đưa tấm băng rôn có mấy hàng chữ đỏ chói trên nền vàng: *Toàn dân hân hoan chào mừng đại hội... lần thứ... Quyết tâm tạo thành tích dâng...* Ngó theo ánh mắt chị tôi bỗng bật cười khan, chắc chắn rằng trong hoàn cảnh của chị sự hân hoan và sự quyết tâm ai đó gán cho chị chớ chị không có một chút tẻo tèo teo nào. Cái con số La Mã có chữ X chữ I tôi không chắc chị đọc được. Sự ngờ vực này có tánh cách thực tế vì gần hai mươi năm nay học sinh bỏ học quá nhiều và đa phần thầy trò dạy cũng như học đều chếnh mảng, làm cho có. Chắc chắn là có chị trong số đó.

Đứa nhỏ cựa mình, người đàn bà sửa lại thế nằm của đứa nhỏ, vuốt mặt con nhiều lần rồi thoa thoa lên trán con, thoa tới đâu thì ánh mắt chị chăm chú tới đó như để nhìn tường tận hơn từng phân nhỏ khuôn mặt con mình. Ánh mắt chị tha thiết như là tình mẫu tử có tác dụng thần kỳ làm tiêu tan nỗi buồn người ta dầu ở trong tình trạng thiệt là tuyệt vọng.

Đứa nhỏ lại cựa mình, nhắm mắt khóc lớn, phá tan sự tĩnh mịch của đêm giao thừa không pháo, không lân. Người mẹ vạch quần con quan sát rồi mở bọc ny lon ra lấy những thứ lỉnh kỉnh ra làm vệ sinh cho bé. Một vài người ở trong xóm đi chơi khuya về ngó phớt ngang hai mẹ con với cặp mắt thiệt bình thường như cả hai không hiện diện, như cái chỗ ngồi hiện giờ của mẹ con người thiếu phụ kia vẫn là cái khoảng trống của bao lâu nay mà nhiều khi còn là chỗ dựa lưng của một gói rác ai đó lén để.

Một hai phụ nữ trẻ buông cặp mắt thương hại nhìn qua cảnh tượng nhưng rồi cũng thản nhiên bước tới bấm chuông, vô nhà, khép cửa mà không quay lại, một hai cái chắc lưỡi thương hại họ cũng hà tiện không xài tới.

Ngó lên gương mặt thanh tú của người mẹ và nghe tiếng khóc khó chịu của đứa nhỏ tôi muốn làm một chuyện gì đó giúp họ, chẳng hạn như tặng một hộp sữa Vinamilk lạnh trong tủ đá, hỏi họ cần đi đâu thì sẽ kêu người xe ôm quen trong xóm đưa đi tôi trả tiền hay tốt hơn nữa thì cho chị ta vài ba trăm ngàn đỡ túng ngặt trong ba ngày Tết. Nhưng cuối cùng tôi chẳng làm gì cả mà trở vô tiếp tục ngồi hầu cái TV với những chương trình tuyên truyền trơ trẽn và nói dóc nhàm chán quá quen thuộc vì nhớ tới những chuyện không hay trong quá khứ: Người chồng của nạn nhân trở lại gây sự và nhiều khi đã đâm chết kẻ ơn nhơn tốt bụng đã lên tiếng khuyên giải xin đừng quá mạnh tay với vợ …

2.

'Mày có biết tao bực mình lắm khi về mà mày đã ngủ?'

'Đi từ sáng tới hơn giao thừa, vợ con nào đợi nổi?'

'Đó là những giao thiệp cần thiết cho sự làm ăn.'

'Nhưng ngồi nán thêm là do anh chủ động.'

'Sao tao về mà mày không cằn nhằn như mọi khi?'

'Tôi đã tuyệt vọng về sự biết điều của anh.'

'Tao muốn được tự do mà cũng muốn mày để ý đến sự đi về của chồng.'

'Đó không phải là tương quan vợ chồng'.

'Mày là má tao chắc!'

'Đó là sự tương quan chủ nhơn và nô lệ!'

'Tao làm ra tiền, tao phải xài theo ý tao.'

'Tôi đã phản đối điều đó bốn năm nay, bây giờ anh được như ý sao lại phàn nàn?'

'Im lặng là mày coi tao không có mặt, không còn quan trọng nữa!'

'Làm thinh vì thấy mình thất bại cải thiện một tình trạng.'

'Mầy nói tao hư hỏng ngu si, như má mày đã phán trước kia?'

'Anh tự biết, nhưng đừng đưa mẹ tôi vô chuyện này! Tôi lạy anh!'

'Giàu tiền ai cũng vậy, phải thể hiện bản sắc.'

'Nhưng mẹ con tôi như không có chồng, không có cha.'
'Bịnh sao cữ?'
'Anh cần người giữ nhà thì cứ đăng báo.'
'Mày kiếm chuyện để kiếm chỗ có tiền hơn tao biết! Mày là một thứ đĩ.'
'Xin nhẹ lời! Tôi ra đi vì tình vợ chồng như đã hết trong anh.'
'Ai nói? Tất cả chuyện mày cho là xấu tao cho là thể hiện quyền làm chồng.'
'Đó là một sự cướp đoạt trắng trợn quyền làm vợ.'
'Tao muốn mày mặc kệ để tao đối phó với đời, do đó phải tự do đi về.'
'Vậy thì tôi ở chỗ nào trong gia đình? Tôi còn ở với anh làm gì!'
'Mày văn hoa quá tao không hiểu? Nếu mày biến cái văn hoa đó thành những nụ cười thì tốt hơn.'
'Những nụ cười lả lơi moi tiền! Những nụ cười thân thiện moi rượu!'
'Còn hơn mặt chằm dằm bà chằn lửa của mày.'
'Vì vậy anh thường xẹt về nhà một chút rồi biến không kịp ngó tới vợ con.'
'Muốn tao bao la tình buồn thì bỏ thói cằn nhằn mà chú ý tới chồng hơn.'
'Cằn nhằn hay làm thinh là muốn anh đi đúng đường.'
'ĐM! Đừng cãi lý với tao. Chết à con!'
!!!!!!
'ĐM, mày đi rồi sau này có chết bờ chết bụi kệ mày, đừng vác đầu về nhà tao à nha!'
'Anh chửi mẹ tôi thì mặt mũi nào tôi còn sống với anh!'
'ĐM! Tao nói thiệt! Tao mà biết mày đi theo thằng nào thì cả ba đứa tụi bây bỏ mạng sa trường đó nhe. Có thể mẹ mày nữa không biết chừng. Bỏ mạng trong đau đớn, nhớ đó!'

3. Chừng một giờ sau tôi trở lên nhà trước, lén nhìn qua khe cửa thì người đàn bà và đứa nhỏ đã đi mất tiêu. Chỗ góc cột trở về tình trạng bình thường, không một chút gì còn sót lại về hình ảnh của người đàn bà đau khổ và đứa nhỏ tội nghiệp kia. Ngay cả dấu vết của miếng tã vệ sinh em bé cũng không có. Trống không tới tuyệt cùng. Nhưng càng nhìn vô khoảng trống không đó tôi càng bị tức ngực, đau lòng như có một trái núi lớn vô hình từ đó bay đè lên ngực tôi. Đêm Cuối Năm

thiên hạ *sống cho nhau, vì nhau* sao lại có chuyện người đàn bà bị xô vô hoàn cảnh phải ôm con đi lang thang trong bước đường vô định. Rồi chị sẽ đi về đâu!

Bàn thờ đã được đốt nhang, khói lùng tung trong căn nhà bít bùng tấp vô mắt khiến tôi nhớ tới hình ảnh người đàn bà ốm o, già nua, tay cầm cái ly cà phê đá, thường đi lang thang trên phố Bolsa mấy năm nay mà người biết chuyện ở đây xì xầm rằng hai thập niên trước cũng từng là một nhan sắc siêu hồn. Rồi người thiếu phụ trẻ măng kia sẽ ra sao với đứa con nhỏ trên tay cùng nỗi buồn nặng trĩu trong lòng. Lang thang những ngày Tết là chuyện nhỏ, lang thang suốt đời kéo lê theo đứa con còn hôi sữa trong nắng mưa là chuyện quá đau lòng. Tôi không dám tưởng tượng tiếp theo.

Tôi đốt thêm nhang trên bàn thờ - một hành động chính tôi cho là vô lý và thường phản đối - xá xá mấy cái cầu xin cho hai mẹ con người đàn bà không quen này được an lành, cũng là cầu xin người khuất mặt tha cho tôi cái tội chết nhát đã bỏ câu chuyện của họ để đi coi TV nên không thể giúp người cần được cứu giúp.

Cái câu hăm he rợn người đó làm chùng lòng thương người của tôi thì ít mà khiến tôi xót xa thì nhiều về sự lệch lạc nhơn cách của hai người này. Những tiếng cuối câu của người đàn bà như những cái chấm than lớn xộn. Tôi, tôi không tin rằng anh chồng có chỉ số IQ khiêm nhường kia hiểu được. Chắc chắn anh đã hiểu đó như những câu hỏi khiêu khích nên đã nổi máu giang hồ, một thứ giang hồ vặt chỉ đối với vợ con và người yếu đuối.

Tôi không cho rằng mình sẽ xui quanh năm vì mới qua Giao Thừa đã gặp chuyện đau khổ tới thương tâm và những câu nói dơ dáy phải nghe, trái lại tôi chắc rằng mình sẽ sáng suốt hơn vì học được bài học qua những cái *vuốt trán vô ngôn* của người mẹ với đứa con nhỏ: bất cứ trong trạng huống bi thảm nào, còn đứa con thì người mẹ vẫn có thể chịu đựng được, và chịu đựng một cách ngoan cường...

Tôi nhớ tới cái vuốt tóc đứa con nhỏ đương ngủ bằng cả một trời âu yếm của người đàn bà, không chú ý gì tới anh chồng hung tợn đương chống xe đứng ngó.

Nguyễn Văn Sâm

VŨ KHẮC TĨNH
Sinh Nhật Nàng

1.

Hai Bỉnh có thể quên đi tất cả mọi chuyện vụn vặt, vơ vẩn trong đời nhưng không thể nào quên hình bóng nàng. Từ ánh mắt, lời nói, nụ cười trong trẻo, và một chút hương thơm dịu dàng trên mái tóc. Tất cả đã nói lên sự khêu gợi đầy cảm xúc, là một thứ luôn luôn tìm ẩn trong Hai Bỉnh như một sự khởi điểm rất nhiều mỹ từ đẹp, mở ra những vùng tối tăm ra ánh sáng muôn màu sắc rực rỡ mà lâu nay trong trí Hai Bỉnh vốn dĩ đã tàn tạ lâu rồi.

Nàng đã nhiều lần đứng trước gương, chợt cảm thấy thân thể mình như trái táo chín mọng, khêu gợi niềm kiêu hãnh và tự hào về giá trị đích thực của mình là con gái nhà giàu sang, kín cổng cao tường không một ai có thể dòm ngó vào đó được, trong số đó có Hai Bỉnh một công chức làm ở công ty nhà nước, đành phải chịu lép vế trước những chàng trai con nhà giàu ở Sài Gòn luôn tìm cách chọn mặt gởi vàng.

Thời gian vùn vụt trôi qua, trôi qua. Tuổi thanh xuân của nàng đã rơi đâu đó trên những con đường mai danh ẩn tích, hay đã rơi đâu đó trên con đường mà nàng hay đi tha thẩn một mình ngoài vườn cây xanh thoáng đãng đầy hương hoa, nơi mà nàng vui với suối nguồn tươi trẻ chảy luân lưu trong khắp các mạch nguồn lan tỏa trong từng tế bào. Nàng hầu như được sự cảm nhận sức sống đang cuồn cuộn dâng hiến cho mình và cho đời.

Mỗi lần nàng đứng lại săm soi trong gương, khi đã tắm xong. Ánh trăng soi rọi xuống tràn vào cửa sổ một thứ màu bàng bạc vàng, óng ánh như những giọt sương còn đọng lại trên lá dưới ánh nắng mặt trời buổi sớm mai. Những giọt trăng lấp lánh hắt ra thứ hào quang chiếu sáng trên tấm thân nàng, bờ ngực còn vương những giọt nước mát lạnh, dù bờ ngực nàng không còn căng tròn đầy đặn như thời tuổi dậy thì cách đây mấy năm rồi, nếu ta nhìn kỹ vẫn còn đường nét với những đường cong uyển chuyển tuyệt diệu. Nàng đưa tay vuốt nhẹ thân thể, vân vê bờ ngực. Ngạc nhiên thấy hình như không lộ ra dấu vết xơ cứng hư hao nào. Không lẽ trong một khoảng thời gian dài nàng bị bệnh tim nằm ở bệnh viện, đã vắt kiệt sức lực, hấp hối trong cơn mê hỗn loạn về tinh thần và thể xác, tạo nên một khoảng trống trong tâm hồn. Cũng may nàng là một trong số người hiếm hoi con nhà giàu sang, được gia đình bồi bổ thuốc men mới lấy lại sức khỏe một cách nhanh chóng...

Nàng giờ đã cảm nhận được mọi thứ nẩy nở trên cơ thể mà tạo hóa đã ban tặng, cũng dần dần định hình trong hình tượng nghệ thuật, với nét vẽ tài hoa của một họa sĩ nào đó chẳng hạn...

Nàng có thói quen mỗi buổi sáng thức dậy sớm nấu nước sôi pha trà cho cha mẹ xong, xỏ chân vào giày đi bộ lòng vòng quanh khu vườn chật ních tiếng chim sẻ kêu ríu rít, vươn vai, ưỡn ngực làm một vài động tác hít thở không khí vào lồng ngực, nên không thấy được mọi sinh hoạt ồn ào, náo nhiệt bên ngoài đường đầy những khói bụi...

Vậy thôi, nàng cảm thấy đời còn dễ thương, có mong chờ một điều gì đó tốt lành hơn nữa.

Rồi những niềm vui hân hoan như chợt đến mỗi ngày, từ những bước chân đi bộ, lấy nước trong hồ chứa tưới cây kiểng, hay đứng ngắm những giò lan mới nở hoa màu sắc sặc sỡ, đến giờ vô nhà thì đọc sách đã thành thói quen rồi. Nàng xem đó là cái lạc thú, làm gì thì làm cũng bỏ ra một ít thời gian rảnh rỗi để đọc sách, một thú vui vô tiền khoáng hậu. Trên kệ sách của nàng lúc nào cũng có sách thiếu nhi, truyện viết cho tuổi mới lớn, hầu hết là truyện ngắn, truyện dài của nhà văn Nguyễn Nhật Ánh. Nàng nói là nàng thích đọc truyện của Nguyễn Nhật Ánh, nhà văn luôn viết hồn nhiên bay bổng trong không gian và thời gian đầy những màu sắc lung linh...

Rồi cũng có lúc nàng đang đọc lỡ dở một quyển sách, nàng khép sách lại, ngồi nhìn những chú chim sâu từ đâu bay về sà xuống cây mận hút nhụy hoa, kêu lên một vài tiếng ríu ra ríu rít nào đó rồi bay đi, để lại một không gian bị tác động cùng một lúc nhiều loại âm thanh, nhiều màu sắc rực rỡ và tươi trẻ nghe rộn rã cả một góc vườn. Tưởng như nơi đây là miền quê hoang dã chẳng khác gì mấy...

Nếu nàng chịu khó góp nhặt mỗi ngày một ít những việc nàng làm, rồi đem viết nhật ký hay ghi chép lại những cảm nhận thì ít nhiều chi cũng được cả trăm trang giấy.

2.

Nói đến Hai Bỉnh, là nói đến chàng thanh niên trên dưới ba mươi tuổi, một công chức làm trong công ty nhà nước, làm việc xa Sài Gòn cả chục cây số, lương bổng trên dưới sáu triệu đồng một tháng, nhưng sống một cuộc sống rất phóng khoáng, đam mê đàn hát. Ngoài ra, nói đến mê gái là số một, trong số bạn bè hầu như người nào cũng biết. Vậy mà lạ, đến giờ này Hai Bỉnh vẫn chưa có một mảnh tình rách để chiêm ngưỡng. Dù trong thời gian qua có rất nhiều cô gái thấy thích Hai Bỉnh có chút tài vặt đàn hát, thích cái tính đàn ông của Hai Bỉnh, nhưng anh ta phớt lờ mọi tình cảm của mấy cô gái dành cho mình, Hai Bỉnh cũng không mấy bận tâm làm gì... Nhưng Hai Bỉnh lại mê muội nàng, con nhà giàu sang ở Sài Gòn, kín cổng cao tường, nghe mới lạ chứ. Chỉ có trời mới biết.

Trong một lần nàng bị té xe trên đường Pasteur, lúc ấy có mặt Hai Bỉnh ở đó. Hai Bỉnh đưa nàng đến trạm y tế băng bó vết thương trầy xước ở tay. Dẫn chiếc xe Vision của nàng vào lề đường gởi chỗ giữ xe, còn nàng gọi điện thoại về nhà báo tin. Trên đường đi Hai Bỉnh chỉ biết nhà nàng ở đường Bà Huyện Thanh Quan. Một ngôi biệt thự kín cổng cao tường phía sau nhà có khu vườn rộng, đến tên nàng Hai Bỉnh cũng không biết. Lúc đó Hai Bỉnh cũng không muốn biết tên làm gì nên không hỏi nàng. Nàng đứng đợi dăm phút thì người nhà đến đón nàng về... Hai Bỉnh chỉ biết sơ sài về nàng, vì chuyện xảy ra ngoài đường rồi thôi, đường ai nấy đi. Ai dè sắc đẹp nàng toát ra vẻ dịu dàng, ăn nói rất có duyên đã làm Hai Bỉnh bị ám ảnh mãi khi về lại nhà, đâm ra mê nàng lúc nào không hay. Sắc đẹp nàng hớp hồn Hai Bỉnh từ ngày ấy...

Công việc làm cũ, kiến thức cũ, bạn bè cũ, nhưng môi trường sống và nàng thì mới toanh như mới hôm qua. Hai Bỉnh thảng thốt buột miệng gọi nàng giữa mênh mông trời đất.

Đến lúc ngồi lại nhẩm tính ra tuổi đời, tuổi nghề, đáng lý ra Hai Bỉnh đã có vợ con lâu rồi mới phải, như mấy anh bạn của Hai Bỉnh vợ con đùm đề. Hiện giờ, với cái tuổi này Hai Bỉnh vẫn còn phong độ và lịch thiệp, chưa đến nỗi già. Thời gian qua trong những cuộc nhậu hay đi uống cà phê với bạn bè, không tránh khỏi những lời chỉ trích mang tính xây dựng là Hai Bỉnh phải lấy vợ chứ không thể đi lông bông hoài như vậy được, vợ là chìa khóa giữ tiền mới yên tâm mà sống được. Bạn bè gợi ý như vậy, nhưng Hai Bỉnh để hết ngoài tai. Nhiều khi Hai Bỉnh bực mình nói lớn tiếng:

- Kệ tau, tụi bay rảnh việc thì kiếm chuyện gì khác mà làm để lấp cái khoảng trống, chứ ngồi nói những chuyện không đâu vào đâu đó có ích gì?

Nói thì có vẻ bất cần. Vậy mà, đến giờ này Hai Bỉnh vẫn còn giấu phăng cái si tình cố hữu của mình một cách kín đáo. Thời gian qua, Hai Bỉnh đã trồng hàng loạt cây si trước cổng nhà nàng. Hai Bỉnh im lặng khiến bạn bè bối rối, bằng những câu hỏi ngớ ngẩn xoay quanh câu chuyện về nàng. Lâu nay bạn bè, đồng nghiệp vào sinh ra tử, nằm gai nếm mật, lang thang lếch thếch đi tìm việc làm, nên có mối thâm tình chí cốt với nhau, nên nhóm bạn của Hai Bỉnh ngồi lại chia sẻ, quan tâm góp ý với nhau vậy thôi...

Hai Bỉnh không cho phép mình tận hưởng những giây phút rỗi rãi riêng tư đời mình cho một ai biết, nhất là chuyện tình cảm trai gái với nhau. Hai Bỉnh cũng không cho phép mình len lỏi vào những câu chuyện vô thưởng vô phạt của bạn bè, sau nhiều lần trôi ra khỏi những câu chuyện đời nhạt nhẽo vô hồn, thường là những mối tình ba lăng nhăng không ra gì. Đến giờ này Hai Bỉnh cũng không giấu được nỗi sợ hãi cay đắng trong cuộc đời tưởng chừng như hạnh phúc.

Trong một lần ngồi uống cà phê ở quán Elen đường Võ Văn Tần Sài Gòn. Hai Bỉnh ngồi chờ một người bạn nhưng người bạn đó không đến. Hai Bỉnh chuẩn bị đứng dậy ra về, bất ngờ gặp lại thằng bạn học cấp ba hồi xưa ngồi ở bàn phía trong quán. Người bạn đó giờ là giáo viên dạy toán lớp Mười Một. Qua câu chuyện xã giao trong môi trường sống hằng ngày, anh bạn nói với Hai Bỉnh sắp tới có cô học trò cũ, hồi học lớp Mười Một cách đây mấy năm rồi, sẽ tổ chức buổi tiệc sinh nhật tại nhà. Anh bạn có nhã ý mời Hai Bỉnh cùng đi dự tiệc cho vui. Mới nghe qua, Hai Bỉnh nói lời từ chối, có quen biết chi với cô bé đó mà đi. Anh bạn nói cần gì quen hay không quen, chưa quen biết đi gặp mặt sẽ quen thôi.

- Mày là bạn học với tau. Tau mời có được không?

Vì anh bạn biết Hai Bỉnh là một tay chơi đàn guitar và hát rất hay, đến đó để góp vui cho bữa tiệc sinh nhật cô học trò thêm phần hào hứng và sinh động. Lúc nhận thiệp mời cô học trò có nói với anh bạn...

- Bạn thầy có ai đàn hát hay, thầy mời hộ em

Anh bạn thấy đây là cơ hội hiếm có, không mất công đi tìm mà gặp âu đó cũng là cái duyên hội ngộ.

Hai Bỉnh nãy chừ ngồi nghĩ mông lung, và đồng ý chấp nhận đi chơi với anh bạn. Như có linh tính mách bảo, Hai Bỉnh như mở cờ trong bụng, cứ đi, biết đâu ông trời trên cao có mắt giúp mình có cơ hội đến nhà nàng thì sao, biết đâu được...

3.
Bữa tiệc sinh nhật thật đặc biệt.

Hôm đó là buổi chiều Chủ nhật, trước đó có một cơn mưa rất lớn, gió thổi mạnh nghe vù vù trên những hàng cây ven đường. Tưởng đâu cơn mưa sẽ kéo dài đến chạng vạng tối, nhưng không, khoảng bốn giờ chiều trời tạnh ráo, ánh nắng chiều vàng nhạt rơi vung vãi trên khắp các nẻo đường.

Anh bạn nói với Hai Bỉnh:
- May là hôm nay cơn mưa không kéo dài. Chỉ là một cơn mưa trái mùa nên đứt mạch mưa sớm là phải thôi. Thời tiết mát mẻ như vậy là quá tốt.

Anh bạn và Hai Bỉnh đến nhà nàng với một lẳng hoa hồng nhung tươi thắm. Hai Bỉnh quá bất ngờ không thể tin vào mắt mình, phía trước mặt là ngôi biệt thự từ từ hiện ra rõ mồn một. Hai Bỉnh tỏ ra chân tay luống cuống như đứa trẻ, mất bình tĩnh. Anh bạn ngạc nhiên hỏi:

- Có gì xảy ra làm vướng chân mày hả?

Hai Bỉnh lấy lại bình tĩnh:

- Tự nhiên nghe khó chịu trong người. Không có gì đáng lo, trí óc tau bây giờ bất thường lắm..

Hai Bỉnh nhìn ngôi biệt thự, thở phào nhẹ nhõm, nói thì thầm trong miệng:

- Ông trời có mắt, đã tạo cho mình cơ hội để gặp nàng.

Thầy và trò gặp lại nhau trong cái bắt tay thân mật và nồng ấm. Anh bạn giới thiệu Hai Bỉnh với cô học trò. Nàng bắt tay Hai Bỉnh, hình như nàng không nhận ra Hai Bỉnh là người đã đưa nàng đi băng bó vết thương trầy xước ở tay ngày ấy lâu lắm rồi. Nàng vô tình không nhớ hay cố ý lãng quên. Có lẽ lâu quá nàng quên bẵng chứ không đến nỗi tệ bạc đâu? Hai Bỉnh tự trấn an mình như vậy nhưng trong đầu vẫn nghĩ lan man... Ừ thôi, bỏ chuyện đó đi nhắc lại chuyện cũ làm gì cho rối rắm thêm cũng chẳng ích gì?

Nàng xin phép thầy và Hai Bỉnh, bận đi tiếp khách mới vào, nên không ngồi trò chuyện được lâu.

Hai Bỉnh chưa bao giờ nghĩ rằng sẽ có một ngày nào đó mình bước chân vào ngôi biệt thự sang trọng này. Ngôi biệt thự khang trang, lộng lẫy làm cho Hai Bỉnh choáng ngợp. Nàng đẹp ở ngôi biệt thự này là xứng rồi. Mình đâu có cửa để vào chỗ này. Hôm nay sinh nhật nàng, mình cứ vui cho thỏa thuê. Hai Bỉnh nâng ly mời anh bạn và mọi người ngồi chung trong bàn.

Hai Bỉnh mải lo nói chuyện với anh bạn, không để ý trên bức tường ở giữa bên phải chỗ ngồi, nơi đó có treo một tấm băng rôn nội dung: "Chúc mừng sinh nhật Lan Chi". Hôm nay Hai Bỉnh mới biết tên nàng là Lan Chi, một cái tên dễ nhớ và đẹp...

Chị MC đại diện cho gia đình đứng trên sân khấu dõng dạc tuyên bố:

- Để góp vui trong bữa tiệc sinh nhật Lan Chi hôm nay. Xin mời tất cả các anh chị ngồi đây đăng ký bài hát. Tôi sẽ lần lượt mời lên sân khấu.

Anh bạn đứng lên giới thiệu Hai Bỉnh là người đầu tiên đàn hát góp vui...

Hai Bỉnh cúi đầu chào quan khách và có đôi lời chúc mừng sinh nhật nàng.

- Để góp vui trong ngày sinh nhật Lan Chi. Tôi xin đàn hát bài "Chiếc lá cuối cùng".

Hai Bỉnh hát xong bài hát trong tiếng vỗ tay vang dội. Nàng cầm đóa hoa hồng nhung lên sân khấu tặng Hai Bỉnh và có lời khen rất chân tình...

- Anh đàn hát bài này hay quá, em rất cảm động...

Đây là lần thứ hai Hai Bỉnh chạm vào bàn tay ngà ngọc của nàng, Hai Bỉnh nghe một chút lao xao trong lòng. Ước gì cầm trọn bàn tay nàng lâu hơn. Hai Bỉnh định cúi hôn lên trán nàng nhưng còn e ngại... nên thôi, không có ý định đó nữa...

Hai Bỉnh về lại chỗ ngồi với anh bạn. Hai Bỉnh hỏi anh bạn bài hát vừa rồi nghe có được không?

Anh bạn xoa tay khen đáo để:

- Mày hát bài đó hay lắm. Nhưng ngày sinh nhật sao lại chọn bài đó để hát.

- Quá bất ngờ, đáng lẽ ra mi phải cho biết trước để tau chuẩn bị tư thế, may là bản nhạc đó tau thuộc, lâu rồi có hát hò gì đâu? Lo làm ăn nên quên hết mọi thú vui âm nhạc.

Anh bạn và Hai Bỉnh ngó mặt nhau cười, và nâng ly uống cạn hết ly bia...

Cuộc tiệc rượu cũng sắp tàn. Anh bạn và Hai Bỉnh chuẩn bị ra về... Hai Bỉnh liếc mắt nhìn nàng. Hình như nàng không còn đủ sức, thấy sắc mặt nàng nhợt nhạt không còn tỉnh táo, nàng uống bia nhiều quá.

Nàng nói nàng không còn hồn vía để tò mò đặt câu hỏi về người bạn của thầy ở đâu, làm nghề gì có giọng hát hay quá... Nàng xúc động thật sự. Hai Bỉnh đứng ngây người chẳng biết nói gì?

Anh bạn thấy cô học trò quá mệt mỏi, hối thúc vô nhà nghỉ ngơi...

- Em đi vô nhà đi

- Không sao đâu thầy! Em tiễn thầy và anh đây ra cổng

rồi em sẽ vô nhà.

Hai Bỉnh đứng như trời trồng, trông đờ đẫn như người mất hồn. nhưng vẫn cố giữ vẻ bình tĩnh đứng nép mình bên cạnh anh bạn, lấy đó làm chỗ dựa tinh thần.

Trên đường về, Hai Bỉnh nghe anh bạn nói:
- Cô học trò đó đáng lẽ ra đi du học bên Úc lâu rồi nhưng vì dịch Covid-19 xảy ra toàn cầu nên cô ta gác lại chuyện đi, ở nhà gần hai năm rồi. Con nhà giàu nhưng sống rất dễ thương hòa đồng với mọi lứa tuổi. Cha mẹ cô ta rất khắt khe nên không một ai dám vô nhà gặp cô ta được.

Hai Bỉnh nghe câu được câu mất nhưng vẫn hiểu ra mọi vấn đề. Hai Bỉnh nghe choáng váng, tưởng chừng như cả bầu trời sụp đổ.

Đêm đó Hai Bỉnh nằm trằn trọc mãi không ngủ được. Ngày hôm sau Hai Bỉnh nghỉ trọn một ngày không đến công ty làm việc. Hai Bỉnh nghe văng vẳng bên tai câu răn đe để đời mà thiên hạ từng nói mỉa mai, "Mơ leo cao cũng có ngày trượt chân vấp ngã trên đường tình lúc nào không hay..." Không biết có người nào đã vấp ngã chưa làm sao mà biết được!? Nhưng hôm nay Hai Bỉnh chính mắt thấy mình trượt chân vấp ngã trong ngôi biệt thự của nàng...

Nhờ vậy, Hai Bỉnh mới chịu mang sính lễ lên đường cầu hôn... Cũng còn kịp...

Vũ Khắc Tĩnh

Tranh Khánh Trường

HUỲNH THỊ QUỲNH NGA
Về Xanh Trong Gió Thơm

Em xếp vào ban mai
Một mặt trời mới mọc
Những tia nắng hôm nay
Nhớ hạt mưa ngồi khóc

Những chiếc gió tuổi thơ
Trôi thênh thang thuyền giấy
Em cầm trăng mười ba
Gieo xanh màu mắt ấy

Những hạt vàng phù sa
Trổ đỏ giấc đồng bằng
Em nghe những loài hoa
Về trẩy hội dưới trăng

Tuổi nào tuổi nào trôi
Những dòng sông như lụa
Chảy xanh bốn mùa vui
Cánh đồng vàng sóng lúa

Trăng nghiêng hay diều nghiêng
Về góc trời ngây ngô đó
Những bài đồng dao xanh
Và những câu chuyện nhỏ...

Tôi như về trong tranh
Những lời ru hiền như cỏ
Nhớ dáng mẹ nhớ bóng bà
Về xanh trong gió thơm... ■

THANH TRẮC NGUYỄN VĂN
Hoàng Hôn Quê Nội

Vẫn còn đó những vui buồn
Mây chiều rụng xuống đám chuồn chuồn bay
Ra đồng vấp ngọn cỏ may
Lên đồi vấp mảnh trăng gầy diều thu.

Sen tàn giận gió đi tu
Cơn mưa ướt nhớ ươm u ám về
Vác cần vướng cỏ chân đê
Thả dây cá cắn câu thề đứt đôi...

Vẫn còn đó lục bình trôi
Con bìm bịp gọi bỗng bồi hồi đau
Con thuyền vẫn chở ca dao
Cánh cò vẫn chở ngọt ngào lời ru.

Đồng xa vẫn tiếng chim gù
Đoàn người gánh nắng bội thu thóc vàng
Đàn trâu nện móng đường làng
Có con nghé ngọ lạc đàn ngô nghê.

Vẫn còn đó giọng cười quê
Câu hò lảnh lót nghe mê mẩn người
Nhà ai bếp đỏ hồng tươi
Lửa reo lách tách vọng lời hư không...

Nội đâu còn nữa mà trông
Lũy tre cong, dáng lưng còng thân thương
Người về hạt lệ như sương
Ngồi nghe mạch đất quê hương thì thầm... ∎

TÔN NỮ MỸ HẠNH
Mưa Ngoài Cửa Lớp

1-
Mưa ngoài cửa lớp – Mưa ơi
Có mang hạt nhớ gởi người ta thương
Một mình chuốt sợi tơ vương
Giăng qua phố cũ quãng đường thân quen.

Hạt nào vướng sợi tóc em
Hạt nào khắc chữ buồn tênh tuổi mình
Hạt nào xao xác lặng thinh
Hạt nào in tạc bóng hình chon von.

Môi người phượng đỏ vàng son
Thơm trong hơi thở ai còn nhớ ai
Góc bàn nét chữ nhòa phai
Mờ trong năm tháng tóc mai còn dài?

2-
Mưa ngoài cửa lớp – Mưa bay
Hình như ai đó vẫn hoài nhớ nhau
Ngẩn ngơ mây xám trên đầu
Tiếng mưa dìu dặt chênh chao phận người.

Lặng nhìn chiếc lá chơi vơi
Về đâu nguồn cội đã rời xác thân
Gió lùa lướt thướt ngoài sân
Trong lời giã biệt ngại ngần lên xanh

Chỉ còn nỗi nhớ loanh quanh
Chỉ còn khung cửa tháng năm muộn phiền
Tìm đâu vạt nắng bình yên
Khoảng trời tháng chín rất mềm sắc hoa.

3-
Mưa ngoài cửa lớp – Mưa xa
Nghe trong chớp bể nhạt nhòa dấu chân
Trong mưa âm vọng phù trầm
Mấy điều chưa kể đôi lần tìm nhau.

Hồn nhiên như thuở ban đầu
Thấm từng hương vị ngọt ngào tinh khôi
Vẫn còn nồng ấm làn môi
Tóc thơm sao nỡ một đời lại quên.

Một ngày đánh mất tuổi tên
Tháng năm giữ lại nỗi niềm riêng tư
Mưa từ huyễn mộng thiên thu
Về qua dâu bể phù hư gọi mùa.

4-
Mưa ngoài cửa lớp – Mưa xưa
Lao xao sỏi đá dấu thưa mất người
Tìm trong khoảnh khắc buồn vui
Hồi sinh tuổi mộng một trời thần tiên.

Biếc xanh ngọn cỏ ngoan hiền
Chút mưa chút nắng mắt huyền dễ thương
Thả trôi vào cõi miên trường
Người về gọi nhớ con đường hoàng hoa

Long lanh từng giọt ngân nga
Phố dài khuất bóng người xa ngút ngàn
Có người ngồi đợi mưa tan
Tôi ngồi tôi đợi thanh xuân quay về ∎

NGÃ DU TỬ SG
VỀ ĐỂ NHỚ

Này em nhé, bao nhiêu năm mùa trăng vẫn đẹp
Em hồn nhiên từ độ biết yêu người
Ta chợt nhớ mùa trăng xưa thơ mộng
Cùng bên nhau hỏi lại chuyện cuộc đời

Em lộng lẫy như nàng tiên cổ tích
Ta vẫn hoài mơ ước cánh chim bằng
Bay khắp cả vùng trời trên Tổ quốc
Sẽ một ngày viết lại áng thơ văn

Ngày xuân ấy đi trên đường náo nhiệt
Rồi tiễn đưa ánh mắt đọng chút buồn
Trái tim anh ngập hồn trong thương nhớ
Em quay về, nhịp thổn thức còn vương

Em áo đỏ trong mắt ngày lộng lẫy
Phải giai nhân của Du Tử Sài Gòn
Về sẽ nhớ ngày xuân còn trước mặt
Trang thơ tình còn đọng một dấu son. ■

NGUYỄN HÒA TRƯỚC
Hóa Trang

(gửi anh Trịnh Y Thư)

Đìu hiu đến cả cái quên
động thân chút nới dây phiền cuộc sinh
đêm nâu cho đóm mượn bình
bóng đi khuất sẽ gọi linh hiển về.

Thảo hài gió buộc đuôi che
sóng tăn tắn liếm ngực bè kim ngân
cánh khoe sáo gập đồi không
lưng gai trổ vĩ âm bồng trắng tơi.

Em phù thuật thả nắng chơi
lạc hang tôi vốn ẩm vời vợi sương
nghịch lay hông cánh cửa luồn
lách ra cô nhện trần đương mắt nhìn.

Một da mười tóc một nghìn
lỗ chân lông nhột diễm tình lộng dung
một mị yêu rất lạnh lùng
lược tơ quấn sợi nhập nhùng tảo rêu.

Bút tưa chấm trợt mắt diều
lối tra sỏi ngỗng mẻ chiều tiểu khê
tự hư vân khói bộn bề
em luân vũ búng ngón nghê thường vào.

Phong nhiêu vườn mới trinh hao
ả vong nhân ngủ giậu ao lưỡi dài
lá hồ điệp ướp tinh mai
phấn rơm hóa thạch rắc đài lộ thiên ∎

09-2024

LÊ THỊ HẠNH
Chạm Một Lần Thương

Ta chạm ngày một chiếc lá mùa xa
Đã lặng lẽ xếp thật thà trao gửi
Câu thơ em có chút gì nông nổi
Buổi chiều rơi cứ vời vợi gió mùa

Chạm một lần xanh lắm buổi ước mơ
Ta đã không giả vờ như thế nữa
Phút ban sơ hoa bí vàng duyên nợ
Ta đã từng từng có cả niềm mơ

Thu chạm ngày ta nỗi nhớ già nua
Vàng lối cũ đã bao mùa dừng lại
Trói bâng khuâng tựa vào câu thơ cuối
Gặp bóng hình trong cả giấc hư hao

Nắng chạm ngày trên phiến lá lao xao
Ta chạm thu cung bậc nào cũng nhớ
Nửa câu thơ bước qua mùa lá đổ
Vết thời gian mải lật giở bao ngày

Ta hiểu rằng tất cả đã đổi thay
Nửa câu thơ rạc gầy phiên bản nhịp
Chạm màu thu ôi mình còn tha thiết
Muộn cho mình câu giã biệt người thương... ∎

BÙI DIỆP
Cho Tôi Nhé

đắn đo chi đã heo may mấy phố
tay khẽ run trong chiều nhạt xa người
hoàng hôn cũ lá gối đầu lơ đễnh
trên mái âm dương già nua chơi vơi

cho tôi nhé một lần đêm trai trẻ
hát tặng em bài vô định bến bờ
tuổi hai mươi và bao mươi năm nữa
trăng sao nào giải mã được giấc mơ

cho tôi nắm tay tôi và chỉ thế
lau lách đơn thân trắng xóa linh hồn
em đâu biết bóng đêm ngồi rũ rượi
ký ức tìm từng mảnh vụn vô ngôn

thôi ta gắng dỗ dành ta em nhé
rằng sớm nay và rất nhiều sớm mai
vợ chồng sẻ còn nhặt rơm xây tổ
mái rêu xưa cành dương xỉ xanh hoài

thôi ta cố nuôi giùm ta thương mến
rằng áo ai còn trắng bướm sân trường
em gắng tin sẽ đá mềm chân cứng
ta về nhau từng bóng mát độ đường ■

CHU NGUYÊN THẢO
Miền Ký Ức

Đà Nẵng của tôi là thành phố biển
Có con sông Hàn băng qua
Soi bóng Ngũ Hành Sơn
Thời hoa niên tôi ở đó
Gia đình tôi ở đó
Tôi ươm đầy ước mơ

Đà Nẵng tiễn tôi đến tương lai
Tạm biệt mùa hè nắng cháy
Xác phượng vĩ rơi trên vỉa hè thành phố
Như máu đỏ tim tôi
Như khát vọng trong lòng tôi
Như công ơn cha mẹ gia đình bao người yêu quý
Trải bước chân tôi

Sau bao năm cách xa
Tôi đã về đây
Đà Nẵng ơi
Vẫn biển bao la rì rào sóng vỗ
Vẫn dòng sông Hàn rộn rã êm trôi
Vẫn những trưa hè phượng vĩ rợp hoa
Nhưng tôi không tìm được kỷ vật nào nguyên vẹn
Mẹ Cha đã khuất núi
Người thân đã đi xa
Bạn bè xưa phôi pha

Thành phố rộng lớn hơn
Nhà cửa to đẹp hơn
Chợ búa tấp nập hơn
Mà lòng người vẫn thế
Thật thà chân tình niềm nở
Người năm xưa đã già... rất già
Còn nhắc nhớ tôi
Mà sao tôi vẫn trẻ... rất trẻ
Của thời tuổi mười ba mười bảy
Tung tăng đi tìm kỷ niệm
Râm ran khúc ve sầu
Những con phố trưa im vắng
Hai hàng cây đổ bóng bên đường
Bầy chim sẻ thân thương ngày tháng cũ
Chừ còn đang say giấc ngủ trưa!?
...
Đà Nẵng thân yêu ơi
Đà Nẵng tôi yêu ơi ■

San Diego, California

HỒNG LĨNH PHẠM THỊ QUÝ
NHẬT KÝ

Ngày bật lửa
hàng cây mở mắt
con gió lao xao
nắng hun hút
cồn cào
hơi nóng rát
những đôi mắt nhìn nhau
ngơ ngác
đâu rồi cồn bãi xanh tươi
nhấp nhô phố thị
loạn xạ sắc màu
hỗn độn giữa Âu, giữa Á
xập xình giai điệu lai căng
cao ốc bao quanh
nhà thấp, nhà cao hàng hàng lớp lớp
hè phố nháo nhào
bước chân chộn rộn
cuồn cuộn xe hối hả lao đi
nhịp thời gian cũng hối hả trôi theo

Chớp mắt đêm
sáng chóa thị thành
bóng nhà ngả nghiêng
bóng dài bóng ngắn
lật bật ngày đêm,
áo cơm lận đận
kiếp người
con tằm nhả tơ ươm kén
con trâu lọc cọc kéo cày
chuồn chuồn bay lạc
đôi cánh mỏng rung rung
ngọn gió thổi lăn tăn
mặt hồ gợn sóng
có chút gì lắng đọng
trái tim trong ngực phập phồng ■

TRẦN VẤN LỆ
Em Em À
Anh Nhớ Áo Em Bay

Thời tiết đổi thay, giờ chửa đổi. 7 giờ mà vẫn thấy còn đêm. Ở đây nước Mỹ, gà nuôi trại, xa rất xa. Thành phố lặng thinh...

Không tiếng gà mai. Xe lác đác... Xe bus thì chạy rất đúng giờ. Không nghe tiếng máy vang ngoài lộ. Trời ấm không chừng hôm nay mưa...

Tôi nói với tôi. Không có tiếng. Loa tuyên truyền không có tiếng vang. Nhớ ơi đất nước mình cơm bữa... không có ăn mà nói rất sang!

Nhớ ơi đất nước mình chi lạ... những cổng chào cao hơn mái nhà, những người đạo mạo đều quan lớn, người quét Nhà Thờ: một Đức Cha!

Nói thế, bỗng dưng rơi nước mắt... nghĩ là sương... ai biểu mình nhìn? Nghĩ là em, em ngàn năm trước, mưa giọt nào long lanh tóc xanh?

Nghĩ là em, em là cô bé, dốc Nhà Bò tay vịn gốc thông, ôm cái cặp đi lên trường học, gió Lâm Viên lạnh từng góc sân...

Ôi tôi nhớ từng căn lớp cũ... tôi mới chăng sau cuộc đổi đời? Tôi không hỏi ai người kỷ niệm - có ai còn trước mặt tôi đâu!

Chưa đổi giờ là ngày chưa sáng, em em à anh nhớ áo em bay... ∎

TRẦN QUÝ TRUNG
Ước Mơ Khi Trời Sáng

Mỗi buổi sáng khi mặt trời còn ngủ
Thì tôi đã thức dậy lúc bốn giờ
Khi không gian còn đen tối âm u
Khi chim muông chưa cất cao tiếng hót
Khi ve sầu còn im lặng giữa mùa
Chờ bình minh rực rỡ với muôn hoa

Tôi nhẹ bước vào căn phòng học nhỏ
Vặn computer dưới ánh đèn mờ tỏ
Trên màn hình có nét chữ thân quen
Với giọng nói trầm hùng của Đinh Quang Anh Thái
Đang phẩm bình những bài thơ bất hủ
Của các thi sĩ đã thành danh

Tôi thấy đời mình thật là có phúc
Khác ông cha đã nằm trong lòng đất mẹ
Thời các ngài đâu đã có computer
Đâu đã có microwave hâm nóng đồ ăn
Và những tách trà Thái Nguyên thơm nhẹ
Đâu có máy lạnh khi mùa hè nóng bức
Và máy sưởi trong ngày đông tháng giá
Đâu đã có cell phone liên lạc với người thân
Đâu đã có Internet/Google để tra cứu những điều chưa hiểu

Tôi trân trọng ghi công những nhà bác học
Những kỹ thuật gia của thế giới muôn màu
Tạ ơn Phật Chúa ở trên cao
Đã dạy loài người biết Từ Bi, Bác Ái
Cho muôn hoa nở rộ dưới nắng hồng
Tôi cũng thâm tạ người yêu bé nhỏ
Đã cho tôi những lời nói mặn mà
Tôi ghi nhớ công cha và nghĩa mẹ
Như núi Thái Sơn và biển Thái Bình
Đã cho tôi một cuộc sống bình yên
Với thân tâm trong sáng thật hiền hòa
Tôi yêu thiên nhiên, núi, biển, sông, hồ
Và tôn sùng những anh thư, hào kiệt
Của Việt Nam, tôi mãi mãi yêu thương
Tôi mong thế giới không còn bom đạn
Là ước mơ khẩn thiết của mọi người
Sau hết, cho tôi viết lời thơ vĩnh biệt
Khi mệnh trời ngưng nuôi dưỡng tấm thân tôi
Linh hồn tôi sẽ về dưới chân Phật tổ
Xa lánh cõi trần đầy phiền não, vô thường ■

LÊ HÂN
Cảm Đề "Đuổi Bóng Hoàng Hôn"
Của Trương Vũ

Tại nhà anh chị Trương Vũ, từ trái: Phạm Cao Hoàng, Châu, anh chị Trương Vũ, Nguyễn Thị Thanh Bình, Lê Hân

ngày lặng lẽ tươi vui hay phiền muộn
trải thời gian lên da thịt tâm hồn
rạng đông đẹp huy hoàng trong mấy chốc
qua xế trưa chợt ngộ bóng hoàng hôn

người thấp thoáng trong đời như ánh nắng
giọt mưa trong hiu hắt gió vô cùng
mỗi khoảnh khắc hơi thở đời mất dấu?
lọn mây nào tồn đọng giữa không trung

giàu suy tưởng người nhìn thời gian chảy
gặp những gì trong thế giới ưu tư
hồn lãng mạn văn chương hay khoa học
góc cạnh nào lưu lại lòng thanh thư

người giàu có một tâm đời xã hội
chính trị nhân văn giáo dục đời thường
mỗi cảnh sống đất trời chung nhân loại
quê hương riêng nặng trĩu tình yêu thương

người đã rời đi người đang trở lại
phố phường xưa tâm trạng chắc chi yên
người quyết đuổi bóng chiều qua mỗi bữa
hẳn muốn đời mãi thở cùng thiên nhiên ■

LÊ HỨA HUYỀN TRÂN
ĐIỀU ANH KHÔNG NÓI

Cô đốt một điếu thuốc rồi rít một hơi thật sâu, tiếng rít làm cho màn đêm yên tĩnh bỗng như bị xé toạc bởi thanh âm nặng nề của khói thuốc. Anh đang ngồi đối diện khẽ đặt ly rượu vang đã uống quá nửa của mình xuống, tiến lại gần cô, giật lấy điếu thuốc rồi dụi nhanh chóng vào chiếc gạt tàn.

- Anh đã nói với em hút thuốc nhiều sẽ không tốt cho cổ họng.

Cô phì cười lại chỗ anh đứng vừa nãy nốc cạn ly vang anh đang uống dở. Nhanh chóng mặt cô chuyển sang ửng hồng nhưng anh biết chỉ nhiêu đó không làm cô say được, có chăng chỉ làm cô thêm nét đẹp có phần kiêu sa quyến rũ. Vừa chợt như nhớ lại điều gì đó, giọng nói mê hoặc kéo anh trở về với thực tại:

- Trông anh lo cho "đào kép" của anh chưa kìa.
- Đừng gọi mình như thế !
- Anh là ông bầu, em là ca sĩ của anh. Thế còn gọi là gì khác? - Rồi cô bật cười khi nhìn thấy bộ mặt có vẻ như nghiêm trọng của anh - Được rồi, ông chủ, em hiểu "giọng hát" là kế sinh nhai của em mà.

Bảy năm trước, cô gặp anh tại bến xe. Cô sinh viên vừa mới ra trường đã bị xã hội vùi dập không thương tiếc lúc đó chỉ có một sự lựa chọn là về với quê cũ. Nhớ về ngày ấy cô đưa tay bất giác vờ như có điếu thuốc để rít lấy một hơi. Ngày mưa hôm ấy cũng hệt như bây giờ làm cô nhớ lại chuyện cũ. Khi ấy một người đàn ông với vẻ ngoài bóng bẩy, giữa trời mưa mà mặc complet đi xuyên qua những vũng nước bùn trong bến xe và tới đưa cho cô một chiếc dù. "Đi với tôi không?"

- Anh biết không, nhìn anh khi ấy như mấy kẻ dụ dỗ vị thành niên.

Anh chỉnh lại váy áo cho cô, đưa tay đẩy cái trâm cài sâu vào trong cái búi tóc mà cô vừa búi, nhẹ nhàng nâng tay cô:

- Đi thôi, khán giả đang đợi.

Anh là chủ một phòng trà nhỏ ở thành phố. Tuy nói là nhỏ nhưng kinh doanh cũng khấm khá, đủ mọi thành phần cũng hay lui tới. Sau khi nhận cô về anh cho cô đứng hát mỗi đêm, cô cũng thi thoảng nghe nhân viên bảo nhau chỉ từ khi có cô phòng trà chỉ mỗi cô độc diễn, cứ như sân khấu này được dành sẵn cho cô. Cô chỉ bật cười, cô tin vào cái duyên, và đôi khi cô còn tự tin vào bản thân nữa, chứ anh và cô lần đầu tiên gặp là tại bến xe năm ấy. Anh là một người đàn ông ít nói và lạnh lùng, anh cũng là một ông chủ rất nghiêm khắc. Mọi nhân viên ở phòng trà này đều không được phép làm sai gì dù chỉ là một việc nhỏ, họ có thể được "típ" cao và cũng có thể bị nghỉ việc, kể cả cô. Nhưng suốt bảy năm ở cạnh anh, cô dần hiểu được đằng sau vẻ lạnh lùng của người đàn ông kia là một trái tim ấm áp, ít nhất là với cô.

Cô bước xuống sân khấu trong tiếng vỗ tay của mọi người, anh đã chờ sẵn trên những bậc thang bước xuống hậu trường đưa tay đỡ lấy. Cô chợt nhớ anh bartender có lần chọc cô : "Nếu ông chủ không yêu cô thì chỉ có thể là lợi dụng cô. Vì lòng tốt ông chủ dành cho cô nó quá nhiều." Thẳng nhưng thật. Nhưng cô chưa bao giờ nghĩ anh yêu cô, đơn giản vì cô là nhân tố thu hút khách của quán. Những ngày đầu khi mới về, cô hấp dẫn những người khách bởi giọng ca non nớt và vẻ ngoài ngây thơ. Lâu dần khi cuộc đời bắt đầu là những đêm tối và sự trưởng thành dần hình thành theo thời gian, nhận thức của một thế giới về đêm trong cô mỗi rõ rệt, cô bị buộc phải trưởng thành. Anh vẫn bảo vệ cô nhưng anh không thể ngăn cô "lớn". Và thay vào đó là giọng ca mỗi đêm của một người trưởng thành với phấn son và áo váy lả lướt.

Cô cũng yêu. Anh chưa bao giờ ngăn cô yêu. Xét cho cùng những khán giả ở đây cũng không đến mức yêu thích cô đến độ không để cô thuộc về riêng ai. Họ chỉ cần giọng ca của cô khi đêm xuống, như an ủi một điều gì đó xô bồ giữa dòng đời. Anh cũng không góp ý cuộc đời cô nhưng khi thấy một người có thể không tốt thì anh chỉ nói rất ngắn gọn.

- Người này, không được.
- Anh lại điều tra rồi sao?

Cô hiểu anh bảo vệ cô theo cách của riêng anh. Bằng một cách nào đó thực mỗi người đàn ông đi qua đời cô đều được anh điều tra qua một lần. Anh không chấp nhận cô qua lại với người đã có gia đình hoặc thành phần bất hảo. Có thể không hoàn hảo nhưng không được thiếu thiện lương.

- Anh đang muốn em tìm một người đàn ông trái ngược anh đúng không? Đôi lúc em không hiểu anh thích em hay ghét em nữa.

Cô hiểu mỗi khi cô nói đến vấn đề này là anh sẽ im lặng. Xét cho cùng, cô là con chim hoàng yến mà anh nuôi, anh có quyền không để báu vật của mình bị tổn hại. Nếu hai người gặp nhau ở một hoàn cảnh khác, nếu không phải cô thành công và mang đến doanh thu cho anh như hiện tại, có lẽ cô đã nghĩ rằng anh có tình cảm với cô.

Cách đây hơn ba năm cũng là lúc cô bắt đầu tìm tới rượu và thuốc lá trong một lần cô về quê ba cô đã đuổi cô ra khỏi nhà. Vì ở quê cái mác hát phòng trà cứ được thổi phồng lên vô căn cứ với đủ điều tiếng. Khi ấy, cô tìm quên bằng những thứ độc hại ấy, khi anh tìm đến nhà cô, cô đã xin nghỉ mấy ngày liền, mọi thứ nồng nặc mùi của cồn và khói. Anh chỉ nói:

- Anh không phải gia đình em để cấm em làm điều em muốn. Nhưng anh cần em biết hạn chế, chỉ cần em để giọng của em bị tổn hại, anh sẽ đuổi em đi khỏi chỗ anh.

Nghe có vẻ phũ phàng nhưng đúng là chỉ trừ những ngày được nghỉ, hiếm hoi lắm cô mới cần đến những thứ ấy an ủi cuộc sống vốn phũ phàng của mình. Từ chốc ấy, anh như gia đình cô, Tết cô không còn về quê nữa, chỉ gửi tiền về cho gia đình. Gia đình cô quá khó khăn để từ chối tiền cô gửi, miễn là cô không về làm họ xấu hổ. Từ năm ấy Tết anh cũng không về nhà, được hỏi thì anh chỉ nói: "Kinh doanh tết rất có lời." Thế là Tết cô vẫn đi hát, và anh, vẫn là một ông chủ với danh nghĩa ở lại phố không về quê chỉ vì để kiếm lời.

Thi thoảng cô bắt gặp ánh mắt anh nhìn cô chăm chú. Cô lại mỉm cười rất nhẹ: "Em giống người con gái ấy lắm sao?". Hầu như nhân viên ở đây ai cũng biết ông chủ rất nặng lòng với một mối tình mà anh đã phải từ dễ hơn mười chín năm về trước. Và họ nghe bạn thân ông chủ, người vẫn hay lui tới quán nói rằng người con gái ấy giống cô. Đó là mối tình đầu, nghe đâu đã cứu vớt đời anh. "Đó là chuyện riêng của tôi." Thậm chí, lúc đầu, khi cô nhận ra tình cảm mình với anh, cô còn cảm thấy có chút xót xa, lâu dần cô cũng dần quen, cô còn nghĩ giá như, giá như anh nhận lầm luôn là cô có phải tốt hơn không?

Bây giờ cô đã ba mươi, cũng là lúc hợp đồng bảy năm của cô và anh cũng hết. Ở ngày cuối cùng của hợp đồng, cô bình thản nói với anh:

- Tháng tới, em cưới. Anh có đi không? Người ấy hợp ý anh chứ?

Anh hơi chần chừ, như đã biết người cô đang qua lại anh đã điều tra. Anh khẽ gật nhẹ đầu... Ngày cô cưới, anh thay cha cô dắt cô vào lễ đường, trao tay cho chú rể. Xét cho cùng khi tất cả chối bỏ cô, anh là người đàn ông duy nhất quan trọng với cô lúc này. Anh làm đầy đủ vai trò của một người cha, người anh và món quà cưới anh dành tặng cô là tiền lương suốt bảy năm của cô, dù những năm ấy cô luôn nhận đủ.

Chiếc xe hoa lăn bánh đi thật xa, người bạn thân đặt tay lên vai anh ra chiều tiếc rẻ:

- Cuối cùng thì mày vẫn không nói với em ấy. Thằng đó hơn mày chỗ nào?

- Người ấy... trong sạch.

oOo

Khi anh mười lăm tuổi, vì sinh trưởng trong một gia đình có người cha suốt ngày nhậu nhẹt còn mẹ bỏ đi từ sớm nên không được nuôi dạy tử tế. Anh lớn lên trong đòn roi của cha và cũng bỏ học từ sớm, vì thiếu ăn nên thậm chí còn lăn lộn ra đường từ sớm, sa vào phường trộm cắp. Dường như cuộc sống đã được định sẵn là đi theo con đường tệ nạn của cha. Năm ấy sau một trận đòn roi lại dưới cơn mưa nặng hạt, cả người anh tê dại ngủ gục tại bến xe. Xã hội dường như đánh rơi tình người không ai quan tâm đến một đứa trẻ đang gục ngã bên vệ đường đang đói khát thều thào. Một bàn tay bé nhỏ đã tới đỡ anh dậy, đưa cho anh chiếc bánh mì đang gặm dở nói với anh:

- Anh ăn đỡ mẩu bánh này nha, em ăn một nửa rồi, em không có tiền mua cho anh cái mới nhưng yên tâm em ăn sạch sẽ lắm.

Sau này hỏi mới biết đó là con gái của một người lơ xe nên hay theo ba tới bến xe để đi làm. Rồi kể từ đó anh vẫn hay lui tới bến xe và gặp gỡ cô gái nhỏ, hai người bắt đầu nói chuyện và an ủi cuộc đời nhau. Anh vẫn còn nhớ ước mơ lớn nhất cô gái nhỏ nói với anh là muốn được làm ca sĩ...

Bằng đi ít lâu, người cha mất việc, cô gái phải theo cha về quê với những dòng liên lạc ngắn ngủi. Khi đó, để có động lực có thể gặp lại cô, anh không ngừng nỗ lực làm đủ mọi nghề, gặp vận gặp thời mở được một phòng trà nhỏ nhưng đánh đổi là phải mất mát rất nhiều thứ, kể cả sự lương thiện. Sau khi có được chút tiền tài, anh ra sức tìm cô, và sau mười năm trời cuối cùng anh cũng tìm được. Anh không có quá nhiều tiền để có thể cho cô một sân khấu lớn nhưng anh cũng tạo cho cô một sân khấu nhỏ của riêng mình để cô có thể hát như thuở xưa cô mơ ước.

Cuối cùng anh cũng có thể ở bên, người anh đã yêu suốt mười mấy năm trời, và bằng chính đôi tay của mình, đưa người ta đi tìm hạnh phúc.

Lê Hứa Huyền Trân

Tranh Khánh Trường

NHÀ XUẤT BẢN NHÂN ẢNH
GIỚI THIỆU SÁCH MỚI IN
TRONG THÁNG 8, 9, 10 NĂM 2024

www.ingramcontent.com/pod-product-compliance
Lightning Source LLC
LaVergne TN
LVHW041656060526
838201LV00043B/459